동양북스 외국어
베스트 도서
700만 독자의 선택!

새로운 도서,
다양한 자료
동양북스
홈페이지에서
만나보세요!

www.dongyangbooks.com
m.dongyangbooks.com

※ 학습자료 및 MP3 제공 여부는 도서마다 상이하므로 확인 후 이용 바랍니다.

홈페이지 도서 자료실에서 학습자료 및 MP3 무료 다운로드

PC

❶ 홈페이지 접속 후 도서 자료실 클릭
❷ 하단 검색 창에 검색어 입력
❸ MP3, 정답과 해설, 부가자료 등 첨부파일 다운로드
* 원하는 자료가 없는 경우 '요청하기' 클릭!

MOBILE

* 반드시 '인터넷, Safari, Chrome' App을 이용하여 홈페이지에 접속해주세요. (네이버, 다음 App 이용 시 첨부파일의 확장자명이 변경되어 저장되는 오류가 발생할 수 있습니다.)

❶ 홈페이지 접속 후 ☰ 터치

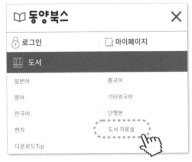

❷ 도서 자료실 터치

❸ 하단 검색창에 검색어 입력
❹ MP3, 정답과 해설, 부가자료 등 첨부파일 다운로드
* 압축 해제 방법은 '다운로드 Tip' 참고

첫걸음 끝내고 보는

베트남어
중고급의
모든것

동양북스

첫걸음 끝내고 보는

베트남어
중고급의
모든 것

초판 3쇄 발행 | 2024년 4월 5일

지은이 | 홍빛나
발행인 | 김태웅
기획편집 | 김현아
마케팅 총괄 | 김철영
제　작 | 현대순

발행처 | (주)동양북스
등　록 | 제2014-000055호
주　소 | 서울시 마포구 동교로22길 14 (04030)
구입 문의 | 전화 (02)337-1737 팩스 (02)334-6624
내용 문의 | 전화 (02)337-1763 이메일 dybooks2@gmail.com

ISBN 979-11-5768-556-1 13750

이 도서의 국립중앙도서관 출판예정도서목록(CIP)은 서지정보유통지원시스템 홈페이지(http://seoji.go.kr)와
국가자료공동목록시스템(http://www.nl.go.kr/kolisnet)에서 이용하실 수 있습니다.
(CIP제어번호:CIP2019040052)

머리말

오늘날 베트남어의 필요성과 그 위상은 나날이 높아지고 있습니다.

한국 정부의 신 남방 정책으로 베트남과의 교역량이 매년 신기록을 달성하고 있고, 한국의 대표적 대기업들과 중소기업들까지 포스트 차이나를 찾아 베트남에 앞다투어 진출하고 있지요. 이런 국가적, 기업적 관심은 베트남에 대한 천문학적인 투자로 이어지고 더 나아가 수많은 고용 창출을 이뤄내고 있습니다. 또한 한류의 영향으로 한국에 대한 베트남 사람들의 사랑과 관심이 나날이 커지면서 베트남은 한국 사람들에게 축복의 땅, 기회의 땅이 되어가고 있습니다.

이에 발맞추어 베트남어는 수능 정식 과목으로서 사탐이나 과탐의 대체가 가능하고, 다른 언어에 비해 높은 등급을 받기 용이하여 많은 학생의 관심을 받고 있고 한국 내 베트남 다문화 가정 및 베트남 유학생 수도 증가하면서 국내에서도 베트남어의 필요성이 대두되고 있습니다.

그렇다면 베트남어의 위상이 올라가는 만큼 베트남어 교육 수준도 함께 높아지고 있을까요?

필자가 고민 끝에 내린 결론은 "글쎄?"였습니다.

Youtube에만 검색해 봐도 여러 가지 초급 베트남어는 강의가 존재하지만, 중고급 베트남어 강의는 찾아보기 힘들지요. 중고급 베트남어 강의가 있더라도 실용성이 떨어지고 난이도가 초급과 크게 다르지 않고, 정말 현지 사람에게 내가 하고 싶은 말을 자연스럽게 할 수 있는 핵심만 정리된 강의는 거의 없습니다. 더욱이 중고급 베트남어 교재는 찾아보기도 힘들며 있더라도 그 내용이 전공자만을 대상으로 한 딱딱하고 어려운 구성으로 초급 베트남어를 학습한 학습자들이 다음 단계를 정확하고 재미있게 배우고자 할 때 적합하지 못합니다. 그래서 중고급 베트남어의 새로운 장을 열기 위해 이 책을 준비했습니다.

필자가 생각하는 이 책의 장점은 다음과 같습니다.

첫째. 진짜 사용하기 위한 중고급 베트남어를 학습할 수 있습니다. 수년 동안 삼성 등 대기업과 여러 학원, 대학 강의, 국가기관 및 기업 통·번역, FLEX 시험 대비 강의 등 수많은 실전 경험에서 추려진 노하우로 정말 실용적이고 지금 현장에서 쓰이는, 바로 사용할 수 있는 중고급 표현들만 담았습니다.

둘째. 진짜 중급 수준의 베트남어를 학습할 수 있습니다. 초급에서 학습한 주제인 쇼핑, 식당, 학습, 여행, 부동산, 교통 등의 주제를 중급 수준으로 다시 학습하여 초·중급의 기초를 튼튼하게 다질 뿐만 아니라 문화, 전설, 스포츠, 연애, 경제, 산업화시대, 건강 등 다양한 중급 주제들로 어떠한 상황에서도 대처할 수 있도록 하였고 각종 베트남어 자격증 시험 FLEX, OPI, OPIc 등의 고득점을 위해 실용 구문, 독해가 핵심표현으로만 잘 구성되어 완성도를 높였습니다.

필자는 독자분들이 이 책의 모든 것을 학습하여 베트남어를 공부하는 사람은 늘어났지만 진짜 잘하는 사람은 찾기 힘든 상황에 경쟁력을 갖추기를 바랍니다.

이 책이 여러분의 목적에 밑거름이 되길 기원하며…

Chúc mọi người thành công và may mắn!

저자 홍빛나

차례

이 책의 구성과 특징

ⓘ 단원 소개

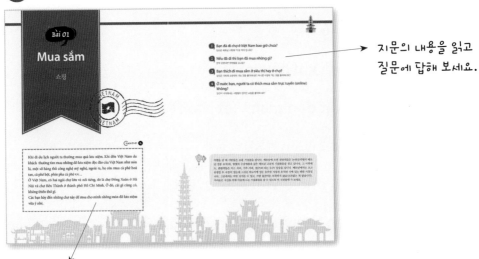

지문의 내용을 읽고
질문에 답해 보세요.

주제와 관련된 지문을 읽고 들어 보세요.

🎙 회화

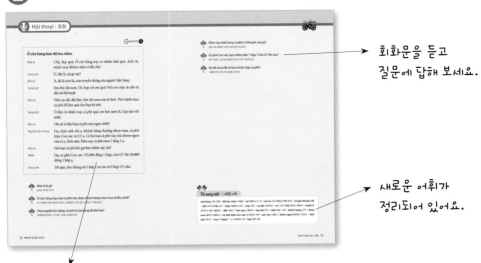

회화문을 듣고
질문에 답해 보세요.

새로운 어휘가
정리되어 있어요.

주제별 회화문을 듣고 읽으며 따라해 보세요.

문법

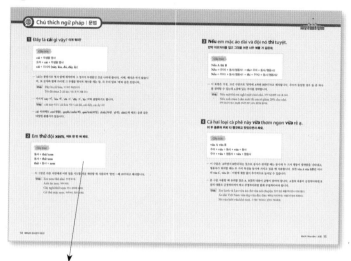

회화에 나오는 구절마다 공부해야 할 문법이 정리되어 있어요.

말하기&듣기

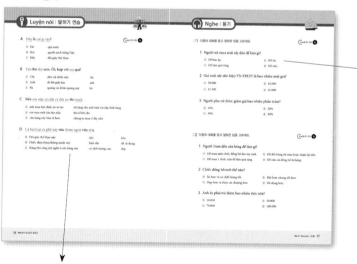

문제를 듣고
풀어보세요.
스크립트와 해석은
부록에 있습니다.

패턴 형식으로 베트남어 말하기를 연습해 보세요.

✏️ 쓰기 연습

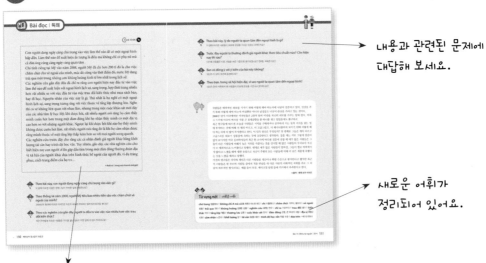

앞에서 배운 내용을 활용해서 작문을 연습하세요.

📖 독해

내용과 관련된 문제에
대답해 보세요.

새로운 어휘가
정리되어 있어요.

주제와 관련된 긴 지문을 읽으며 해석해 보세요.

이 책의 활용법

Tip 1 | 부록을 활용하세요!

 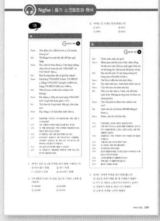 

회화 지문 해석, 듣기 스크립트와 해석, 정답이 부록으로 구성되어 있습니다.
본문 내용을 자세히 공부하기 위해 부록을 꼭 활용하세요.

Tip 2 | MP3 음원을 활용하세요!

베트남 현지에서 녹음한 MP3를 책과 함께 드립니다.
동양북스 홈페이지(www.dongyangbooks.com) 자료실에서
파일이 무료로 제공됩니다.

Tip 3 | 무료 영상 강의를 활용하세요!

동양북스 홈페이지와 Youtube(youtube.com)에서
〈베트남어 중고급〉을 검색하시면 저자 직강 동영상 강의를 무료로
이용할 수 있습니다.

Bài 01

Mua sắm

쇼핑

track 01-01

Khi đi du lịch người ta thường mua quà lưu niệm. Khi đến Việt Nam du khách thường tìm mua những đồ lưu niệm độc đáo của Việt Nam như nón lá, một số hàng thủ công mỹ nghệ, ngoài ra, họ còn mua cà phê hoà tan, cà phê bột, phin pha cà phê v.v…

Ở Việt Nam, có hai ngôi chợ lớn và nổi tiếng, đó là chợ Đồng Xuân ở Hà Nội và chợ Bến Thành ở thành phố Hồ Chí Minh. Ở đó, cái gì cũng có, không thiếu thứ gì.

Các bạn hãy đến những chợ này để mua cho mình những món đồ lưu niệm vừa ý nhé.

1 Bạn đã đi chợ ở Việt Nam bao giờ chưa?
당신은 베트남 시장에 가 본 적이 있나요?

2 Nếu đã đi thì bạn đã mua những gì?
만약 갔었다면 무엇들을 샀나요?

3 Bạn thích đi mua sắm ở siêu thị hay ở chợ?
당신은 마트에 쇼핑하러 가는 것을 좋아하나요? 아니면 시장에 쇼핑하러 가는 것을 좋아하나요?

4 Ở nước bạn, người ta có thích mua sắm trực tuyến (online) không?
당신의 나라에서는 사람들이 온라인 쇼핑을 좋아하나요?

여행을 갈 때 사람들은 보통 기념품을 삽니다. 베트남에 오면 관광객들은 논라(삼각형의 베트남 전통 모자)와, 몇몇의 수공예품과 같은 베트남 고유의 기념품들을 찾고 싶니다. 그 이외에도, 관광객들은 믹스 커피, 가루 커피, 핀(커피 타는 도구) 등등을 삽니다. 베트남에서는 크고 유명한 두 시장이 있는데 그것은 하노이에 있는 동쑤언 시장과 호치민 시에 있는 벤탄 시장입니다. 그곳에서는 어떤 것이든 다 있고, 어떤 물건이든 부족하지 않습니다(없는 게 없습니다). 여러분은 자신을 위해 마음에 드는 기념품들을 살 수 있도록 이 시장들에 가 보세요.

track 01-02

Ở cửa hàng bán đồ lưu niệm.

Min-ji	Chà, đẹp quá. Ở cửa hàng này có nhiều thứ quá. Anh ơi, mình mua đồ lưu niệm ở đây nhé.
Sang-jin	Ừ, đây là cái gì vậy?
Min-ji	À, đó là nón lá, nón truyền thống của người Việt Nam.
Sang-jin	Em thử đội xem. Ôi, hợp với em quá! Nếu em mặc áo dài và đội nó thì tuyệt.
Min-ji	Thôi, áo dài đắt lắm. Em chỉ mua nón lá thôi. Thế mình mua cà phê để làm quà cho bạn bè nhé.
Sang-jin	Ở đây có nhiều loại cà phê quá, em hỏi xem đi, loại nào tốt nhất.
Min-ji	Chị ơi, ở đây loại cà phê nào ngon nhất?
Người bán hàng	Dạ, chào anh chị ạ. Khách hàng thường chọn mua cà phê hiệu Con sóc và G7 ạ. Cả hai loại cà phê này vừa thơm ngon vừa rẻ ạ. Hơn nữa, hôm nay cà phê mua 1 tặng 1 ạ.
Min-ji	Hai loại cà phê đó, giá bao nhiêu vậy chị?
NBH	Dạ, cà phê Con sóc 125.000 đồng 1 hộp, còn G7 thì 50.000 đồng 1 hộp ạ.
Sang-jin	Tốt quá, cho chúng tôi 3 hộp Con sóc và 5 hộp G7 nhé.

1 Nón lá là gì?
논라는 무엇인가요?

2 Ở cửa hàng này, loại cà phê nào được khách hàng chọn mua nhiều nhất?
이 가게에서 어떤 종류의 커피가 고객들에게 가장 많이 선택받고 구매되나요?

3 Theo người bán hàng, cà phê ở cửa hàng đó thế nào?
판매원에 따르면 그 가게의 커피는 어떠한가요?

4 Hôm nay mặt hàng cà phê có khuyến mại gì?

오늘 커피 품목은 어떤 프로모션이 있나요?

 5 Cà phê Con sóc bao nhiêu tiền 1 hộp ? Còn G7 thì sao?

콘삭 커피는 1상자에 얼마인가요? G7은 어떠한가요?

 6 Họ đã mua tất cả bao nhiêu hộp cà phê?

그들은 모두 커피 몇 상자를 샀나요?

Từ vựng mới | 새로운 어휘

cửa hàng 가게, 상점 | **đồ lưu niệm** 기념품 | **cái** (종별사) 것, 개 | **nón lá** 논라 (베트남 전통 모자) | **truyền thống** 전통 | **đội** (모자 따위를) 쓰다 | **hợp** 어울린다, 맞다 | **mặc** 입다 | **áo dài** 아오자이 | **nó** 그것 (사물을 칭하는 대명사) | **tuyệt** 환상적이다, 매우 아름답다 | **đắt** 비싸다 | **làm quà** 선물하다 | **bạn bè** 친구 | **nhất** 제일, 가장 | **khách hàng** 고객 | **chọn mua** 골라서 구매하다 | **cà phê hiệu Con sóc** 콘삭(꼰쏙) 커피 | **con sóc** 다람쥐 | **thơm ngon** 향긋하고 맛있다 | **hơn nữa** 게다가 | **mua 1 tặng 1** 1+1, 원 플러스 원 | **hộp** 작은 상자

1 Đây là **cái** gì vậy? 이게 뭐지?

> **Cấu trúc**
>
> **cái** + 무생물 명사
> 숫자 + **cái** + 무생물 명사
> **cái** + 지시사 (này, kia, đó, đấy, ấy)

— 'cái'는 종별사로 명사 앞에 위치하며 그 명사가 무생물인 것을 나타내 줍니다. 이때, 해석은 하지 않습니다. 또 숫자와 함께 쓰이면 그 무생물 명사의 개수를 세는 말, 즉 우리 말로 '개'와 같은 뜻입니다.

> **Ví dụ** Đây là cái bàn. 이 것은 책상입니다.
> Tôi đã mua 2 cái áo. 나는 옷 두 개를 샀다.

— 지시사 'này 이', 'kia 저', 'đó 그', 'đấy 그', 'ấy 그'와 결합하기도 합니다.

> **Ví dụ** cái này 이것 / cái kia 저것 / cái đó, cái đấy, cái ấy 그것

— cái 이외에도 con(생물), quyển/cuốn(책), quả/trái(과일), chiếc(차량, 낱개), đôi(2개 세트) 등과 같은 다양한 종별사가 있습니다.

2 Em **thử đội** xem. 여보 한 번 써 봐요.

> **Cấu trúc**
>
> 동사 + **thử**/xem
> 동사 + **thử** xem
> **thử** + 동사 + xem

— 이 구문은 다른 사람에게 어떤 일을 시도할 것을 제안할 때 사용되며 '한번 ~해 보다'라고 해석합니다.

> **Ví dụ** Em xem thử nhé. 한 번 봐 봐.
> Anh ăn xem. 먹어 봐요.
> Chị nghĩ thử xem. 언니 생각해 보세요.
> Cô thử mặc xem. 아주머니, 입어 보세요.

3

Nếu em mặc áo dài và đội nó **thì** tuyệt.
만약 아오자이를 입고 그것을 쓰면 너무 예쁠 거 같은데.

> **Cấu trúc**
>
> **Nếu A thì B**
> **Nếu** + (주어) + 동사/형용사1 + **thì**+ 주어 + 동사/형용사2
> **Nếu** + 주어1 + 동사/형용사1 + **thì** + 주어2 + 동사/형용사2

— 이 표현은 가정, 조건 구문으로 '만약에 A하면 B한다'라고 해석됩니다. 주어가 동일할 경우 둘 중 하나를 생략할 수 있는데 A절에 있는 주어를 생략합니다.

> **Ví dụ**　Nếu mệt thì em nghỉ một chút nhé. 만약 피곤하면 너는 좀 쉬어.
> Nếu anh mua 2 cân xoài thì em sẽ giảm 20% cho nhé.
> 만약 당신이 망고 2kg를 산다면 제가 20% 할인해 줄게요.

---

4 Cả hai loại cà phê này **vừa** thơm ngon **vừa** rẻ ạ.
이 두 종류의 커피 다 향긋하고 맛있으면서 싸요.

> **Cấu trúc**
>
> **vừa A vừa B**
> 주어 + **vừa** + 동사 + **vừa** + 동사
> 주어 + **vừa** + 형용사 + **vừa** + 형용사

— 이 구문은 'A하면서 B한다'라는 뜻으로 동사가 위치할 때는 동시에 두 가지 행동이 발생함을 나타내고, 형용사가 위치할 때는 두 가지 특징을 동시에 가지고 있을 때 사용합니다. 또한 vừa A vừa B뿐만 아니라 vừa C, vừa D⋯ 이렇게 제한 없이 추가적으로 늘어날 수 있습니다.

— 본 구문 사용할 때 유의할 점은 A, B절의 내용이 균형이 맞아야 합니다. A절의 내용이 긍정적이라면 B절의 내용도 긍정적이어야 하고 부정적이라면 함께 부정적이어야 합니다.

> **Ví dụ**　Em Linh và Lan vừa ăn chè vừa nói chuyện. Linh과 Lan은 째를 먹으면서 이야기한다.
> Áo dài Việt Nam vừa đẹp vừa độc đáo. 베트남 아오자이는 아름다우면서 독특하다.
> Nó vừa lười vừa khó tính. 그 애는 게으르고 성격도 까다로워.

A Đây là cái gì vậy?

 ⓐ Đó   quả xoài.

 ⓑ Kia   quyển sách tiếng Việt.

 ⓒ Đấy   đôi giày thể thao.

track 01-03

B Em thử đội xem. Ôi, hợp với em quá!

 ⓐ Chị   đeo cái nhẫn này   chị

 ⓑ Anh   đi đôi giày kia   anh

 ⓒ Bà   quàng cái khăn quàng này bà

C Nếu em mặc áo dài và đội nó thì tuyệt.

 ⓐ anh mua hai chiếc áo sơ mi   tôi tặng cho anh một cái dây thắt lưng

 ⓑ em mua một cân táo nữa   tôi sẽ bớt cho

 ⓒ cửa hàng này bán rẻ hơn   chúng ta mua ở đây nhé

D Cả hai loại cà phê này vừa thơm ngon vừa rẻ ạ.

 ⓐ Đôi giày thể thao này   nhẹ   bền

 ⓑ Chiếc điện thoại thông minh này hiện đại dễ sử dụng

 ⓒ Hàng thủ công mỹ nghệ ở cửa hàng này có chất lượng cao đẹp

A 다음의 대화를 듣고 알맞은 답을 고르세요.　　　　　track 01-04

1 Người nữ mua xoài sấy dẻo để làm gì?

ⓐ Để bán lại.　　　　　　　　ⓑ Để ăn.

ⓒ Để làm quà tặng.　　　　　ⓓ Để nấu.

2 Giá xoài sấy dẻo hiệu VN FRUIT là bao nhiêu một gói?

ⓐ 39.000　　　　　　　　　ⓑ 42.000

ⓒ 42.300　　　　　　　　　ⓓ 45.000

3 Người phụ nữ được giảm giá bao nhiêu phần trăm?

ⓐ 10%　　　　　　　　　　ⓑ 20%

ⓒ 30%　　　　　　　　　　ⓓ 40%

B 다음의 대화를 듣고 알맞은 답을 고르세요.　　　　　track 01-05

1 Người Nam đến cửa hàng để làm gì?

ⓐ Để mua một chiếc đồng hồ đeo tay mới.　　ⓑ Để đổi hàng đã mua hoặc nhận lại tiền.

ⓒ Để mua 1 chiếc nữa để làm quà tặng　　　ⓓ Để sửa cái đồng hồ bị hỏng.

2 Chiếc đồng hồ mới thế nào?

ⓐ Rẻ hơn và có chất lượng tốt.　　　　　ⓑ Đắt hơn nhưng tốt hơn.

ⓒ Đẹp hơn và được ưa chuộng hơn　　　　ⓓ Dễ dùng hơn.

3 Anh ấy phải trả thêm bao nhiêu tiền nữa?

ⓐ 10.000　　　　　　　　　ⓑ 50.000

ⓒ 70.000　　　　　　　　　ⓓ 100.000

Luyện viết | 쓰기 연습

01 다음의 예시를 보고 문장을 완성하세요.

> **Mẫu**
> Cà phê này rất thơm ngon, vì thế bạn nói...
> → Cậu thử uống xem.

ⓐ Cam này vừa ngọt vừa tươi, vì thế bạn nói...

→ Anh ơi, cam này ngọt lắm, _____

ⓑ Bạn thấy, cái áo này có lẽ hợp với chị ấy, vì thế bạn nói...

→ Chị ơi, áo này đẹp lắm, _____

ⓒ Ca khúc này hay lắm, nên bạn muốn giới thiệu cho bạn của bạn, vì thế bạn nói...

→ Bạn ơi, ca khúc này hay lắm, _____

ⓓ Máy tính này dùng tốt lắm, nên bạn nói với em gái bạn là...

→ Em ơi, máy tính này tốt lắm, _____

02 다음 문장을 완성하세요.

ⓐ Anh ấy vừa xem phim vừa _____

ⓑ Cháu Linh vừa thông minh vừa _____

ⓒ Bình An vừa đẹp trai vừa _____

ⓓ Người Việt vừa thân thiện vừa _____

track 01-06

Tôi là Hùng. Năm nay tôi 42 tuổi. Dạo này, công việc của tôi rất bận rộn nên tôi không có nhiều thời gian rảnh. Vì thế mặc dù rất thích đi mua sắm nhưng tôi thường mua sắm qua internet. Mua sắm qua internet có cái tiện là tôi có thể so sánh giá cả của một món hàng trên các trang web khác nhau và mua được hàng tốt với giá rẻ. Hơn nữa, tôi không cần đi ra ngoài vì có dịch vụ giao hàng tận nhà.

Theo tôi biết, hiện nay đa số người Hàn Quốc thường mua sắm qua internet. Vì thế, dịch vụ và chất lượng hàng hóa bán trên internet sẽ ngày càng tốt hơn.

Tôi là Xuân. Năm nay 25 tuổi. Như nhiều thanh niên Hàn Quốc khác, tôi rất thích đi mua sắm. Tôi thường mua sắm ở khu mua sắm như Myengdong hay trung tâm thương mại. Hàng hóa ở trung tâm thương mại mặc dù giá đắt nhưng chất lượng cao. Tôi còn là sinh viên nên không có nhiều tiền, vì thế mỗi cuối tuần tôi chỉ đi dạo các trung tâm thương mại thôi. Sau đó tôi sẽ đến khu mua sắm, tìm mua những mặt hàng giống như ở trung tâm thương mại nhưng đã được giảm giá.

Tôi nghĩ là mình mua sắm rất hợp lý và tôi ít khi mua sắm qua internet vì mua sắm qua internet thì theo tôi, chất lượng hàng hoá thường không giống như quảng cáo.

 1 Vì sao anh Hùng thường mua sắm qua internet?
왜 Hùng 씨는 보통 인터넷으로 쇼핑하나요?

 2 Mua sắm qua internet có những ưu điểm gì?
인터넷 쇼핑은 어떤 장점들이 있나요?

 3 Hiện nay, đa số người Hàn Quốc mua sắm bằng cách nào?
요즘 다수의 한국인들은 어떤 방식으로 쇼핑하나요?

 4 Dịch vụ bán hàng trên internet như thế nào?
인터넷의 판매 서비스는 어떠한가요?

5 Theo Xuân, giới trẻ Hàn Quốc có thích mua sắm không?

Xuân에 따르면 한국 젊은이들은 쇼핑을 좋아하나요?

 6 Xuân thường mua sắm ở đâu?

Xuân은 주로 어디에서 쇼핑하나요?

 7 Hàng hoá của trung tâm thương mại như thế nào?

백화점의 상품은 어떠한가요?

 8 Mẹo mua sắm của Xuân là gì?

Xuân의 쇼핑 요령은 무엇인가요?

 9 Theo Xuân, mua sắm qua internet có nhược điểm gì?

Xuân에 따르면 인터넷 쇼핑은 어떤 단점이 있나요?

저는 Hùng입니다. 올해 저는 42세이죠. 요즘에 내 일이 너무 바빠서 나는 한가한 시간이 많이 없어요. 그래서 저는 쇼핑하러 가는 것을 매우 좋아하지만 주로 인터넷으로 쇼핑을 해요. 인터넷 쇼핑은 편리한 점이 있는데 다양한 웹사이트에서 한 상품의 가격을 비교할 수 있고 저렴한 가격에 좋은 상품을 살 수 있습니다. 게다가 집까지 오는 택배 서비스가 있기 때문에 외출할 필요가 없고요. 제가 알기로 요즘 다수의 한국 사람들은 자주 인터넷 쇼핑을 합니다. 그래서 인터넷에서 파는 제품들의 서비스와 품질이 날이 갈수록 더 좋아질 겁니다.

저는 Xuân입니다. 올해 25살이죠. 저는 다른 한국 젊은이들과 같이 쇼핑하러 가는 것을 매우 좋아해요. 저는 주로 명동과 같은 쇼핑타운 또는 백화점에서 쇼핑을 합니다. 백화점의 상품은 가격이 비싸지만 품질이 좋지요. 저는 대학생이라서 돈이 많이 없습니다. 그래서 저는 주말마다 백화점에서 아이쇼핑만 합니다. 그 다음에 나는 쇼핑타운에 가서 백화점에서와 비슷한 상품들을 찾아 사지만 할인을 받습니다.
저는 제 자신이 매우 합리적으로 쇼핑한다고 생각합니다. 그리고 저는 거의 인터넷으로 쇼핑하지 않는데, 그 이유는 제 생각에 인터넷으로 쇼핑하면 상품의 품질이 자주 광고와 같지 않기 때문입니다.

Từ vựng mới | 새로운 어휘

bận rộn 바쁘다, 분주하다 | **cái tiện** 편리한 점 | **so sánh** 비교하다 | **món** 돈, 상품, 선물 앞에 붙이는 종별사 | **dịch vụ giao hàng tận nhà** 집까지 배달 서비스 | **hàng hoá** 상품 | **trung tâm thương mại** 백화점 | **hợp lý** (合理) 합리적인 | **chất lượng** 품질 | **quảng cáo** (廣告) 광고

다낭
바나힐

다낭의 바나힐은 해발이 1,500m나 되는 곳에
위치하고 있어 평균 기온이 15~20도 안팎이
기 때문에 무더위를 피하고 싶어하는 관광객
들이 많이 찾는 복합 테마파크이다. 바나힐
에서는 프랑스 마을의 모습을 본 뜬 유럽식
건물을 볼 수 있으며 형형색색의 꽃을 볼 수 있는

정원도 있고 회전목마, 4D어트랙션 등이 있는 놀이동산도 있다. 바나힐에 있는
케이블카는 세계에서 두 번째로 긴 케이블카로, CNN이 선정한 세계 10대 케이블카로
뽑히기도 했다. 2018년에 오픈한 '골든 브릿지'는 황금색의 끈을 쥐고 있는
신의 손을 형상화했으며 관광객들의 인증샷 필수 코스이다.

Bài 02

Nhà Hàng

식당

track 02-01

Nếu bạn có dịp đến Việt Nam một lần thì bạn sẽ được ăn rất nhiều món ăn Việt Nam và hẳn là sẽ mê các món ăn đó. Món ăn Việt Nam đa dạng và phong phú theo từng vùng miền. Mỗi vùng, mỗi địa phương đều có đặc sản riêng. Từ món ăn bình dân đến cao cấp, từ món bình thường, đơn giản đến cầu kỳ, tinh tế, ở đâu bạn cũng có thể thưởng thức những món ăn vừa ngon vừa hợp khẩu vị của bạn.

1 Bạn đã ăn món ăn Việt Nam bao giờ chưa?
당신은 베트남 음식을 먹어 본 적이 있나요?

2 Bạn đã ăn những món ăn Việt Nam nào?
당신은 어떤 베트남 음식들을 먹었요?

3 Trong các món mà bạn đã ăn, món nào bạn thích nhất? Vì sao?
당신이 먹었던 음식들 중에서 어떤 음식을 제일 좋아하나요? 왜 그런가요?

4 Bạn nấu ăn được không?
당신은 요리할 수 있나요?

5 Bạn thường ăn ở nhà hay ở ngoài?
당신은 주로 집에서 먹나요? 아니면 외식하나요?

만약 한 번 당신이 베트남에 올 기회가 있다면 매우 많은 베트남 음식들을 먹게 되고 아마 그 베트남 음식들에 빠지게 될 것입니다. 베트남 음식은 각 지역에 따라 다양하고 풍부합니다. 각 지역, 각 지방마다 개별의 명물 요리가 있습니다. 대중적인 음식부터 고급 음식까지, 일반적인, 간단한 요리부터 성대하고 정성스럽게 차린 요리까지, 당신은 어디에서든지 맛있고 당신의 입맛에 맞는 음식들을 즐길 수 있습니다.

track 02-02

Phương	Mình đói bụng quá! Chúng mình đi ra ngoài kiếm cái gì ăn đi.
Jun	Ừ, bạn muốn ăn gì? Món Việt Nam hay món Tây?
Phương	Món nào cũng được, miễn là được ăn no và ngon.
Jun	Thế thì, chúng mình đi Nhà hàng ngon ở đường Pasteur nhé. Ở đó, có rất nhiều món ăn ngon, của cả 3 miền.
Phương	Nhất trí!

Ở Nhà hàng ngon

NVPV	Xin chào các anh chị ạ! Các anh chị đi mấy người ạ?
Jun	2 người, ngồi ở bàn kia được không, em?
NVPV	Dạ, được ạ.
Phương	(Xem thực đơn) Mình muốn ăn bánh xèo, bún chả Hà Nội. Bạn đã ăn bún chả Hà Nội lần nào chưa? Vì cựu tổng thống Mỹ Obama đã ăn bún chả nên món này nổi tiếng lắm.
Jun	Tất nhiên là mình ăn rồi, ngon lắm. Nhưng hôm nay mình sẽ ăn thử món khác. Bạn ơi, bánh bột lọc thế nào? Có ngon không?
Phương	Ngon chứ! Nhưng đó là món khai vị, bạn nên gọi thêm món khác.
Jun	Vậy thì mình ăn bún riêu nhé. Em ơi! Cho chúng tôi một cái bánh xèo, một suất bún chả Hà Nội, một đĩa bánh bột lọc, một tô bún riêu cua nhé.
NVPV	Dạ, hai anh chị uống gì ạ?
Phương	Cho tôi một ly trà đá nhé, còn Jun?
Jun	Mình thì uống một ly sinh tố xoài.

*NVPV: Nhân viên phục vụ

1 Phương có đề nghị gì?
Phương은 무슨 제안을 했나요?

 2 Jun muốn đi ăn với Phương ở đâu?
준은 Phương과 어디에 밥 먹으러 가고 싶어 하나요?

 3 Phương gọi những món gì? Còn Jun thì sao?
Phương은 어떤 음식들을 주문했나요? 준은 어떠한가요?

 4 Theo Phương, vì sao món bún chả nổi tiếng?
Phương에게는 왜 분짜 요리가 유명한가요?

 5 Trong bài này, bánh bột lọc là món gì?
이 과에서 반 봇 록은 무슨 음식인가요?

 Từ vựng mới | 새로운 어휘

đói bụng 배가 고프다 | **ra ngoài** 외출하다, 밖으로 나가다 | **kiếm** 찾다 | **món Tây** 양식 | **cũng được** ∼도 가능하다 | **ăn no** 배불리 먹다 | **Nhà hàng ngon** 나항응온(호치민 파스터 거리에 있는 맛집) | **cả** 모두, 전부 다 | **3 miền** 북, 중, 남 세 지역 | **nhất trí** 찬성, 일치 | **bánh xèo** 반세오 | **bún chả** 분짜 | **cựu tổng thống** 전 대통령 | **tất nhiên** 당연하다 | **bánh bột lọc** 반봇록(후에의 요리로 새우 속이 들어가 있는 찹쌀떡 요리) | **món khai vị** 에피타이저 | **động từ + thêm** 더 ∼하다 | **suất** (몇) 인분 | **đĩa** 접시 | **tô** 쌀국수 그릇 | **ly** 컵

1 **Món nào cũng được, miễn là được ăn no và ngon.**
배불리 먹게 되고 맛만 있다면 어떤 음식이든 가능해.

> **Cấu trúc**
>
> 명사 + **nào** + **cũng được**
> 명사 + **nào** + **cũng** + 서술어

─ 본 구문은 '어떤 (명사)도 역시 된다, 가능하다'로 'tất cả mọi + 명사 + đều được'과 동일한 의미를 가지며 '전체가 다 가능하다'라는 뜻입니다. được 대신에 다른 서술어를 넣어 다채로운 표현이 가능합니다.

> **Ví dụ** Xe nào cũng được. 어떤 차든지 가능하다. (어떤 차를 타고 갈래?의 대답)
> Sách nào cũng hay. 어떤 책이든지 역시 재미있다. (모든 책이 다 재미있다.)

> **Cấu trúc**
>
> A (**cũng được**), **miễn là** B

─ 이 구문에서 miễn là는 A, B 두 절을 연결하여 A를 받아들이지만 B의 언급된 조건이 수반되어야 함을 나타냅니다. 'B 하기만 한다면 A 하겠다'로 해석하면 됩니다. 위의 언급된 cũng được과 자주 많이 사용됩니다.

> **Ví dụ** Con đi chơi cũng được, miễn là không về nhà muộn.
> 너는 집에 늦게 오지만 않는다면 놀러가도 된다. (부모가 자식에게)
>
> Em ăn phở cũng được, miễn là không có rau thơm.
> 저는 향채만 안 들어간다면 쌀국수를 먹을 수 있어요.
>
> Lương thấp cũng được, miễn là làm việc phù hợp với chuyên môn.
> 일하는 것이 전공에 부합하기만 하면 급여가 낮아도 괜찮다.

2 **Bạn đã ăn bún chả Hà Nội lần nào chưa?**
너 하노이 분짜 먹어 본 적 있어?

> **Cấu trúc**
>
> 주어 + **đã** + 동사 + 목적어 + **lần nào chưa?**

─ 본 구문은 경험을 물어볼 때 사용되며 'đã bao giờ + 동사 + chưa' 혹은 'đã + 동사 + bao giờ chưa?' 와 비슷합니다. 해석은 '(주어)는 (목적어)를 (동사)해 본 적이 있나요'라고 하며 대답은 다음과 같이 구성하면 됩니다.

경험이 있을 때 : Rồi, 주어 + đã + 동사 + 목적어 + (숫자 + lần 회, 번) rồi.

경험이 없을 때 : Chưa, 주어 + chưa + 동사 + 목적어 + lần nào.

＊경험이 있을 때 횟수는 생략 가능하고, 횟수가 많아 세기 어렵다면 nhiều lần을 씁니다.

Ví dụ　Em đã ăn món Huế lần nào chưa? (= Em đã bao giờ ăn món Huế chưa?)
너는 후에 음식을 먹어 본 적이 있니?

Rồi, em đã ăn món Huế 2 lần rồi.
네, 저는 후에 음식을 두 번 먹어 봤어요.

Chưa, em chưa ăn món Huế lần nào.
아니요, 저는 한 번도 후에 음식을 먹지 않았어요.

3 Vì cựu tổng thống Mỹ Obama đã ăn bún chả **nên** món này nổi tiếng lắm.

오바마 미국 전 대통령이 분짜를 먹어서 이 음식은 매우 유명해.

> **Cấu trúc**
>
> Vì A nên B / Bởi vì A nên B
> Vì + 주어 + 동사 + 목적어 + **nên** + 주어 + 동사 + 목적어
> Bởi vì　　　　　　　　　　nên/cho nên

— 원인과 결과에 대해 말하고 싶을 때 이 구문을 사용합니다. 'A 하기 때문에 B 하다'라는 뜻이고 'bởi vì A nên/cho nên B' 형태로도 사용됩니다. nên과 cho nên은 비슷합니다. 의미상에 차이가 없으며 구어 체에서 cho nên을 많이 사용합니다. bởi vì와 vì도 비슷하나 글을 쓸 때 bởi vì를 더 많이 사용합니다.

Ví dụ　Vì món ăn Việt Nam rất ngon nên tôi thích món ăn Việt Nam.
베트남 음식이 매우 맛있어서 나는 베트남 음식을 좋아합니다.

Bởi vì tô bánh canh cua này cay quá cho nên mình không ăn được.
이 반깐꾸어가 너무 매워서 나는 먹을 수가 없습니다.

4 Tất nhiên là ăn rồi. 당연히 먹어 봤지. Ngon chứ! 맛있지!

— 'Tất nhiên (là)', 'Dĩ nhiên (là)'는 긍정을 강조하기 위해 대답 앞에 위치합니다. 혹은 단독으로 'Tất nhiên', 'Dĩ nhiên' 형태로도 사용될 수도 있습니다. 문장과 함께 사용하게 되면 주어 앞, 뒤에 위치 할 수 있습니다. 뜻은 '당연하지', '물론이지'입니다. 이때 문장 끝에 rồi가 붙는 경우가 있는데 이것은 완료를 표현하고자 하는 것이 아니라 자연스러운 말투이기 때문에 해석을 하지 않습니다.

― chú도 긍정을 강조하기 위해 사용되는데 대답의 뒤, 또는 문장 끝에 사용합니다. 한국어의 '~하지!'와 비슷합니다. 위에서 설명한 'tất nhiên', 'dĩ nhiên'과 함께 쓸 수 있습니다.

Ví dụ　A : Ngày mai em có đi không? 내일 너 갈 거야?

　　　　 B : Tất nhiên là đi chú. 당연히 가죠!

　　　　 A : Em muốn ăn thử bún bò Huế không? 너 분보후에 먹어 보고 싶니?

　　　　 B : Dĩ nhiên rồi! 물론이죠!

A   <u>Món</u> nào cũng được, miễn là <u>được ăn no và ngon</u>.

track 02-03

   ⓐ Trà   không đậm lắm

   ⓑ Nước ngọt   không đắt lắm

   ⓒ Sách   không khó

B   <u>Bạn</u> đã <u>ăn bún chả Hà Nội</u> lần nào chưa?

   ⓐ Em   thưởng thức món miền Bắc

   ⓑ Anh   uống sinh tố sầu riêng

   ⓒ Bà   dùng cơm tấm Việt Nam

C   Vì <u>cựu tổng thống Mỹ Obama đã ăn bún chả</u> nên <u>món này nổi tiếng lắm</u>.

   ⓐ món miền Bắc rất tinh tế và độc đáo   được người nước ngoài đánh giá cao

   ⓑ hợp khẩu vị của mọi người   món chả giò được thế giới biết đến từ lâu

   ⓒ giàu vitamin   nước ổi được nhiều người lựa chọn

D   Em <u>muốn ăn thử bún bò Huế</u> không? – <u>Dĩ nhiên rồi</u>!

   ⓐ thích xem phim Biệt Đội Siêu anh hùng   Tất nhiên là thích rồi

   ⓑ thích ăn chè thập cẩm   Thích chứ

   ⓒ muốn tham gia vào câu lạc bộ bóng đá   Muốn chứ

Nghe | 듣기

A 다음의 대화를 듣고 알맞은 답을 고르세요.　　　　　　　　　Ⓒtrack 02-04 ◉

1 Hôm nay ai sẽ trả tiền?

ⓐ Người nam　　　　　　　　ⓑ Người nữ

ⓒ Mỗi người tự trả　　　　　　ⓓ Không đề cập

2 Theo người nam, món bún thang giống món gì?

ⓐ Cơm chiên　　　　　　　　ⓑ Cơm rang

ⓒ Cơm trộn　　　　　　　　　ⓓ Mì xào

3 Người nam sẽ gọi món gì?

ⓐ Cơm chiên hải sản và mì xào　　ⓑ Cơm trộn và bún thang

ⓒ Cơm rang và bún thang　　　　ⓓ Bún thang và mì xào

B 다음의 대화를 듣고 알맞은 답을 고르세요.　　　　　　　　　Ⓒtrack 02-05 ◉

1 Ở quán này có những món tráng miệng nào?

ⓐ Kem trái cây, bánh mì　　　　ⓑ Kem vani, trái cây, bánh ngọt phô-mai

ⓒ Kem trái cây, bánh kem su　　ⓓ Kem sô-cô-la, bánh ngọt

2 Ở quán này, 1 cái bánh xèo là bao nhiêu tiền?

ⓐ 60.000 đồng　　　　　　　ⓑ 30.000 đồng

ⓒ 50.000 đồng　　　　　　　ⓓ 200.000 đồng

3 Vì sao người Nam tính tất cả là 200.000 đồng?

ⓐ Vì anh ấy tính sai.　　　　　ⓑ Vì anh ấy chưa tính tiền thuế.

ⓒ Vì anh ấy không thạo tiếng Việt.　ⓓ Không đề cập.

Luyện viết | 쓰기 연습

01 다음 질문에 답을 작문하세요.

ⓐ Bạn đã tự gọi món ở nhà hàng Việt Nam bằng tiếng Việt lần nào chưa?

→ _____

ⓑ Bạn đã ăn nem rán ở Hà Nội bao giờ chưa?

→ _____

ⓒ Bạn đã bao giờ ăn bánh bột lọc Huế chưa?

→ _____

ⓓ Bạn đã ăn ở quán cơm bình dân lần nào chưa?

→ _____

02 다음 문장을 완성하세요.

ⓐ Bởi vì món ăn Việt Nam nhiều rau củ hơn thịt cá nên _____

ⓑ Vì mình rất thích ăn phở bò nên _____

ⓒ Vì tôi không ăn được rau thơm cho nên _____

ⓓ Bởi vì hải sản ở Việt Nam rất tươi và ngon nên _____

track 02-06

Hôm nay tôi xin giới thiệu với các bạn về các món ngon, các món đặc sản truyền thống Việt Nam nổi tiếng trên thế giới.

Phở luôn đứng đầu danh sách những món ăn Việt Nam nổi tiếng. Phở có thể được xem như một "thương hiệu" gắn liền với Việt Nam. Đến Việt Nam là phải ăn phở, nhắc đến Việt Nam là phải nhắc đến phở. Báo chí nước ngoài đánh giá phở là một trong những món ăn hấp dẫn nhất trên thế giới. Bạn có thể ăn chơi nhưng cũng có thể ăn cho đến khi no. Ở bất cứ thành phố hay vùng quê nào của Việt Nam cũng có thể dễ dàng tìm được quán phở. Dù là sáng, trưa hay tối thậm chí là ban đêm, bạn cũng có thể thấy những quán phở luôn đông khách ra vào, từ những quán phở bình dân vỉa hè đến những tiệm phở sang trọng.

Bún chả Việt Nam vừa được CNN bình chọn là 1 trong 10 món ăn bổ dưỡng ngày hè. Bún chả không chỉ là món ăn quen thuộc và được người Việt ưa thích mà món bún này cũng đã làm mê mẩn nhiều du khách nước ngoài khi đến Việt Nam.

Ở Hà Nội, các bạn có thể bắt gặp các cửa hàng bún chả ở khắp các con phố trong đó có một vài quán bún chả đã nổi tiếng từ lâu như : Bún chả Hàng Mành, Bún chả Hương Liên…

*Xuất xứ : CUON n ROLL

 1 Trong bài này giới thiệu những món ăn nào?
이 글에서 어떤 음식들을 소개하나요?

 2 Món ăn nào luôn đứng đầu danh sách những món ăn Việt Nam nổi tiếng?
어떤 음식이 항상 유명한 베트남 음식들 명단에서 항상 1위인가요?

 3 Tại sao phở được xem là một thương hiệu gắn liền với Việt Nam?
왜 쌀국수는 베트남과 관련된 하나의 브랜드로 보여지나요?

 4 Báo chí nước ngoài đánh giá như thế nào về phở?
외국 언론은 쌀국수에 대해서 어떻게 평가하나요?

5 Ở vùng quê, có tiệm phở không?

시골 지역에 쌀국수 집이 있나요?

 6 Bún chả được CNN bình chọn là gì?

분짜는 CNN에 무엇으로 선정되었나요?

 7 Bún chả là món ăn như thế nào?

분짜는 어떠한 음식인가요?

 8 Ở Hà Nội, có những cửa hàng bún chả nổi tiếng nào?

하노이에서 어떤 유명한 분짜 가게들이 있나요?

오늘 저는 맛있는 베트남요리들과 세계적으로 유명한 베트남의 전통 명물 요리에 대해 여러분께 소개하겠습니다. 쌀국수는 항상 유명한 베트남 음식 명단에서 1위입니다. 쌀국수는 베트남과 관련된 하나의 '브랜드'처럼 보여질 수 있습니다. 베트남에 오면 반드시 쌀국수를 먹어야 하고 베트남에 대해 언급하면 반드시 쌀국수에 대해 언급해야 합니다. 해외 언론들은 쌀국수가 세계적으로 가장 매력적인 음식들 중 하나라고 평가했습니다. 당신은 재미로 먹을 수도 있고 배부를 때까지 먹을 수도 있습니다. 베트남의 어떤 도시 혹은 시골에서라도 역시 쌀국수 가게를 쉽게 찾을 수 있습니다. 아침, 점심 혹은 저녁 심지어는 밤이라도, 길거리의 서민적인 쌀국수 가게부터 고급스러운 쌀국수 전문점까지 당신은 쌀국수 집이 항상 들어가고 나가는 손님들로 붐비는 것을 볼 수 있습니다.

베트남 분짜는 여름 보양식 10개 중 하나로 막 CNN에 선정되었습니다. 분짜는 단지 친숙한 음식, 베트남 사람들에게 사랑받는 음식일 뿐만 아니라 이 분(베트남 소면) 요리는 많은 외국 관광객들이 베트남에 왔을 때 흠뻑 빠지게 만듭니다.

하노이에서 여러분은 각 거리 곳곳에서 분짜 가게를 만날 수 있는데 그중에 항 마잉 분짜, 흐엉리엔 분짜과 같이 오래 전부터 유명했던 분짜 가게 몇 개가 있습니다.

출처: CUON n ROLL

Từ vựng mới | 새로운 어휘

đứng đầu 1위 | **danh sách** 명단 | **được xem như** ~인 것으로 여겨지다. ~인 것으로 보여지다 | **thương hiệu** 브랜드 | **gắn liền với** ~와 관련 있다 | **nhắc** 언급하다. 상기시키다 | **báo chí** 언론, 신문과 잡지 | **hấp dẫn** 매력적이다 | **ăn chơi** 재미로 먹다. 심심풀이로 먹다 | **cho đến khi + 서술어** ~할 때까지 | **bất cứ + 명사** 어떤 ~라도 불구하고 (명사 +nào cũng 구문에서 명사 앞에 쓰여 강조) | **dễ dàng** 쉽게, 수월하게 | **quán** 음식점 | **thậm chí** 심지어 | **ban đêm** 밤 | **đông khách** 손님이 붐비다 | **bình dân** 서민적 | **vỉa hè** 인도, 길거리 | **tiệm** 음식점 | **sang trọng** 고급스러운 | **bình chọn** 선정하다 | **bổ dưỡng** (保養) 보양하다 | **không chỉ A mà B** A뿐만 아니라 B도 | **quen thuộc** 친숙한 | **ưa thích** 선호하다. 좋아하다 | **làm mê mẩn** 흠뻑 빠지게 만들다. 사랑하게 만들다 | **bắt gặp** (우연히) 마주치다. 만나다 | **một vài** 몇몇 | **từ lâu** 오래 전부터

Bài 03

Học tiếng Việt

베트남어 학습

 track 03-01

Trong những năm gần đây, Việt Nam đã trở thành một điểm đến quen thuộc đối với nhiều người nước ngoài, trong đó có người Hàn Quốc. Người ta đến Việt Nam để du lịch, để đầu tư, để làm việc, để sinh sống, để học tập, để có những trải nghiệm mới. Ở Việt Nam đặc biệt là ở các thành phố lớn, nhiều người có thể giao tiếp một chút bằng tiếng Anh, Nhật, Hàn, Hoa, Nga. Nhưng nếu khi gặp một người nước ngoài nói được tiếng Việt thì người Việt Nam rất thích và tỏ ra thân thiện hơn.

1 Bạn nói tiếng Việt được không?
당신은 베트남어를 할 수 있나요?

2 Bạn đã học tiếng Việt bao lâu rồi?
당신은 베트남어를 얼마나 공부했나요?

3 Bạn đã học với ai hay tự học?
당신은 누구와 함께 공부했나요? 아니면 독학했나요?

4 Bạn học tiếng Việt để làm gì?
당신은 무엇을 하기 위해서 베트남어를 배우나요?

5 Khi học tiếng Việt điều khó khăn nhất là gì?
베트남어를 공부할 때 가장 어려운 것은 무엇인가요?

6 Theo bạn, học tiếng Việt thế nào để mang lại hiệu quả cao nhất?
당신은 제일 높은 효과를 가져오기 위해 어떻게 베트남어를 공부해야 한다고 생각하나요?

최근 몇 년 동안, 베트남은 많은 외국인들에게, 그중에서도 한국인에게 친숙한 목적지가 되었습니다. 여행, 투자, 일하기 위해, 생활하기 위해, 학습 (그리고) 새로운 경험들을 하기 위해 사람들은 베트남에 옵니다. 베트남에서, 특히 대도시들에서는 많은 사람들이 영어, 일본어, 한국어, 중국어(화교권), 러시아어로 조금씩 소통을 할 수 있습니다. 하지만 베트남어를 할 줄 아는 외국인을 만난다면 베트남 사람들은 매우 좋아하며 더 친근함을 보입니다.

track 03-02

Ở trường.

An   Chào Min, mình tên là An. Bạn là người nước nào?

Min   Chào bạn, mình là người Hàn Quốc, mình đến Việt Nam để nâng cao trình độ tiếng Việt.

Linh   Ủa, bạn nói tiếng Việt giỏi quá. Bạn học tiếng Việt đã lâu chưa?

Min   Đối với mình, không ngôn ngữ nào khó bằng tiếng Việt, các bạn quá khen. Mình đã học tiếng Việt được 6 tháng ở Hàn Quốc rồi.

An   Bạn chỉ học tiếng Việt có 6 tháng mà nói như vậy là giỏi quá. Thế, bạn thấy tiếng Việt thế nào? có thú vị không?

Min   Thú vị lắm, vì tiếng Việt có dấu, nên khi nói và nghe thì mình có cảm giác như là hát.

Linh   Bạn ấy nói rất dễ thương nhỉ. Thế bạn sẽ ở Việt Nam có lâu không?

Min   Mình định ở đây khá lâu, trong 1 năm để học tiếp.

 Min là người nước nào?
민은 어느 나라 사람인가요?

 Min đến Việt Nam để học tập hay để du lịch?
민은 베트남에 공부하기 위해서 왔나요? 아니면 여행하기 위해서 왔나요?

 Theo Linh, Min nói tiếng Việt hay không?
Linh은 민이 베트남어를 잘 한다고 생각하나요?

 Min đã học tiếng Việt được bao lâu rồi?
민은 베트남어를 공부한 지 얼마나 오래 되었나요?

 Theo Min, học tiếng Việt có khó không?
민에게는 베트남어 공부가 어렵나요?

 Theo An, Min chỉ học 6 tháng, nói như vậy là có giỏi không?
An에 따르면 민은 단지 6개월 공부했는데 이렇게 말하는 것은 잘하는 것인가요?

7 Vì sao Min thấy tiếng Việt thú vị?

왜 민은 베트남어가 재미있게 느껴지나요?

 8 Min sẽ ở Việt Nam bao lâu nữa?

민은 베트남에 얼마나 오래 더 있을 건가요?

Từ vựng mới | 새로운 어휘

mình 나 (친구 사이에서 1인칭) | **bạn** 너, 친구 (친구 사이에서 2인칭) | **để + 동사** ~하기 위하여 | **nâng cao** 향상시키다 |
trình độ 수준, 실력 | **lâu** 오래 | **đối với + 명사** ~에게는/한테는 | **ngôn ngữ** 언어 | **bằng** 같다 (동등 비교) | **khen** 칭찬
하다 | **được + 기간** 기간이 되다 | **có + 숫자** 겨우~ (수량이 적음을 나타냄) | **mà** 그런데 | **như vậy** 이렇게 | **thấy** 생각하다,
느끼다 | **thú vị** 재미있다 | **dấu/thanh điệu** 성조 | **có cảm giác** 느낌이 있다 | **như là** ~인 것 같은 | **dễ thương** 귀
엽다 | **định** ~할 예정이다 | **khá** 꽤 | **동사 + tiếp** 계속 ~하다

1 Bạn học tiếng Việt **đã lâu chưa?** 너 베트남어 공부한 지 오래되었니?

> **Cấu trúc**
>
> 주어 + 동사 + 목적어 + **đã lâu chưa?**

— 구어체에서 그대로 어떤 행동이 시작되었을 때부터 현재 시점까지 지속된 기간을 물을 때 사용합니다. 이 구문은 '~bao lâu rồi'와 비슷합니다. 해석은 '~한 지 오래됐어?'이지만 대답의 포인트는 기간에 있습니다. '네', '아니오' (오래됐다, 오래 안 됐다)의 답도 가능하지만 지속된 기간에 대해 답하기도 합니다.

Ví dụ A : Em sống ở Việt Nam đã lâu chưa? 너 베트남에 산 지 오래됐니?
　　　　 B : Em sống ở Việt Nam 3 tháng rồi. 저는 베트남에 산 지 3개월 됐어요.

2 Bạn sẽ ở Việt Nam **có lâu không?** 너는 베트남에 오래 있을 거야?

> **Cấu trúc**
>
> 주어 + 동사 + 목적어 + **có lâu không?**

— 구어체에서 어떤 행동이 지속될 기간을 물을 때 사용하며 'bao lâu'와 비슷합니다. 'đã lâu chưa'가 시작했을 때부터 지금까지의 기간을 물어보는 것과 다르게 현재 및 미래에 그 일을 얼마나 지속할 것인지를 물어보는 구문입니다. 해석은 '오래 ~하니?'지만 기간에 대해 대답할 수 있습니다.

Ví dụ A : Anh đi du học có lâu không? 형은 유학 오래 가요?
　　　　 B : Anh chỉ đi 6 tháng thôi mà. 형은 단지 6개월만 가.

3 **Không** ngôn ngữ **nào** khó **bằng** tiếng Việt.
베트남어만큼 어려운 언어는 없어

> **Cấu trúc**
>
> **không** + 명사 + **nào** + 동사/형용사 + **bằng** + 대상

— 본 구문은 절대 비교 용법으로 의미상으로는 최상급을 나타냅니다. 해석은 뒤에서부터 하면 수월하게 할 수 있습니다. '대상만큼 동사/형용사 한 어떤 명사도 없다'라고 해석합니다.

— 여기서 'không + 명사 + nào~'는 절대 부정으로 '~한 어떤 명사도 없다', 즉 100% 부정입니다.

> **Ví dụ** Không người nào đẹp trai. 잘생긴 어떤 사람도 없다. (잘생긴 사람 0%)

— 뒤에 비교급을 구성하는 단어 'bằng/như +대상' 혹은 'hơn +대상'을 추가하면 '대상만큼/보다 ~하는 어떤 명사는 없다.'로 해석됩니다.

> **Ví dụ** Không người nào đẹp trai bằng anh An. An 오빠만큼 잘생긴 어떤 사람은 없다.
>
> > (= An 오빠가 제일 잘생겼다.)
>
> Không món nào ngon hơn bún chả. 분짜보다 맛있는 어떤 음식은 없다
>
> > (= 분짜가 제일 맛있는 음식이다.)

4 Bạn **chỉ** học tiếng Việt **có** 6 tháng mà…
너는 겨우 6개월만 베트남어를 공부했는데...

> **Cấu trúc**
>
> chỉ + 동사 + có + 숫자

— chỉ는 동사(서술어) 앞에 위치하여 뒤에 오는 수량이 적음을 나타내고 có는 동사 뒤 숫자 앞에 위치하여 수량이 적음을 나타냅니다. '겨우 (숫자)만 ~한다'로 해석하면 됩니다.

> **Ví dụ** Tôi chỉ ăn có một bát cơm. 나는 겨우 밥 한 그릇만 먹는다.
>
> 7 người mà chỉ gọi có 2 món. 7명이 겨우 2개의 음식만 시킨다.

— 이 구문에서 chỉ나 có 둘 중 하나를 생략해도 됩니다.

> **Ví dụ** Tôi chỉ ăn một bát cơm. = Tôi ăn có một bát cơm.
> 나는 밥 한 그릇만 먹는다. = 나는 겨우 밥 한 그릇 먹는다.

A   Bạn học tiếng Việt đã lâu chưa?   track 03-03

    ⓐ   Em làm việc ở công ty này

    ⓑ   Chị lập gia đình

    ⓒ   Cháu đến đây

B   Bạn ở Việt Nam có lâu không?

    ⓐ   Anh học ở trung tâm này

    ⓑ   Em đi công tác

    ⓒ   Cậu đi du lịch ở Pháp

C   Không ngôn ngữ nào khó bằng tiếng Việt.

    ⓐ   thứ tiếng   dễ   tiếng Hàn

    ⓑ   quyển sách   dễ học   quyển sách này

    ⓒ   cái áo   đẹp   cái áo của chị Hồng

D   Bạn chỉ học tiếng Việt có 6 tháng.

    ⓐ   Em   mua   2 quyển sách

    ⓑ   Anh   ▓▓▓▓▓▓   1 người bạn

    ⓒ   Tớ   dịch được   2 câu

Nghe | 듣기

A 다음의 대화를 듣고 알맞은 답을 고르세요. track 03-04

1 Người nữ muốn làm gì ở văn phòng khoa?

  ⓐ Muốn tìm mua giáo trình học tiếng Việt.

  ⓑ Muốn tìm hiểu xem trường này có bao nhiêu sinh viên Hàn Quốc.

  ⓒ Muốn đăng ký lớp học tiếng Việt.

  ⓓ Muốn biết trình độ tiếng Việt của mình.

2 Vì sao người nam không cho cô ấy vào lớp 8 giờ?

  ⓐ Vì đông người, không còn chỗ.

  ⓑ Vì trình độ lớp quá thấp so với trình độ của cô ấy.

  ⓒ Vì chỉ có sinh viên Hàn Quốc thôi.

  ⓓ Vì lớp đó cao hơn trình độ cô ấy.

3 Trong lớp 10 giờ sáng, có mấy sinh viên Mỹ?

  ⓐ 2 sinh viên   ⓑ 3 sinh viên

  ⓒ 4 sinh viên   ⓓ 5 sinh viên

B 다음의 대화를 듣고 알맞은 답을 고르세요. track 03-05

1 Min-A sang Việt Nam khi nào?

  ⓐ 1 tháng trước   ⓑ Nửa tháng trước

  ⓒ Tuần trước   ⓓ Hôm kia

2 Min-A học tiếng Việt bao lâu rồi?

  ⓐ 6 tháng   ⓑ 1 năm

  ⓒ 1 năm rưỡi   ⓓ 2 năm

3 Câu nào dưới đây không đúng với bài này?

  ⓐ Khi học tiếng Việt ở Hàn Quốc, học 6 dấu.

  ⓑ Người miền Nam chỉ sử dụng 5 dấu.

  ⓒ Người miền Trung chỉ sử dụng 4 dấu.

  ⓓ Khi nói người miền Nam phân biệt dấu hỏi và dấu ngã.

01 다음 문장을 보기와 같이 바꾸세요.

> **Mẫu** Trong số bạn bè tôi, chị ấy hiền nhất.
> → Trong số bạn bè tôi, không người nào hiền bằng chị ấy.

ⓐ Trong các thanh điệu tiếng Việt, dấu hỏi khó phát âm nhất.

→ _____

ⓑ Trong các bộ phim mà tôi đã xem, bộ phim này hay nhất.

→ _____

ⓒ Trong số máy ảnh mà tôi có, cái máy ảnh này tốt nhất.

→ _____

ⓓ Trong lớp tôi, em Jin nói tiếng Việt giỏi nhất.

→ _____

02 다음 문장을 참고하여 보기와 같이 문장을 만드세요.

> **Mẫu** Tôi ăn 3 bát cơm, còn em gái tôi ăn 1 bát cơm.
> → Em gái tôi chỉ ăn có 1 bát cơm.

ⓐ Các anh ấy họp 1 tiếng, còn các chị ấy họp 15 phút.

→ Các chị ấy _____

ⓑ Bạn tôi gặp cô Lan 8 lần, còn tôi gặp cô Lan 2 lần.

→ Tôi _____

ⓒ Anh Minh xa nhà 10 năm, còn anh An xa nhà 3 tháng.

→ Anh An _____

ⓓ Phòng chị Thu rộng 40 mét vuông, còn phòng em Xuân rộng 10 mét vuông.

→ Phòng em Xuân _____

track 03-06

Tiếng Việt là ngôn ngữ của người Việt (người Kinh) và là ngôn ngữ chính thức của người Việt Nam. Đây là tiếng mẹ đẻ của khoảng 85% dân số Việt Nam cùng với hơn bốn triệu người Việt hải ngoại. Tiếng Việt còn là ngôn ngữ thứ hai của các dân tộc thiểu số Việt Nam.

Tiếng Việt dùng bảng chữ cái Latinh, gọi là chữ Quốc ngữ, sử dụng các thanh điệu.

Tiếng Việt có 6 thanh điệu là thanh ngang, thanh sắc, thanh huyền, thanh hỏi, thanh ngã, thanh nặng. Đối với những người nước ngoài học tiếng Việt, hệ thống thanh điệu khó phát âm nhưng chính vì có dấu, tiếng Việt đẹp hơn, phong phú hơn.

Trong tiếng Việt có hơn 65% từ Hán-Việt nên các học viên từ những nước chịu ảnh hưởng của văn hoá Trung Quốc như Hàn Quốc, Nhật Bản thì dễ học từ vựng hơn.

 1 Tiếng Việt là ngôn ngữ của người nước nào?
베트남어는 어느 나라 사람의 언어인가요?

 2 Tiếng Việt là tiếng mẹ đẻ của ai?
베트남어는 누구의 모국어인가요?

 3 Ở hải ngoại, có bao nhiêu người dùng tiếng Việt?
해외에는 베트남어를 사용하는 사람이 얼마나 많이 있나요?

 4 Các dân tộc thiểu số Việt Nam có sử dụng tiếng Việt không?
베트남 소수민족들은 베트남어를 사용하나요?

 5 Vì sao người nước ngoài học tiếng Việt cảm thấy khó khi học phát âm?
왜 베트남어를 공부하는 외국인은 발음을 공부할 때 어렵다고 느끼나요?

 6 Vì sao người Hàn và Nhật dễ học từ vựng trong tiếng Việt?
왜 한국인과 일본인은 베트남어 단어를 쉽게 공부하나요?

베트남어는 베트남인(낑 족)의 언어이며 베트남 사람의 정식 언어이다. 이것은 해외의 400백만 이상의 베트남 사람과 더불어 베트남 인구의 약 85%의 모국어이다. 베트남어는 또한 베트남 소수민족들의 제2언어이기도 하다.

베트남어는 라틴어 알파벳을 사용하고 '국어'라고 부르며 성조를 사용한다. 베트남어에는 6 성조가 있는데 타잉 응앙, 타잉 싹, 타잉 후이엔, 타잉 호이, 타잉 응아, 타잉 낭이다. 베트남어를 공부하는 외국인들에게, 성조 체계는 발음하기 어렵지만 바로 성조가 있기 때문에 베트남어가 더 아름답고 풍부하다.

베트남어는 65% 이상의 한자어 베트남어가 있어서 한국, 일본과 같이 중국 문화의 영향을 받은 국가들의 학습자들은 어휘를 공부하는 것이 더 쉽다.

Từ vựng mới | 새로운 어휘

người Kinh 낑족 (베트남 54개 민족 중 약 89%를 차지하는 주 민족) | **chính thức** (正式) 정식으로 | **tiếng mẹ đẻ** 모국어 | **dân số** 인구 | **cùng với** ~와 더불어 | **hải ngoại** (海外) 해외 | **dân tộc thiểu số** 소수민족 | **bảng chữ cái Latinh** 라틴어 알파벳 | **chữ Quốc ngữ** 국어 | **thanh điệu** (聲調) 성조 | **hệ thống** 체계, 시스템 | **chính vì** 바로 ~때문에 | **từ Hán-Việt** 한자어 베트남어 | **học viên** 학습자 | **chịu ảnh hưởng** 영향을 받다 | **văn hoá Trung Quốc** 중국 문화 | **từ vựng** 어휘, 단어

Bài 04

Sở thích và thói quen

취미와 습관

track 04-01

Cuộc sống ngày càng khá hơn, người ta có điều kiện để quan tâm đến sở thích của mình. Mỗi người có một sở thích riêng, người thì thích xem phim, người thì thích chơi thể thao, người thì thích đi du lịch, một số người khác thì thích chơi các trò mạo hiểm. Khi có cùng sở thích, chúng ta có thể dễ dàng kết bạn với người khác hơn.

1 Trong những việc phải làm, bạn thích làm gì nhất? ghét làm gì nhất?
해야 하는 일들 중에서 당신은 뭐 하는 것을 제일 좋아하나요? 뭐 하는 것을 제일 싫어하나요?

2 Bạn có thói quen và tật xấu gì?
당신은 어떤 습관과 나쁜 습관이 있나요?

3 Khi rảnh, bạn thường làm gì?
한가할 때 당신은 주로 무엇을 하나요?

4 Sở thích của bạn là gì?
당신의 취미는 무엇입니까?

삶은 나날이 더 좋아져서, 사람들은 자신들의 취미에 대해 관심을 가질 여건이 됩니다. 사람들마다 각자 취미가 있어서, 어떤 사람은 영화 감상을 좋아하고, 어떤 사람은 운동하는 것을 좋아하고, 어떤 사람은 여행 가는 것을 좋아하는데, 또 다른 몇몇 사람들은 익스트림을 즐기는 것(모험을 즐기는 것)을 좋아합니다. 같은 취미를 가질 때, 우리는 다른 사람들과 더 쉽게 사귈 수 있습니다.

track 04-02

Thành	Yu-na ơi, cuối tuần này, em có dự định gì đặc biệt không?
Yu-na	À, anh Thành, thực ra em chưa có dự đỉnh gì cả. Thường vào những ngày cuối tuần, em muốn lười biếng một chút, khoảng 10-11 giờ em mới thức dậy. Ai cũng muốn được thảnh thơi vào cuối tuần mà. Còn anh thì sao?
Thành	Anh là một người rất nghiêm khắc với bản thân. Ngày nào anh cũng thức dậy sớm và đi ngủ sớm. Thế, cuối tuần em thường làm gì?
Yu-na	Em chỉ nằm nhà và xem phim truyền hình Việt Nam thôi .
Thành	Ôi, em cũng xem phim truyền hình Việt Nam hả? Thế em xem để học hay xem cho vui?
Yu-na	Cả hai, dạo này em mê phim "Mối tình đầu của tôi" trên kênh VTV3.
Thành	À, anh cũng biết phim đó, nhà anh, ai cũng mê phim ấy lắm. Chắc em thích những bộ phim lãng mạn như vậy.
Yu-na	Vâng, em rất thích, còn anh, anh thích xem loại phim gì?
Thành	So với phim tình cảm lãng mạn thì anh thích phim kinh dị hơn. Vì nó làm mình hồi hộp mà.
Yu-na	Ôi, em thì không mấy khi xem phim kinh dị vì ban đêm sợ lắm, không ngủ được.
Thành	Ồ, em y hệt trẻ em. Có gì đáng sợ đâu.

 Yu-na có dự định gì cho cuối tuần này chưa?
유나는 이번 주말을 위한 어떤 계획이 있나요?

 Theo Yu-na, người ta thường thích có những ngày cuối tuần thế nào?
유나에 따르면 사람들은 보통 어떤 주말을 보내기를 좋아하나요?

 Thành là một người như thế nào?
Thành은 어떤 사람인가요?

 Thành có những thói quen gì?
Thành은 어떤 습관들이 있나요?

5 Cuối tuần, Yu-na thường làm gì?

주말에 유나는 주로 무엇을 하나요?

 6 Yu-na xem phim truyền hình Việt Nam để làm gì?

유나는 무엇을 하기 위해 베트남 드라마를 보나요?

 7 Dạo này Yu-na mê phim gì, trên kênh nào?

요즘에 유나는 어떤 채널에 무슨 드라마에 빠져있나요?

 8 Gia đình Thành có xem phim "Mối tình đầu của tôi" không?

Thành의 가족은 '나의 첫사랑'이라는 영화를 보나요?

 9 Thành thích loại phim gì?

Thành은 어떤 영화 장르를 좋아하나요?

 10 Yu-na có thường xem phim kinh dị không?

유나는 호러 영화를 자주 보나요?

Từ vựng mới | 새로운 어휘

dự định 계획 | **thực ra** 사실은, 실제로는 | **lười biếng** 게으르다 | **thảnh thơi** 평안하고 한가로운 | **nghiêm khắc** (嚴格) 엄격한 | **bản thân** 자신, 본인 | **phim truyền hình** TV 드라마 | **nằm nhà** 집에 드러눕다 | **cả hai** 둘 다 | **mê** 빠지다, 매우 좋아하다 | **mối tình đầu** 첫사랑 | **kênh** 채널 | **bộ** 영화 앞에 붙는 종별사 | **lãng mạn** 로맨틱한, 낭만적인 | **phim kinh dị** 공포영화 | **nó** 그것 | **làm** ~하게 만든다 | **hồi hộp** 조마조마하다, 스릴감 있다 | **ban đêm** 밤 | **sợ** 무섭다 | **y hệt** 똑같다 | **đáng sợ** 무서워할 만하다

1 Ai cũng muốn được thảnh thơi vào cuối tuần mà.

누구나 다 주말에 평안하고 한가롭기 원하잖아요.

> **Cấu trúc**
>
> **Ai cũng** + 동사 + 목적어
> **Người nào cũng** + 동사 + 목적어

— 이 구문은 '의문사 + cũng' 구조로 100%를 강조합니다. '누구/어떤 사람이나 다 ~한다'로 해석합니다.
이 구문에서 ai/người nào가 주어로 사용되었습니다.

> **Ví dụ** Ai cũng thích bóng đá. 누구나 다 축구를 좋아해요.
> Người nào cũng thích nghỉ ngơi và thoải mái.
> 어떤 사람이든 다 푹 쉬고 편안한 것을 좋아한다.

2 Ngày nào anh cũng thức dậy sớm…

어떤 날이든 나는 일찍 일어나…

> **Cấu trúc**
>
> 시간명사 + **nào** + 주어 + **cũng** + 동사 + 목적어
> **ngày/tuần/tháng/năm nào** + 주어 + **cũng** + 동사 + 목적어
> (시간명사)

— 이 구문은 이미 2과에서 학습한 '명사 + nào cũng + 서술어' 구문의 확장형으로 sáng, trưa, chiều,
tối, đêm, ngày, tuần, tháng, năm… 등 시간 명사 뒤에 'nào + 주어+ cũng…'가 놓여 '어떤 (때)이든/
마다 역시/또한 ~한다.' 로 해석합니다.

— *이 문장에서 부사로 쓰인 시간 명사의 뒤에 nào가 위치하기 때문에 cũng 앞에 주어가 필요합니다.

> **Ví dụ** Tuần nào anh Dũng cũng đi xem phim.
> 매주마다 Dũng 형은 또한 영화 보러 간다.
>
> Tháng nào chị Hy cũng đi công tác ở Úc.
> 매달마다 Hy 언니는 호주에 출장 간다.
>
> Năm nào em cũng đi du lịch ở châu Âu.
> 매년마다 저는 유럽에 여행가요.

3 Thế em xem **để** học hay xem **cho** vui?
그러면 너 공부하기 위해서 보니 아니면 재미로 보니?

> ### Cấu trúc
>
> **để** + 동사
> **cho** + 형용사
> 주어 + 동사1 + 목적어1 + **để** + 동사2 + 목적어2
> 주어 + 동사 + 목적어 + **cho** + 형용사

— 'để + 동사' 및 'cho + 형용사' 모두 목적을 나타냅니다. 동사에 관련한 목적을 나타내고 싶을 때는 동사 앞에 để를, 형용사 관련 목적을 표현하고 싶을 때는 형용사 앞에 cho를 사용합니다. 형용사를 목적화시 켜 해석하기 어려우면 '형용사 하게, 형용사 하도록'으로 해석합니다.

Ví dụ   Tôi đến Việt Nam để tìm hiểu về văn hoá Việt Nam.
나는 베트남 문화를 탐구하기 위해 베트남에 왔습니다.

Khi trời nóng. người ta ăn chè lạnh cho mát.
날씨가 더울 때 사람들은 시원하게(시원하도록) 차가운 째를 마신다.

4 **So với** phim lãng mạn **thì** anh thích phim kinh dị **hơn**.
낭만적인 사랑 영화보다는 공포영화를 더 좋아해.

> ### Cấu trúc
>
> **So với A thì~**
> **So với** + 명사 + **thì** + 주어 + 동사 + 목적어 + **hơn**
> 주어 + 동사 + 목적어 + **hơn so với** + 명사

— 이 구문은 '~에 비하면/비해서 더 ~한다'라는 뜻입니다. 우등 비교 hơn이 들어간 문장에서 비교 대상을 더 구체적으로 설명합니다. 이때 thì는 생략 가능합니다.

Ví dụ   So với bóng đá thì chị thích bóng bàn hơn.
축구에 비해서 언니는 탁구를 더 좋아해

Trong trận này, U23 Việt Nam có nhiều lợi thế hơn so với U23 Hàn Quốc.
이 경기에서 베트남 U23팀이 한국 U23팀에 비해 이점이 있다.

5 **Em không mấy khi xem phim kinh dị.**

저는 공포영화 거의 안 봐요.

>
> **Cấu trúc**
>
> 주어 + **không/chẳng mấy khi** + 동사 + 목적어
> **Không/Chẳng mấy khi** + 주어 + 동사 + 목적어

— không mấy khi, chẳng mấy khi는 빈도부사로 주어 앞 혹은 뒤에 위치하며 ít khi와 비슷하지만 구어
 체에서 주로 사용됩니다. 직역하면 '~할 때가 몇 없다'이고 '좀처럼 ~하지 않는다'라고 해석해도 됩니다.

> **Ví dụ** Em không mấy khi ở nhà vào thứ bảy và chủ nhật.
> 토요일과 일요일에 나는 거의 집에 없다.
>
> Chẳng mấy khi chị Hà ngủ dậy muộn.
> Hà 언니는 늦잠 잘 때가 거의 없다.

6 **Có gì đáng sợ đâu.** 무서워할 게 뭐가 있어.

— 'đáng'이 동사, 형용사 앞에 위치하면 '~해 볼 만한, ~할 만한 가치가 있는'이라는 뜻이 됩니다.

> **Ví dụ** Hãy giới thiệu cho tôi những nơi đáng đi trong thành phố này.
> 이 도시에서 가 볼 만한 곳들을 소개해 주세요.
>
> Anh ấy là một người đáng tin. 그는 믿을 만한 사람이다.
> Đó là một tin đáng mừng. 그것은 기뻐할 만한 소식이다.
> Tình hình rất đáng lo ngại. 상황이 매우 걱정할 만하다.

— 'có gì + 동사 + đâu'는 부정 강조로 직역하면 '어디가 ~할 것이 뭐가 있어'입니다. '하나도 안 ~하다/하
 지 않다'로 해석하시면 됩니다.

> **Ví dụ** Có gì thích đâu. 어디가 좋아해. (하나도 안 좋아해)
> A : Cám ơn. 고마워요.
> B : Có gì đâu. 천만에요. (고마워 하실 것 하나도 없어요)

7 Các phó từ chỉ tần số 빈도부사

> **luôn luôn = luôn › thường hay = thường = hay › đôi khi (nhiều khi) = thỉnh thoảng = thi thoảng › ít khi (không/chẳng mấy khi) › hiếm khi › chưa bao giờ/không bao giờ**

— nhiều khi는 đôi khi와 비슷하나 구어체에서 주로 사용되고, thi thoảng은 thỉnh thoảng과 비슷하지만 북쪽 지역에서만 주로 쓰입니다. 또 không/chẳng mấy khi는 ít kh와 비슷하지만 구어체에서 주로 사용됩니다.

luôn luôn	항상	thỉnh thoảng	가끔씩
luôn	항상	thi thoảng	가끔씩
thường hay	자주, 주로, 보통	ít khi	～할 때가 적다
thường	자주, 주로, 보통	hiếm khi	～할 때가 흔치 않다
hay	자주, 주로, 보통	không/chẳng mấy khi	～할 때가 몇 없다
đôi khi	때때로	chưa bao giờ	한 번도 ～해 본 적이 없다
nhiều khi	때때로	không bao giờ	전혀 ～하지 않는다

 Chú ý luôn luôn, luôn, hay, thường hay, thường은 주어 뒤, 동사 앞에 위치합니다. thỉnh thoảng, thi thoảng, đôi khi, ít khi, hiếm khi, không/chẳng mấy khi, không bao giờ, chưa bao giờ는 주어 앞 및 주어 뒤에도 위치할 수 있습니다.

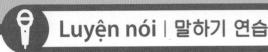

A Ai cũng <u>muốn được thảnh thơi vào cuối tuần mà</u>.

track 04-03

ⓐ sử dụng điện thoại trước khi ngủ

ⓑ thích đến quán cà phê và tám

ⓒ mất hơn 30 phút mỗi ngày để lướt mạng xã hội chẳng hạn như facebook

B <u>Ngày</u> nào <u>anh</u> cũng <u>thức dậy sớm và đi ngủ sớm</u>.

ⓐ Tuần   ông Tài   đi spa

ⓑ Tháng   bà Hường   đi xem triển lãm ở bảo tàng mỹ thuật

ⓒ Năm   gia đình em Hoa   sang Mỹ thăm họ hàng

C Thế <u>em xem để học hay xem cho vui</u>?

ⓐ em mua quyển sách này để nghiên cứu hay để đọc cho vui?

ⓑ cháu đăng ký chương trình ở phòng gym để giảm cân hay cho vui?

ⓒ chị nên bắt tắc xi về cho an toàn.

ⓓ cô Linh uống vitamin cho khoẻ

D So với <u>phim tình cảm lãng mạn</u> thì <u>anh thích phim kinh dị</u> hơn.

ⓐ tem   mình thích sưu tập tiền xu

ⓑ tiểu thuyết   tôi thích đọc truyện tranh

ⓒ nhạc trữ tình   em thích nghe nhạc cổ điển

E <u>Em</u> không mấy khi <u>xem phim kinh dị</u>.

ⓐ Chị   ăn sáng ở nhà

ⓑ Anh   về nhà trước 10 giờ đêm

ⓒ Mình   gội đầu vào buổi tối

A 다음의 대화를 듣고 알맞은 답을 고르세요.　track 04-04

1 Vì sao Nga nói mình là "phụ nữ kỳ quặc"?

ⓐ Vì Nga chỉ thích "việc nam tính" mà không thích "việc nữ tính".

ⓑ Vì Nga đã hẹn hò với bốn chàng trai.

ⓒ Vì Nga cảnh báo Lực trước.

ⓓ Vì Nga phản đối việc bố mẹ giới thiệu các chàng trai cho mình.

2 Khi rảnh, Nga thường không làm gì?

ⓐ Leo vách đá.　　　　　　ⓑ Lướt sóng ở biển.

ⓒ Nhảy dù.　　　　　　　ⓓ Nấu ăn và dọn dẹp nhà cửa.

3 Đối với Lực, người phụ nữ lý tưởng là người như thế nào?

ⓐ Phụ nữ rất nữ tính　　　　ⓑ Phụ nữ dễ gần

ⓒ Phụ nữ cùng sở thích với mình　　ⓓ Phụ nữ dám làm điều mình thích

B 다음의 대화를 듣고 알맞은 답을 고르세요.　track 04-05

1 Khi mẹ gọi điện cho con, con đang làm gì?

ⓐ Vẫn còn ngủ.　　　　　ⓑ Thức dậy và đi tắm.

ⓒ Ăn sáng.　　　　　　　ⓓ Chuẩn bị đi chơi với bạn.

2 Khi sống chung với mẹ, con có thói quen gì?

ⓐ Thức dậy muộn.　　　　ⓑ Không ăn sáng.

ⓒ Về nhà muộn.　　　　　ⓓ Giúp mẹ nấu bữa sáng.

3 Bây giờ tâm trạng của người mẹ như thế nào?

ⓐ Vui và yên tâm.　　　　ⓑ Lo lắng.

ⓒ Hấp tấp và vội vàng.　　ⓓ Chán nản và trầm uất.

01 다음 문장을 보기와 같이 바꾸세요.

> **Mẫu** Mỗi ngày tôi đều ăn sáng ở một quán phở vỉa hè.
> → Ngày nào tôi cũng ăn sáng ở một quán phở vỉa hè.

ⓐ Mỗi tuần anh Thiên đều đi bơi ở một hồ bơi gần nhà.

→ _____

ⓑ Mỗi tháng chị Liên đều đi công tác ở Cần Thơ.

→ _____

ⓒ Mỗi năm anh Trọng đều đổi điện thoại di động mới.

→ _____

ⓓ Mỗi ngày chị Hiền đều càu nhàu chồng vì thói xấu của chồng.

→ _____

02 다음 빈칸에 để 혹은 cho를 넣으세요.

ⓐ Học _____ làm việc.

ⓑ Chị Lan nghe nhạc _____ vui.

ⓒ Em phải cố gắng hơn nữa _____ đạt kết quả tốt.

ⓓ Con nên thức dậy sớm _____ tập thể dục.

ⓔ Chúng mình đi dạo một vòng _____ đỡ buồn nhé.

03 다음 보기와 같이 문장을 바꾸세요.

> **Mẫu** So với anh Dũng thì anh An đẹp trai hơn.
> → Anh An đẹp trai hơn so với anh Dũng.

ⓐ So với công ty cũ thì công ty mới trả lương cao hơn.

→ _____

ⓑ So với tủ lạnh mới thì tủ lạnh cũ tốn điện hơn.

→ _____

ⓒ So với mì quảng thì bún bò Huế ngon hơn.

→ _____

ⓓ So với thi giữa kỳ thì thi cuối kỳ khó hơn.

→ _____

04 다음 문장을 완성하세요.

ⓐ Tôi luôn luôn _____

ⓑ Anh trai tôi chẳng mấy khi _____

ⓒ Ông xã tôi ít khi _____

ⓓ Thỉnh thoảng bạn gái mình _____

ⓔ Ít khi ông giám đốc tôi _____

track 04-06 ◉

Sở thích cũng giống như thời trang, giới trẻ hiện đại luôn tìm kiếm những sở thích mới phù hợp với cá tính của họ. Hãy cùng xem những "gu" đặc biệt nào đang hút hồn giới trẻ năng động hiện nay nhé.

Phượt

Không biết từ bao giờ, xê dịch đã trở thành một nhu cầu không thể thiếu với các bạn trẻ. Không cần phải đi khắp thế giới, cũng chẳng cần chi nhiều tiền cho những chuyến đi dài ngày, "phượt" mang nghĩa đơn giản là ra khỏi những nơi chốn quen thuộc thường ngày.

Áp lực học tập, công việc đôi khi quá nặng nề, các bạn trẻ cần một không gian mới để lấy lại cân bằng. Chỉ cần một chiếc xe máy, một chiếc balo, một vùng biển đẹp hay núi non mát mẻ là đã đủ cho những niềm vui không nhỏ chút nào. Tất nhiên là không thể thiếu những người bạn thân thiết, để cùng "xả" hết những áp lực nỗi buồn suốt chuyến hành trình.

Chụp ảnh

Công nghệ và đời sống phát triển, việc sở hữu một chiếc máy ảnh "chơi được" không còn là điều xa xỉ. Nhiều bạn trẻ đã tự mình trở thành một nhiếp ảnh gia thứ thiệt, lang thang khắp chốn để ghi lại những khung hình đẹp nhất.

Thú chơi ảnh của các bạn trẻ đã vượt ra khỏi phạm vi cá nhân là chỉ ghi lại những khoảnh khắc đáng nhớ với gia đình, bạn bè. Một số bạn trẻ qua tìm tòi và học hỏi, cùng với sự giúp đỡ các phần mềm đồ họa, đã thực sự cho ra đời những tác phẩm chất lượng, không hề thua kém các tác phẩm chuyên nghiệp. Khi chia sẻ lên các mạng xã hội cùng vài dòng cảm xúc, họ đã làm cho những bức ảnh này trở thành một món quà thực sự ý nghĩa cho bạn bè.

Nguồn gốc : Zing.vn

1 Trong bài này, giới trẻ hiện đại luôn tìm kiếm những sở thích nào?

이 글에서 현대 젊은이들은 항상 어떤 취미들을 찾나요?

2 "Phượt" mang ý nghĩa gì?

'Phượt'은 무슨 의미인가요?

3 Theo bài này, để lấy lại cân bằng, các bạn trẻ cần gì?

이 글에 따르면 균형을 다시 얻기 위해서 젊은 친구들은 무엇이 필요하나요?

4 Vì sao hiện nay việc sở hữu một chiếc máy ảnh không còn là điều xa xỉ?

왜 요즘에 카메라 한 대를 소유하는 것은 더 이상 사치가 아닌가요?

5 Theo bài này, làm thế nào mà các bạn trẻ có thể cho ra đời những tác phẩm chất lượng, không hề thua kém các tác phẩm chuyên nghiệp?

이 글에 따르면 어떻게 젊은 친구들이 프로 작품들에 비해 전혀 뒤처지지 않는 수준 높은 작품들을 탄생시킬 수 있나요?

취미도 패션과 비슷하다. 현대 젊은이들은 그들의 개성에 부합하는 새로운 취미들을 항상 찾는다. 어떤 특별한 '스타일'들이 오늘날 능동적인 젊은이들의 마음을 훔치고 있는지 함께 보도록 하자.

배낭 메고 오토바이로 가는 여행

언제부터인지는 모르나 움직이는 것이 젊은 친구들에게 빠져서는 안 될 요구 사항이 되었다. 전 세계 방방곡곡을 가지 않아도 되며 또한 장기간 여정을 위해 많은 돈을 쓸 필요 없고 'Phượt – 배낭 메고 오토바이로 가는 여행'은 간단히 일상의 익숙한 장소들을 떠난다는 의미이다.

공부와 일의 스트레스는 때때로 너무 무거워서 젊은 친구들은 균형을 다시 얻기 위한 새로운 공간이 필요하다. 단지 오토바이 한 대, 배낭 한 개 그리고 아름다운 해안 지역 혹은 시원한 산이 있는 지역만 있으면 조금도 작지만은 않은 기쁨을 얻기에 충분하다. 당연히 전체 일정 내내 스트레스와 슬픔을 함께 다 '씻어 버리기' 위해서는 친한 친구들을 빼놓을 수 없을 것이다.

사진 찍기

기술과 삶이 발전하면서 '가지고 놀 수 있는' 카메라 한 대를 소유하는 것은 더 이상 사치가 아니다. 많은 젊은 친구들이 스스로 진짜 포토그래퍼가 되어 가장 아름다운 사진을 찍기 위해서 곳곳을 돌아다닌다.

젊은 친구들의 사진 찍는 취미는 단지 가족, 친구들과 기억에 남는 순간들을 포착하는 개인적인 범위를 넘어섰다. 몇몇 젊은이들은 연구와 학습을 통해, 드로잉 소프트웨어의 도움으로 프로 작품들에 비해 전혀 뒤처지지 않는 수준 높은 작품들을 실제로 탄생시킨다. 소셜 네트워크에 몇 줄의 느낌과 함께 공유할 때 그들은 이 사진들이 친구를 위한 진실로 의미 있는 선물이 되게 만든다.

출처 : Zing.vn

Từ vựng mới | 새로운 어휘

thời trang 패션 | **tìm kiếm** 찾다 | **cá tính** (個性) 개성 | **gu** 스타일 | **hút hồn** 혼을 빼놓다, 마음을 훔치다 | **năng động** 능동적인, 적극적인 | **phượt** 오토바이로 하는 배낭 여행 (무전여행과 비슷함) | **xê dịch** 움직이다 | **thiếu** 부족하다 | **khắp thế giới** 세계 방방곡곡 | **chi** 지출하다 | **ra khỏi** 벗어나다 | **nơi chốn** 장소 | **quen thuộc** 익숙한 | **áp lực** 스트레스 | **nặng nề** 무거운 | **cân bằng** 균형 | **núi non** 산 | **xả** 씻어내다 | **hành trình** 여정 | **công nghệ** 기술 | **xa xỉ** (奢侈) 사치 | **nhiếp ảnh gia** 포토그래퍼 | **thứ thiệt** 진짜, 진품의 | **lang thang** 돌아다니다, 어슬렁거리며 배회하다 | **chốn** 장소 | **ghi lại** 취재하다, 기록하다 | **khung hình** 사진 (아름다운 프레임) | **thú chơi** 취미 | **vượt ra** 넘어서다 | **phạm vi** (範圍) 범위 | **cá nhân** 개인 | **khoảnh khắc** 순간 | **tìm tòi** 모색하다, 연구하다 | **phần mềm** 소프트웨어 | **đồ họa** 드로잉 | **thực sự** 진짜로, 실제로 | **ra đời** 탄생하다 | **chất lượng** 품질, 수준 있는, 품질을 갖춘 | **thua kém** 뒤처지다, 뒤떨어지다 | **mạng xã hội** 소셜 네트워크 | **cảm xúc** 느낌

냐짱
빈펄랜드

냐짱의 빈펄랜드는 베트남판 에버랜드로 알려졌지만 섬 전체를 차지하기 때문에
훨씬 큰 규모를 자랑한다. 빈펄랜드의 안에는 놀이공원, 동물원, 수족관, 게임센터,
워터파크 등 다양한 시설이 있으며 오페라의 유령, 미션 임파서블 주제가 등 다양한
음악에 맞춰 움직이는 분수도 있다. 특이한 점을 하나 꼽자면 입장료를 받을 때
키에 따라 다르게 받는다는 것이다.

Bài 05

Đi lại

이동

 track 05-01

Trước đây, việc đi lại ở Việt Nam không dễ dàng gì, nhưng ngày nay ở các thành phố lớn, thậm chí ở vùng quê xa xôi, việc đi lại ngày càng tiện lợi hơn.

Ở Việt Nam hiện nay có đủ loại phương tiện đi lại như xe ô tô, xe máy, xe ôm, xe tắc xi, xe buýt và đặc biệt ở thành phố Hồ Chí Minh mới xuất hiện tàu buýt. Hệ thống giao thông công cộng đã được cải thiện rất nhiều, có nhiều tuyến xe buýt mới mở, còn tuyến tàu điện ngầm thì đang được thi công ở thành phố Hồ Chí Minh, và tàu điện trên cao ở Hà Nội.

Hơn nữa dịch vụ Grab và Uber mới xuất hiện cũng giúp các hành khách đi lại vừa thuận tiện vừa tiết kiệm. Chỉ cần có ứng dụng internet trên điện thoại, các bạn có thể dễ dàng đặt xe đi khắp nơi ở Hà Nội và thành phố Hồ Chí Minh với giá rẻ, và đương nhiên đảm bảo an toàn.

1 Ở nước bạn, người ta thích đi lại bằng gì?
당신의 나라에서 사람들은 무엇을 타고 이동하는 것을 좋아합니까?

2 Các phương tiện công cộng ở nước bạn có những gì?
당신의 나라의 대중교통 수단은 무엇들이 있습니까?

3 Khi bạn tham gia giao thông thì cái bất tiện nhất là gì?
당신이 교통에 참여할 때 제일 불편한 것은 무엇입니까?

예전에는 베트남에서 이동하는 일이 결코 쉽지 않았습니다. 하지만 오늘날 각 대도시에서는, 심지어 머나먼 시골 지역에서도 이동하는 일이 날이 갈수록 더 편리해지고 있습니다. 오늘날 베트남에서는 자동차, 오토바이, 쎄옴, 택시, 버스 그리고 특히 호치민 시에서 막 생겨난 수상 버스와 같은 여러 가지 교통수단이 있습니다. 공공 교통 시스템은 매우 많이 개선되었고, 많은 버스 노선이 새로 생겼으며, 호치민 시에는 지하철(노선)도 건설되고 있고, 하노이에는 고가 철도가 있습니다. 또한 막 출현한 그랩과 우버 서비스도 승객들이 편리하게 절약하면서 이동하도록 도와줍니다. 핸드폰 애플리케이션이 있기만 하면, 여러분은 하노이와 호치민 시 전 지역을 가는 차를 쉽게 저렴한 가격으로 예약할 수 있고 당연히 안전도 보장됩니다.

track 05-02

Ngọc	Anh Sang-woo ơi, anh đi đâu đấy ạ?
Sang-woo	Anh đi học, em ạ.
Ngọc	Ủa? Anh đi học bằng gì ạ? Anh không chạy xe máy à?
Sang-woo	Ừ, anh không dám chạy xe máy ở Việt Nam, anh sợ lắm. Trước đây, anh thường đi học bằng tắc xi, nhưng tốn tiền lắm nên hôm nay anh muốn đi thử xe buýt.
Ngọc	Ồ, thế anh có biết tuyến số mấy đi đến trường không?
Sang-woo	Anh không biết nữa, may mà gặp được em ở đây. Theo anh nhớ là trạm xe buýt ở đằng kia, phải không em?
Ngọc	Vâng, để em xem. (Lát sau) Anh ơi, chắc là từ đây không có chuyến xe buýt chạy thẳng đến trường anh. Anh phải ra đường Cộng Hoà thì mới có xe.
Sang-woo	Hình như em nhầm rồi thì phải. Xe số 4 chạy qua mà. Tuyến này đi đến công viên 23 tháng 9 gần chợ Bến Thành, ở đó, anh chuyển sang xe khác thì đến trường được.
Ngọc	À, thế à? Em chỉ đi bằng xe máy nên không biết. Thế, sao anh không đi Grab hay Uber?
Sang-woo	Grab và Uber là gì? Anh không biết gì cả.
Ngọc	Trời ơi, anh hai lúa quá! Bây giờ, cả người nước ngoài lẫn người Việt Nam đều dùng Grab hay Uber. Grab và Uber là ứng dụng đặt xe trên điện thoại thông minh, anh tải xuống đi nhé. Người sử dụng có thể đặt xe đi từ điểm này đến điểm khác và biết trước giá cả, thời gian đi. Grab và Uber có cả xe máy và xe ô tô, anh có thể lựa chọn tuỳ theo nhu cầu của mình.
Sang-woo	Ôi thế à? Giá cả Grab và Uber có đắt hơn tắc xi truyền thống nhiều không?
Ngọc	Không, trái lại, nó rẻ hơn tắc xi nhiều. Grab và Uber vừa tiện vừa rẻ lại có nhiều khuyến mại nên nhiều người sử dụng mà. Em cũng thường đi xe Grab và Uber đấy.

1 Hôm nay Sang-woo định đi học bằng gì?
오늘 상우는 무엇을 타고 공부하러 가려고 합니까?

 2 Sang-woo có biết nhiều về xe buýt Việt Nam không?
상우는 베트남 버스에 대해서 많이 아나요?

 3 Tuyến xe buýt số 4 có đi đến chợ Bến Thành không?
4번 버스 노선은 벤탄 시장까지 가나요?

 4 Sang-woo đã đặt xe Grab hay Uber bao giờ chưa?
상우는 그랩이나 우버 차를 예약해 본 적이 있나요?

 5 Grab và Uber là gì?
그랩과 우버는 무엇인가요?

 6 Người nước ngoài ở Việt Nam có sử dụng Grab và Uber không?
베트남에 있는 외국인은 그랩과 우버를 이용하나요?

 7 Giá Grab và Uber so với giá tắc xi truyền thống thì thế nào?
그랩과 우버의 가격은 기족 택시 가격에 비해 어떠한가요?

Từ vựng mới | 새로운 어휘

chạy xe máy 오토바이를 타다, 몰다 | **tuyến (xe buýt) số** (버스) ~번 노선 | **trước đây** 예전에 | **tốn tiền** 돈이 많이 든다 | **동사 + thử** 동사 해 보다 | **nhớ** 기억하다 | **trạm xe buýt** 버스 정류장 | **chạy thẳng** (버스가) 바로 가다, 직행 | **đường Cộng Hoà** 공화 거리 (호치민) | **nhầm lẫn** 헷갈리다 | **chạy qua** (버스가) 지나간다 | **công viên 23 tháng 9** 9월 23일 공원 (호치민 벤탄 시장 근처 공원) | **chuyển sang xe khác** 다른 차로 갈아타다 | **hai lúa (= nhà quê)** 촌스러운, 현대에 뒤떨어진 | **ứng dụng** 애플리케이션 | **đặt xe** 차를 예약하다, 차를 잡다 (우버나 그랩 이용 시) | **tải xuống** 다운로드 하다 | **giá cả** 가격 | **lựa chọn** 선택하다 | **tuỳ theo** ~에 따라 | **nhu cầu** 요구 사항 | **trái lại** 오히려, 반대로 | **khuyến mại** 프로모션, 할인

Chú thích ngữ pháp | 문법

1 Anh **không dám** chạy xe máy ở Việt Nam.
나는 베트남에서 감히 오토바이 못 몰겠어.

> **Cấu trúc**
>
> 긍정문: 주어 + **dám** + 동사
> 부정문: 주어 + **không dám** + 동사
> 의문문: 주어 + **có dám** + 동사 + **không?**

— 어떤 일을 하는데 용기와 담력이 필요한 상황에 dám을 동사 앞에 위치시켜 표현합니다. 해석은 '대담하게 ~하다' 혹은 '감히 ~하다'라고 합니다.

> **Ví dụ** Em Mai dám nói với giám đốc về việc đó.
> Mai는 대담하게 그 일에 대해 사장님에게 말한다.

— 또한 'không'과 함께 쓰여 'không dám + 동사' 형태로 대담하게 어떤 행동을 하지 못하는 상황에 대해 표현할 수 있습니다. '~하는 것에 엄두를 못 내다' 혹은 '대담하게 ~를 못 하다'로 해석합니다.

> **Ví dụ** Chị không dám đi ra đường một mình đêm khuya.
> 언니는 야밤에 혼자 거리에 나가는 게 엄두가 안 나.

— 의문문 표현으로 có ~ không과 함께 사용하고 '감히/대담하게 ~할 수 있어?' 또는 '~하는 게 가능한 거야?'로 해석할 수 있습니다.

> **Ví dụ** Cậu có dám đi bơi ở sông Sài Gòn không?
> 너 사이공 강에서 (대담하게) 수영하는 거 가능하겠어?
>
> Có dám không? (감히) 할 수 있겠어?

2 **May mà** gặp được em. 다행히 너를 만났네.

> **Cấu trúc**
>
> **May mà** + 주어 + 동사 + 목적어

— may mà는 문장 제일 앞에 위치하여 발생한 일이 말하는 사람의 생각으로는 운이 좋고 잘 된 일이라는 것을 나타냅니다. 구어체에서 주로 사용합니다. '다행히 ~하다, 운 좋게 ~하다'로 해석합니다.

> **Ví dụ** Chị Tâm bị lạc đường, may mà có người chỉ đường cho chị ấy.
> Tâm 언니는 길을 잃어버렸습니다. 다행히 그 언니에게 길을 알려준 사람이 있습니다.
>
> Bạn em bị tai nạn giao thông, may mà em ấy không bị thương nặng.
> 제 친구가 교통사고가 났는데 다행히 크게 다치지 않았어요.

3 **Chắc là** ở đây không có tuyến xe đến trường anh.
아마 여기에는 오빠 학교에 가는 버스 편이 없을 거예요.

> ### Cấu trúc
>
> **Chắc (là)** + 주어 + 동사 + 목적어
> 주어 + **chắc (là)** + 동사 + 목적어

— chắc là 혹은 chắc은 주어 앞 혹은 뒤에 위치하여 추측을 나타내며 약 60% 정도 근거나 확신을 가지고 있습니다. '아마 ~일 것이다' 혹은 '아마 ~한 것 같은데'로 해석합니다. 90% 이상 확신에 가득 찬 chắc chắn là와는 구별해야 합니다. 또한 이 구문은 다른 사람에 대해서 추측할 때 그 사실에 대해 당장 확인할 수 없을 때 사용되며 자신의 확정되지 않은 미래에 대해 추측할 때 사용되기도 합니다.

> **Ví dụ** Chắc là anh Liêm bị lỡ xe buýt nên đến muộn.
> 아마 Liêm 오빠는 버스를 놓쳐서 늦게 온 걸 거야.
>
> Chị Hằng chắc là đến đây bằng xe ôm.
> Hằng 언니는 아마 쌔옴(오토바이 택시)을 타고 여기 올 거 같은데요

4 **Hình như** em nhầm rồi **thì phải**. 아마 너 헷갈린 거 같은데.

> ### Cấu trúc
>
> **Hình như** + 문장 + **thì phải**
> **Hình như** + 문장
> 문장 + **thì phải**

— 이 구문은 역시 추측을 나타내지만 추측에 대한 확신이 비교적 적습니다. 어떤 근거나 생각을 기반으로 하여 추측하는 것이 아니라 주로 현재 눈으로 보고 있는 상황에 대해 추측하기 때문에 추측하는 것에 대해 당장 그 결과를 확인할 수 있습니다(có lẽ, chắc là와 구별 포인트). 또한 본인에 대한 추측보다는 다른 사람 및 상황에 대해 추측할 때 주로 사용됩니다. '아마 ~인 것 같다, 아마 ~일지도 모른다'라고 해석합니다.

> **Ví dụ** Tắc đường quá. Hình như phía trước có một tai nạn.
> 길이 너무 막히네요. 아마 앞쪽에 사고가 났나 봐요. (길이 막히는 상황을 보며 추측)
>
> Họ yêu nhau lắm thì phải.
> 그들은 서로 너무 사랑하나 봐요. (서로 챙겨 주고 애정 표현을 하는 것을 보고 추측)
>
> Hình như anh Minh đau bụng thì phải.
> 아마 Minh 오빠는 배가 아픈 거 같아요. (Minh 오빠가 얼굴을 찡그리고 배를 움켜잡고 있는 모습을 보고 추측)

5 Anh **không** biết gì cả. 나 하나도 몰라.

> **Cấu trúc**
>
> 주어 + **không/chẳng** + 동사 + **gì/đâu/ai** + **cả/hết**

— 이 구문은 절대 부정으로 'hoàn toàn không', '완전히 아니다'와 같은 뜻입니다. '(목적어) + gì/đâu/ai'
 뒤에 cả 혹은 hết이 위치한 구조입니다.

> **Ví dụ** Hôm nay tôi không ăn gì cả. 오늘 나는 아무것도 안 먹었다.
> Em không muốn đi đâu cả. 저는 어디에도 가고 싶지 않아요.
> Anh ta không thích ai hết. 그 사람은 아무도 안 좋아해요.

6 **Cả** người nước ngoài **lẫn** người Việt đều dùng Grab hay
Uber. 외국인과 베트남 사람 다 그랩이나 우버를 이용해요.

> **Cấu trúc**
>
> **Cả A và/lẫn B**
> **Cả** + 주어1 + **và/lẫn** + 주어2 + 동사/형용사
> 주어 + 동사 + **cả** + 목적어1 + **và/lẫn** + 목적어2

— 이 구문은 주어나 목적어 자리에 사용하고 A, B에는 주로 명사가 옵니다. 'A와 B 둘 다'라고 해석합니다.

> **Ví dụ** Trước đây, cả người Việt và người nước ngoài đều không dám đi xe buýt ở thành
> phố Hồ Chí Minh.
> 예전에 베트남 사람과 외국인 둘 다 호치민 시에서 버스 타는 것을 엄두를 못 냈다.
>
> Tôi có cả ứng dụng Uber lẫn Grab. 나는 우버 앱과 그랩 앱이 둘 다 있다.

A   <u>Anh</u> có dám <u>chạy xe máy ở Việt Nam</u> không?   ⓒtrack 05-03 ◉

  <u>Anh</u> không dám <u>chạy xe máy ở Việt Nam</u>.

ⓐ	Chị	trả giá ở chợ Đồng Xuân	Chị	trả giá ở chợ Đồng Xuân
ⓑ	Anh	ăn thịt "chuột"	Anh	ăn thịt "chuột"
ⓒ	Cậu	tán tỉnh cô ấy	mình	tán tỉnh cô ấy

B   <u>Anh không biết rõ</u>. **May mà** <u>gặp được em</u>.

  ⓐ Em hết tiền để đi tắc xi rồi   chị cho em mượn
  ⓑ Chị tìm mãi mà không tìm được quyển "Kiều"   em cho mượn
  ⓒ Mình không hiểu người ta nói gì   bạn nói được tiếng Việt

C   Chắc là <u>ở đây không có tuyến xe buýt chạy thẳng đến trường anh</u>.

  ⓐ gia đình tôi đi Nha Trang bằng tàu hoả
  ⓑ trạm xe buýt ở ngã tư đằng kia
  ⓒ chuyến thứ nhất khởi hành lúc 8 giờ sáng

D   Hình như <u>em nhầm rồi</u> thì phải.

  ⓐ anh Chung bị ốm
  ⓑ chị Hoa không muốn gặp tôi
  ⓒ ông Trọng có chuyện gì không vui

E   Cả <u>người nước ngoài</u> lẫn <u>người Việt đều dùng Grab hay Uber</u>.

  ⓐ xe khách
     xe lửa đều là phương tiện thuận tiện khi du lịch ở Việt Nam
  ⓑ bến xe Mỹ Đình
     bến xe Gia Lâm đều có nhiều tuyến xe buýt đi trong nội thành Hà Nội
  ⓒ vé chuyến sáng
     vé chuyến tối đều đã bán hết rồi

A 다음을 듣고 질문에 답하세요.   track 05-04

1 Người nam mua vé chuyến tàu mấy giờ?

ⓐ 6 giờ   ⓑ 9 giờ

ⓒ 11 giờ   ⓓ 11 giờ 5 phút

2 Anh ấy mua vé đi Nha Trang vào ngày nào?

ⓐ Mồng 4   ⓑ Mồng 6

ⓒ Mồng 8   ⓓ Mồng 11

3 Người nam trả bao nhiêu tiền?

ⓐ 700.000 đồng   ⓑ 550.000 đồng

ⓒ 1.400.000 đồng   ⓓ 2.800.000 đồng

B 다음의 대화를 듣고 질문에 답하세요.   track 05-05

1 Hội thoại này diễn ra ở nơi nào?

ⓐ Trên máy bay   ⓑ Ở cửa hàng miễn thuế trong sân bay

ⓒ Quầy làm thủ tục   ⓓ Nhà ga nội địa

2 Cô ấy muốn được ngồi chỗ nào trên máy bay?

ⓐ Chỗ ngồi cạnh cửa sổ   ⓑ Chỗ ngồi gần lối đi

ⓒ Chỗ ngồi ở giữa   ⓓ Chỗ ngồi gần cửa thoát hiểm

3 Cô ấy cần đến cửa số bao nhiêu lúc mấy giờ để lên máy bay?

ⓐ Cửa số 22 lúc 1 giờ đúng   ⓑ Cửa số 23 lúc 1 giờ 15

ⓒ Cửa số 22 lúc 1 giờ 15   ⓓ Cửa số 23 lúc 1 giờ 45

01 예시를 참고하여 문장을 완성하세요.

> | Mẫu | Trời bất ngờ đổ mưa, may mà tôi *mua được cái ô này ở cửa hàng tiện lợi.* (mua ô) |

ⓐ Trời nóng quá mà không bắt tắc xi được, may mà _____ (đặt xe Grab)

ⓑ Nghe nói, người nước ngoài đi chợ một mình dễ bị mua đắt, may mà _____
(tôi có bạn Việt Nam đi chợ cùng)

ⓒ Anh không biết đường này cấm rẽ trái, may mà _____
(em cho biết, không thì anh đã bị công an phạt)

ⓓ Mình ăn không tiêu mà không có sẵn thuốc, may mà _____
(bạn Thu cho mình thuốc)

02 다음 문장을 완성하세요.

ⓐ Hình như anh Sơn và chị Mai _____

ⓑ Hình như ông giám đốc của tôi _____

ⓒ Hình như công việc ở đó _____

ⓓ Hình như nhà ông bà hàng xóm _____

ⓔ Hình như nó _____

03 예시처럼 cả A lẫn/và B를 사용하여 문장을 바꾸세요.

> | Mẫu | Xuân và Lực đều không có thời gian. |
> |---|---|
> | | → Cả Xuân và Lực đều không có thời gian. |

ⓐ Đội tuyển Hàn Quốc và đội tuyển Việt Nam đều vào vòng bán kết U23 châu Á.

→ _____

ⓑ Đối với tôi, gia đình và tiền bạc đều rất quan trọng.

→ _____

ⓒ Cô ta thích anh Sơn và anh Thành. Hôm nay thì cô ta hẹn hò với anh Sơn, hôm nọ thì hẹn hò với anh Thành.

→ _____

ⓓ Hàn Quốc và Việt Nam đều là quê hương tôi.

→ _____

track 05-06 💿

Dù bạn đến Việt Nam chỉ một lần hoặc nhiều lần, bạn sẽ ngạc nhiên trước cảnh quá nhiều xe máy tràn ngập trên đường phố. Một người bạn thân nói với tôi là "Nếu ngồi ở một quán cà phê vỉa hè Sài Gòn thì chỉ trong 10 phút là bạn có thể thấy được số xe máy nhiều hơn cả số xe máy mà cho đến nay bạn đã thấy".

Trước khi sang Việt Nam, chúng ta cần phải "chuẩn bị tinh thần" để "đón" hàng loạt xe máy.

Người ta tự hỏi : "Vì sao ở Việt Nam có quá nhiều xe máy như vậy?, Sao người ta không thích đi bộ mà chỉ thích đi xe máy? Mặc dù chỉ đi một quãng đường ngắn ví dụ như đi đến cửa hàng cách nhà 50 m mà người Việt cũng đi xe máy?"

Đối với người Việt Nam, xe máy không chỉ là phương tiện giao thông làm cho việc đi lại thuận tiện hơn mà còn là một công cụ để kinh doanh, kiếm sống, nó cũng là niềm tự hào chứng tỏ sự thành đạt của một người, là một thứ gì đó không thể thiếu được trong cuộc sống của người Việt Nam.

Bất kể phụ nữ hay đàn ông, nếu là người Việt Nam thì ai cũng chạy được xe máy và chạy xe rất giỏi. Bạn sẽ cảm thấy ngạc nhiên khi tắc đường, chỉ có một không gian nhỏ mà "dòng" xe máy có thể chảy qua một cách khéo léo.

Nếu bạn là người thích và yêu Việt Nam thì nếu có dịp, nên trải nghiệm xe máy, một phương tiện đi lại quan trọng và yêu quý của người Việt Nam.

 1 Vì sao bạn sẽ ngạc nhiên nếu đến Việt Nam?
왜 당신은 베트남에 온다면 놀라게 될 것인가?

 2 Đối với người Việt Nam, xe máy là gì?
베트남 사람에게 오토바이란 무엇인가?

 3 Người Việt Nam chạy xe máy như thế nào?
베트남 사람은 어떻게 오토바이를 모는가?

당신이 베트남에 단 한 번 왔든지 혹은 여러 번 왔든지 당신은 정말 많은 오토바이가 거리를 가득 메운 광경에 놀랄 것이다. 나의 한 친한 친구는 나에게 '만약에 네가 어떤 사이공 길거리 카페에 앉아 있으면 단 10분만에 네가 이제까지 본 오토바이 수 전체보다 많은 오토바이를 볼 수 있어'라고 말했다. 베트남에 오기 전에 우리는 수많은 오토바이를 '맞이하기' 위해서 '마음의 준비'를 해야 할 필요가 있다.

사람들은 이렇게 궁금해한다: '왜 베트남에는 이렇게 너무 많은 오토바이가 있는 거지?, 왜 사람들은 걷는 걸 싫어하고 오토바이 타고 다니는 것만 좋아하지? 단지 짧은 코스만 가는데도, 예를 들면 집에서 50미터 떨어진 가게까지만 가는 것인데 베트남 사람들은 역시 오토바이를 타고 가는 건가?'

베트남 사람들에게 오토바이는 단지 이동을 더 편하게 만드는 교통수단일 뿐만 아니라 사업, 생계 유지를 위한 도구이며, 그것은 또한 어떤 사람의 성공을 드러내는 자랑스러움이고, 베트남 사람의 삶 속에서 빠져서는 안 될 그 어떤 것이다.

여자든 남자든 상관없이 만약에 베트남 사람이라면 누구든지 다 오토바이를 몰 수 있고 또 매우 잘 몬다. 당신은 길이 막힐 때 단지 작은 공간만 있어도 오토바이 '물결'이 능숙하게 흘러 지나갈 수 있는 것에 놀람을 느낄 것이다.

만약 당신이 베트남을 좋아하고 사랑하는 사람이라면 만약 기회가 있다면 베트남 사람들의 중요하고 사랑스러운 교통수단인 오토바이를 체험해 보기를 권한다.

Từ vựng mới | 새로운 어휘

ngạc nhiên 놀라다 | **cảnh** 광경 | **tràn ngập** 뒤덮다, 가득 차다 | **vỉa hè** 인도 | **cho đến nay** 지금까지 | **sang** 가다 | **chuẩn bị tinh thần** 마음의 준비를 하다 | **đón** 맞이하다 | **hàng loạt** 다량의, 대량의 | **quãng đường** 코스, 구간, 길 | **không chỉ A mà còn B** A할 뿐만 아니라 B하기까지 하다 | **A làm cho B** A를 B하게 하다, 만들다 | **công cụ** 도구, 수단 | **kiếm sống** 밥 벌이 하다, 살기 위해 돈을 벌다 | **tự hào** 자랑하다 | **chứng tỏ** 보여주다, 나타내어 보여주다 | **thành đạt** 성공 | **không thể thiếu** 빠져서는 안 될, 필수불가결한 | **bất kể** ~든 상관없이, 불문하고 | **không gian** 공간 | **dòng** 물결 | **chảy qua** 흘러 지나가다 | **khéo léo** 능숙하다 | **dịp** 기회 | **trải nghiệm** 체험하다 | **yêu quý** 사랑스럽고 귀한

호이안 등불축제

매월 음력 14일에 호이안에서 열리는 등불축제는 호이안의 대표적인 축제로 축제날에는 모든 상점들이 전기를 쓰지 않고 모두 등불과 촛불로만 도시를 밝힌다. 어두운 밤하늘을 아름답게 수놓은 수천 개의 등불을 볼 수 있으며, 낭만적인 분위기 속에서 호이안의 밤 풍경을 즐길 수 있다. 보통 '등불축제'라고 하면 등불을 하늘에 날리는 모습을 상상하지만 호이안 등불축제에서는 하늘에 날리는 등불은 볼 수 없다. 대신 호이안을 흐르는 투본강에 소원을 담아 등을 띄운다.

Bài 06

Gia đình

가족

track 06-01

Gia đình là một tế bào của xã hội, đó là một cộng đồng nhỏ sống chung và gắn bó với nhau bởi tình cảm, những phong tục tập quán và những sinh hoạt chung. Trong gia đình chúng ta được yêu thương, dạy dỗ, nuôi nấng... Gia đình là nguồn động lực để chúng ta cố gắng sống và sống tốt hơn. Nhiều người đặt gia đình lên trên hết.

1 Gia đình bạn có mấy người? có những ai?
당신의 가족은 몇 명인가요? 누가 있나요?

2 Gia đình bạn đang sống ở đâu?
당신의 가족은 현재 어디에서 살고 있나요?

3 Hãy giới thiệu về các thành viên trong gia đình bạn.
당신의 가족 구성원들에 대해 소개해 보세요.

4 Bạn giống bố hay giống mẹ? / Các con bạn giống ai?
당신은 아버지를 닮았나요? 아니면 어머니를 닮았나요? / 당신의 자녀들은 누구를 닮았나요?

5 Theo bạn, gia đình có ý nghĩa gì?
당신에게 가족은 어떤 의미를 가지나요?

가족은 사회의 한 세포이며, 공동으로 거주하며 사랑, 풍습, 습관, 함께 하는 생활로 서로 결합된 작은 공동체입니다. 가족 안에서 우리들은 사랑 받고, 가르침을 받으며, 양육을 받습니다. 가족은 우리가 노력하는 삶을 살고 더 잘 살기 위한 원동력입니다. 많은 사람들은 가족을 최우선으로 둡니다.

Trang	Hyeon-woo ơi, đây là ảnh gia đình mình.
Hyeon-woo	Ôi, đông quá. Gia đình bạn có mấy người?
Trang	Gia đình mình có 7 người. Bố, mẹ, 2 anh trai, mình, 1 em trai và 1 em gái.
Hyeon-woo	Ôi, bạn trông trẻ quá! Gia đình bạn chụp ảnh này hồi nào?
Trang	Hồi đi du lịch Sapa, 2 năm trước.
Hyeon-woo	Người đàn ông ngồi bên cạnh bạn là bố bạn hả? Mình thấy bạn rất giống ông ấy.
Trang	Ừ, bố mình đấy, mình giống bố lắm, Người Việt có câu : "Con gái giống cha giàu ba họ".
Hyeon-woo	À, mình cũng biết câu này, tức là nếu con gái giống cha thì sẽ có cuộc sống giàu sang, phải không?
Trang	Ồ, đúng rồi, bạn giỏi thật! Trước đây, Bố mình đã là hiệu trưởng của một trường trung học phổ thông nhưng hiện nay ông đã về hưu rồi.
Hyeon-woo	Còn mẹ bạn vẫn đi làm chứ?
Trang	Ừ, mẹ mình vẫn kinh doanh một cửa hàng bán rau quả.
Hyeon-woo	Hai anh trai bạn đã lập gia đình chưa?
Trang	Rồi, anh cả đã lấy vợ được 3 năm rồi, có 1 cháu gái. Còn anh thứ hai mới kết hôn vào tháng trước. Hai anh mình ra ở riêng cả rồi.
Hyeon-woo	À, vậy hả. Còn hai em bạn làm gì?
Trang	À, em trai mình là sinh viên năm cuối sắp ra trường rồi, còn em gái mình mới là sinh viên năm thứ 3.
Hyeon-woo	Trong gia đình bạn, bạn giống tính ai nhất?
Trang	Trong nhà mình mỗi người một tính. Nhưng mình có tính hướng ngoại, hoạt bát, cởi mở giống bố mình nhất. Mình thích đi du lịch, thích làm quen với nhiều người, mình thích các món ăn lạ giống cha. Các anh em đều nói là tính mình rất giống bố.
Hyeon-woo	Có phải trong trường hợp này người Việt nói là "Cha nào con nấy" không?
Trang	Ồ, đúng rồi, bạn giỏi tiếng Việt quá.

1 Gia đình Trang có đông người không? Có mấy người? Có những ai?

Trang의 가족은 인원이 많나요? 몇 명이 있고 누가 있나요?

 2 Trong gia đình, Trang giống bố hay mẹ?

가족 중에서 Trang은 아버지를 닮았나요? 아니면 어머니를 닮았나요?

 3 Ý nghĩa của câu "Con gái giống cha giàu ba họ" là gì?

"딸이 아버지를 닮으면 세 집이 부유하다"라는 말은 무슨 뜻인가요?

 4 Bố Trang làm nghề gì? Còn mẹ Trang?

Trang의 아버지는 무슨 일을 하나요? Trang의 어머니는요?

 5 Hai anh trai Trang đã có gia đình chưa?

Trang의 두 오빠는 결혼을 했나요?

 6 Hai anh trai Trang có sống chung với bố mẹ không?

Trang의 두 오빠는 부모님과 함께 사나요?

 7 Hai em Trang đang là sinh viên năm thứ mấy?

Trang의 두 동생은 대학교 몇 학년인가요?

 8 Tính cách của Trang thế nào, giống ai?

Trang의 성격은 어떠하고 누구와 비슷한가요?

 Từ vựng mới | 새로운 어휘

ảnh 사진 | **đông** 붐비다. 사람이 많다 | **hồi nào** 언제 (과거) | **bên cạnh** 옆에 | **giống** 비슷하다, 닮다 | **câu** 말, 문장 | **cha** 아버지 | **họ** 성씨 | **tức là** 곧 ~이다. 즉 ~이다 | **giàu sang** 부유하고 명망 있는 (부유하고 사회적으로 높은 지위를 가짐) | **hiệu trưởng** 교장 | **trường trung học phổ thông** 고등학교 | **về hưu** 은퇴하다 | **kinh doanh** (經營) 경영하다 | **lập gia đình** 결혼하다 | **anh cả** 큰 오빠 | **anh thứ hai** 둘째 오빠 | **ra ở riêng** 분가하다, 나가서 살다 | **năm cuối** 마지막 학년 | **ra trường** 졸업하다 | **tính** 성격 | **hướng ngoại** 외향적인 | **hoạt bát** (活潑) 활발한 | **cởi mở** open mind | **làm quen** 사귀다 | **trường hợp** 상황

Chú thích ngữ pháp | 문법

1 Hồi đi du lịch Sapa, 2 năm trước.
2년 전에 싸파 여행 갔을 때.

> **Cấu trúc**
>
> 주어 + 동사 + 목적어 + **hồi** + 과거의 시점
> **Hồi** + 주어 + 동사
> **hồi nào/khi nào/bao giờ/lúc nào**

— 의문사 hồi nào는 khi nào, bao giờ, lúc nào와 비슷하게 '언제'라는 뜻을 가진 의문사이지만 과거의 시점을 물을 때만 사용됩니다. hồi는 전치사 vào와 같이 시간 명사 앞에 쓰이지만 과거(몇 달 이상 비교적 먼 과거)에만 쓰입니다. 'hồi + 과거의 시점'은 문장 끝에 위치하고 해석은 '~에'라고 합니다. 또한 khi와 비슷하게 절 앞에 사용될 수 있지만 역시 과거에 대해서 언급될 때만 쓰입니다.

Ví dụ Chị dâu tớ sinh em bé hồi tháng 7.
(지난) 7월에 우리 새언니가 출산했어.

Hồi anh Minh đi công tác Mỹ, cả gia đình đều nhớ anh ấy lắm.
Minh 오빠가 미국 출장 갔을 때, 온 가족이 다 그를 매우 보고 싶어 했어.

2 Còn mẹ bạn vẫn đi làm chứ?
그러면 너의 어머니는 여전히 일 하시지?

> **Cấu trúc**
>
> 주어 + 동사 + 목적어 + **chứ?**

— chứ는 구어체에서 문장 끝에 위치하여 확인 의문문을 만듭니다. 이때 물어보는 것은 사실 여부가 궁금하기보다는 자신의 생각이 옳다는 어느 정도의 확신이 있고 그것을 확인하기 위한 것입니다.

Ví dụ Anh họ em đã đi du học rồi chứ?
너의 사촌 형이 유학 갔지?

Ông bà nội anh vẫn sống ở Cần Thơ chứ?
오빠의 친할아버지, 할머니께서는 여전히 껀터에 사시죠?

3 **Trước đây,** bố mình đã là hiệu trưởng của một trường trung học phổ thông nhưng **hiện nay** ông đã về hưu rồi.

예전에 우리 아빠는 고등학교 교장선생님이었는데 지금은 은퇴하셨어.

— Trước đây는 구체적이지 않은 과거의 시점을 나타내는 시간 명사로 trước kia, hồi trước, ngày trước 등과 비슷합니다. 해석은 '예전에, 이전에' 등으로 하고 주로 문장 제일 앞에 위치합니다. hiện nay는 현재의 시간을 나타내며 동의어로는 ngày nay, hiện giờ, bây giờ, hiện, dạo này 등이 있습니다. '오늘날, 요즘에, 현재, 최근에' 등으로 해석하면 됩니다.

Ví dụ Ngày trước, Việt Nam còn kém phát triển nhưng ngày nay, Việt Nam phát triển lắm. 예전에 베트남은 아직 발전되지 않았는데 지금 베트남은 매우 발전했다.

4 **Mỗi** người **một** tính. 성격이 제각각이야.

> **Cấu trúc**
>
> **Mỗi** + 명사1 + **một** + 명사2

— 이 구문은 '각각의 명사1마다 명사2를 하나씩 가지고 있다'로 해석되며 명사1은 어떤 단위나 개인들로 각각 고르게 명사2를 취하고 있음을 나타냅니다. 상황에 따라 의역이 필요할 수 있습니다.

Ví dụ Mỗi nhân viên một máy vi tính. 각각의 직원들마다 1개씩 컴퓨터가 있다.
Ở Việt Nam mỗi miền một món đặc sản.
베트남에는 각 지역마다 특산 음식들이 (하나하나) 다 있다.

5 **"Cha nào con nấy"** 그 아버지의 그 자식

> **Cấu trúc**
>
> A nào B ấy/nấy
> 명사1 + **nào** + 명사2 + **ấy/nấy**
> 동사 + **gì** + 동사 + **nấy**

— 이 구문은 A, B가 서로 비슷하고 상응함을 나타냅니다. 'A(명사) nào B(명사) ấy/nấy'는 '그 A의 그 B'로 해석하며 '동사 gì 동사 nấy'는 '무엇을 ~하면 그것을 ~한다'로 해석합니다.

Ví dụ Thày nào trò nấy. 그 선생님의 그 제자. (훌륭한 선생님의 훌륭한 제자라는 의미)
Em thích ăn gì gọi nấy. 뭐 먹고 싶으면 그걸 시켜.

6 Các từ vựng nói về tính cách 성격을 나타내는 어휘

vui tính	쾌활한, 유쾌한	khó tính	까다로운
dễ tính	원만한, 잘 받아주는	hướng nội	내성적인
hướng ngoại	외향적인	ít nói	말수가 적은
hoạt bát	활발한	ích kỷ	이기적인
cởi mở	open mind	bi quan	비관적인
lạc quan	낙관적인	tự kiêu	잘난 체하는
thẳng thắn	솔직한	kiêu ngạo	오만, 거만한
trung thực	정직한	giả tạo	가식적인
thật thà	진실된	khó gần	친해지기 어려운
dễ gần	친해지기 쉬운	vô tâm	무관심한
tình cảm	정이 많은, 자상한	tiêu cực	부정적인, 소극적인
tích cực	긍정적인, 적극적인	yếu đuối	마음이 여린, 약한
mạnh mẽ	굳건한, 씩씩한	ẩn thân	사려깊은, 조심성이 많은
nghiêm khắc	엄격한		

A Gia đình mình chụp ảnh này, hồi <u>đi du lịch Sapa, 2 năm trước</u>. track 06-03

    ⓐ sinh nhật 5 tuổi của bé Lan, mấy tháng trước

    ⓑ anh Thành cưới, cách đây một năm

    ⓒ gia đình mình cùng đi phượt, mùa hè năm nay

B Còn <u>mẹ bạn vẫn đi làm</u> chứ?

    ⓐ chị gái bạn đã đi làm rồi

    ⓑ em trai em đã tốt nghiệp rồi

    ⓒ anh trai cậu sắp lấy vợ rồi

C Trước đây, <u>bố mình đã làm hiệu trưởng</u> nhưng hiện nay đã <u>về hưu rồi</u>.

    ⓐ cậu tôi đã sống ở Phú Thọ   dọn nhà đến Đà Nẵng rồi

    ⓑ bác em là tướng trong quân đội   nghỉ hưu rồi

    ⓒ con dâu mình là đầu bếp   nghỉ việc rồi

D Mỗi <u>người</u> một <u>tính</u>.

    ⓐ người   ưu điểm

    ⓑ nước   văn hoá

    ⓒ tầng   phòng ngủ

E <u>Cha</u> nào <u>con</u> nấy.

    ⓐ Tiền   của

    ⓑ Rau   sâu

    ⓒ nồi   úp vung

F <u>Em thích ăn</u> gì, <u>gọi</u> nấy.

    ⓐ Chị muốn xem   xem

    ⓑ Cô giáo hỏi   sinh viên trả lời

    ⓒ Mẹ ăn   con ăn

A 다음의 대화를 듣고 질문에 맞는 답을 고르세요.

1 Vì sao hôm nay Sơn trông có vẻ vui?

ⓐ Vì Sơn sắp lấy vợ rồi.　　　　　ⓑ Vì anh cả Sơn đã sinh con rồi.

ⓒ Vì chị gái Sơn sắp kết hôn.　　　ⓓ Vì Sơn thích Linh.

2 Câu nào dưới đây không đúng về anh Hùng?

ⓐ Anh Hùng là anh cả trong gia đình Sơn.

ⓑ Sang Hàn Quốc du học và mới về hôm kia.

ⓒ Có một con trai và một con gái.

ⓓ Đang sống với bố mẹ vợ.

3 Sau khi kết hôn, chị gái Sơn sẽ sống ở đâu?

ⓐ Ra ở riêng.　　　　　　　　　ⓑ Sống chung với bố mẹ chồng.

ⓒ Sống chung với bố mẹ mình.　　ⓓ Sống chung với em trai mình.

B 다음을 듣고 질문에 답하세요.

1 Su đã đến Việt Nam bao lâu rồi?

ⓐ Khoảng 3 tuần　　　　　　　ⓑ Chưa được 1 tháng

ⓒ Hơn 2 tháng　　　　　　　　ⓓ Đúng 2 tháng

2 Câu nào dưới đây không đúng về bố mẹ Su?

ⓐ Bố Su đã nghỉ hưu rồi.

ⓑ Mẹ Su là nội trợ.

ⓒ Bố mẹ Su sống ở một thành phố gần Seoul.

ⓓ Bố mẹ Su sống khoẻ mạnh.

3 Vào dịp tết sang năm, gia đình Su có dự định gì?

ⓐ Sang Canada để gặp em gái Su.

ⓑ Về quê gặp họ hàng, bạn thân.

ⓒ Đến Việt Nam để gặp Su và du lịch.

ⓓ Giới thiệu cho người nam một bạn Hàn Quốc.

Luyện viết | 쓰기 연습

01 예시를 참고하여 다음 상황에 맞게 질문을 작문하세요.

> **Mẫu**
> Hỏi – (Áo mới mua-đẹp) *Đây là áo tôi mới mua này, đẹp chứ?*
> Đáp – Ừ, đẹp lắm.

ⓐ Hỏi – (Người Hàn Quốc thích kimchi) _____

  Đáp – Ừ, đúng rồi. Mình ăn kim chi mỗi ngày, bữa ăn không thể thiếu kim chi.

ⓑ Hỏi – (Chủ nhật ở nhà) _____

  Đáp – Ừ, ngày mai anh chỉ ở nhà thôi.

ⓒ Hỏi – (Phim mới – đi xem) _____

  Đáp – Ừ, cuối tuần này chúng mình cùng đi xem nhé.

ⓓ Hỏi – (lĩnh lương –đi nhà hàng) _____

  Đáp – Ừ, có một nhà hàng Việt Nam mới mở rất ngon.

02 다음 상황을 읽고 예시처럼 써 보세요.

> **Mẫu**
> Thầy giỏi dạy cho các em học sinh, các em học sinh cũng giỏi.
> → Thầy nào trò ấy.

ⓐ Vào mùa xuân, có dâu tây ngon, mùa hè, có dưa hấu ngọt, mùa thu táo tươi, còn mùa đông thì có quýt giàu Vitamin.

  → _____

ⓑ Một bà mẹ nấu ăn rất ngon, chu đáo, dịu dàng. Con gái bà ấy cũng như vậy.

  → _____

ⓒ Mỗi mùa có một loại rau củ khác nhau, mùa xuân có cà chua, xà lách, mùa hè có rau muống, mùa thu có rất nhiều loại rau khác, còn mùa đông có bắp cải.

→ _____

03 다음 상황을 읽고 예시를 참고하여 문장을 만드세요.

> **Mẫu** Khi đi chợ, khách hàng muốn mua túi xách, người ta bán túi xách, còn muốn mua cà phê, người ta bán cà phê.
> → Khách hàng mua gì, người ta bán nấy.

ⓐ Buổi sáng vợ nấu cháo, chồng ăn cháo, buổi trưa vợ nấu phở, chồng ăn phở…

→ _____

ⓑ Mẹ bảo con ăn cơm, con ăn cơm, mẹ nói con đánh răng, con đánh răng…

→ _____

ⓒ Phụ nữ thích phấn, công ty hoá mỹ phẩm sản xuất phấn, phụ nữ thích nước hoa hồng, công ty sản xuất nước hoa hồng…

→ _____

ⓓ Khách hàng cần dịch vụ spa, khách sạn mở dịch vụ spa, khách hàng cần đi du lịch, khách sạn tổ chức chuyến du lịch…

→ _____

track 06-06

Trong xã hội nông nghiệp, người ta thường sống trong một gia đình truyền thống, gồm 3 thế hệ, ông bà, cha mẹ, con cái. Loại hình gia đình đó làm cho các thành viên trong gia đình có mối quan hệ gần gũi thân thiết với nhau hơn. Trong gia đình đó, cha mẹ có thể dạy cho con làm việc nên con cái gắn kết với cha mẹ, giá trị của gia đình rất rõ ràng, gia đình đóng một vai trò rất quan trọng trong cuộc sống của mọi người.

Trong xã hội hiện đại, tồn tại loại hình gia đình hạt nhân tức là gia đình 2 thế hệ.

Xã hội đang công nghiệp hoá nhanh thì mỗi thành viên trong gia đình thường làm một nghề. Vì con cái không làm nghề của cha mẹ thì các kinh nghiệm sống của các bậc cha mẹ không còn phù hợp với các con. Hơn nữa, các con đến thành phố để đi học, sau khi học xong, họ thường ở lại thành phố để tìm việc làm với mức thu nhập và khả năng thăng tiến cao hơn ở nông thôn. Họ sẽ sống xa gia đình trong một xã hội công nghiệp hoá, hiện đại hoá nên thói quen và cách suy nghĩ của họ dần dần thay đổi, họ không có thời gian để quan tâm nhiều đến người khác. Họ quan tâm nhiều hơn đến sở thích, thói quen của chính mình.

Vì thế trong xã hội hiện đại giá trị gia đình bắt đầu suy giảm. Ngoài ra, sự phát triển của các phương tiện truyền thông đại chúng và công nghệ cũng ảnh hưởng không nhỏ đến mối quan hệ giữa các thành viên trong gia đình, con cái thường dành thời gian để lướt web, tìm các thông tin trên mạng, chơi các trò chơi trên mạng mà không có thời gian để chia sẻ và tâm sự với cha mẹ. Nhiều người đang lo lắng vì giá trị gia đình truyền thống ngày càng mất đi.

 1 Trong xã hội nông nghiệp, người ta thường sống trong gia đình như thế nào?
농업 사회에서 사람들은 어떤 가족(형태)으로 사나요?

 2 Loại hình gia đình trong xã hội nông nghiệp có những ưu điểm gì?
농업 사회 속 가족의 형태는 어떤 장점들이 있나요?

Trong xã hội nông nghiệp, gia đình đóng vai trò gì?
농업 사회에서 가족은 어떤 역할을 담당하나요?

 Trong xã hội hiện đại, gia đình thường gồm mấy thế hệ?
현대사회에서 가족은 주로 몇 세대로 구성되나요?

 Vì sao trong xã hội hiện đại, các kinh nghiệm sống của cha mẹ lại không còn phù hợp với các con?
왜 현대사회에서 부모님의 삶의 경험들은 자녀들에게 더이상 부합하지 않나요?

 Hiện nay giá trị gia đình như thế nào?
오늘날 가족의 가치는 어떠한가요?

 Bạn nghĩ thế nào về gia đình? Bạn hãy nói về những ưu điểm của gia đình hạt nhân trong xã hội hiện đại.
당신은 가족에 대해 어떻게 생각하나요? 현대사회의 핵가족의 장점들에 대해 말해 보세요.

 농업 사회에서 사람들은 주로 할아버지, 할머니, 아버지, 어머니, 자녀, 3대로 구성된 전통적인 가족 형태로 살았다. 그 가족 형태는 각 가족 구성원들이 서로서로 더 가깝고 친밀한 관계를 가지게 했다. 그 가족에서 부모님은 자녀에게 일하는 것을 가르칠 수 있었기 때문에 자녀는 부모님과 결속되어 있었고 가족의 가치가 매우 명확했으며 가족은 모든 사람의 삶 속에서 매우 중요한 역할을 담당했다.

현대사회에는 핵가족 형태 즉, 2세대 가족이 존재한다. 빠르게 산업화되고 있는 사회에서는 각각의 가족 구성원들이 주로 각기 다른 직업으로 일한다. 자녀들이 부모님의 직업을 가지지 않기 때문에 부모님들의 삶의 경험은 더 이상 자녀들에게 부합하지 않다. 게다가 자녀들은 학교에 다니기 위해서 도시로 오는데 공부를 마친 후에 그들은 보통 농촌보다 소득 수준과 승진 가능성이 높은 일자리를 찾기 위해서 도시에 머무른다. 그들은 산업화되고 현대화된 사회에서 가족과 멀리 떨어져 살아서 습관과 사고방식이 점점 변하고 있고, 다른 사람에게 많은 관심을 가지기 위한 시간이 없다. 그들은 자기 자신의 취미와 습관에 더 많이 관심을 가진다.

그래서 현대사회에서 가족의 가치는 하락하기 시작했다. 그 밖에 매스미디어와 기술의 발달도 가족 구성원 간의 관계에 적지 않은 영향을 끼쳐 자녀들은 주로 웹 서핑을 하거나 인터넷 정보를 찾고 인터넷 게임을 하는 데 시간을 할애하고, 부모님과 공유하며 마음을 나누는 시간이 없다. 많은 사람들이 전통적인 가족의 가치가 날이 갈수록 사라져 가기 때문에 우려하고 있다.

Từ vựng mới | 새로운 어휘

xã hội (社會) 사회 | **nông nghiệp** (農業) 농업 | **truyền thống** (傳統) 전통 | **gồm** 구성하다, 포함하다 | **thế hệ** (世代) 세대, 대 | **loại hình** 유형, 형태 | **thành viên** 구성원 | **gần gũi** 가까운 | **thân thiết** 친밀한 | **gắn kết** 결속되다 | **giá trị** (價值) 가치 | **rõ ràng** 명확하다, 분명하다 | **đóng vai trò** 역할을 담당하다 | **tồn tại** (存在) 존재하다 | **gia đình hạt nhân** 핵가족 | **tức là** 즉 ~이다 | **công nghiệp hoá** (工業化) 산업화, 공업화 | **kinh nghiệm** (經驗) 경험 | **phù hợp với** ~와 부합하다 | **mức thu nhập** 소득 수준 | **thăng tiến** 승진 | **cách suy nghĩ** 사고방식 | **dần dần** 점점 | **suy giảm** 하락하다 | **phương tiện truyền thông đại chúng** 대중매체, 매스미디어 | **công nghệ** 기술 | **ảnh hưởng đến/tới** ~에 영향을 끼치다, 미치다 | **dành thời gian** 시간을 할애하다 | **lướt web** 웹 서핑 | **thông tin** 정보 | **mạng** 인터넷 | **trò chơi** 게임, 놀이 | **chia sẻ** 공유하다 | **tâm sự** 마음을 털어놓고 이야기하다 | **lo lắng** 걱정하다, 우려하다 | **mất** 잃다, 사라지다

Bài 07

Thuê nhà

집 빌리기

track 07-01

Hiện nay, có rất nhiều người nước ngoài có nhu cầu tạm trú hoặc lưu trú dài hạn ở Việt Nam. Nếu họ ở lại Việt Nam trong một thời gian dài, họ sẽ tìm thuê một phòng, một căn hộ hoặc một ngôi nhà. Ở Hà Nội, người Hàn Quốc thường sống ở khu Mỹ Đình Sông Đà, đường Trung Hoà, quận Từ Liêm. Còn ở TP.HCM hiện nay người Hàn Quốc thích ở Phú Mỹ Hưng quận 7 và khu quận 2.

Để thuê được một chỗ ở vừa rẻ vừa tốt, người ta thường tự đi tìm phòng hoặc tìm đến các sàn giao dịch bất động sản.

Từ tháng 7 năm 2015, trong hiến pháp Việt Nam Luật nhà ở sửa đổi đã có hiệu lực. Theo đó, người nước ngoài có thể sở hữu nhà đất, thậm chí có thể cho người khác thuê lại. Vì thế nhiều người Hàn Quốc bắt đầu quan tâm đến việc đầu tư vào bất động sản ở Việt Nam.

1 Khi bạn sống ở Việt Nam lâu dài, bạn thường thuê phòng trong khách sạn hay thuê nhà?

당신이 베트남에서 장기간 살 때 당신은 호텔의 방을 빌리나요? 아니면 집을 빌리나요?

2 Khi bạn thuê nhà thì bạn thường có được thông tin từ đâu?

당신이 집을 빌릴 때 주로 어디서 정보를 얻나요?

3 Bạn có biết người Hàn Quốc ở Việt Nam thường thuê nhà ở nơi nào không?

당신은 한국인들이 베트남에서 어느 곳에 주로 집을 빌리는지 알고 있나요?

4 Bạn thích sống ở nhà riêng hay căn hộ chung cư? Vì sao?

당신은 단독주택에서 사는 것을 좋아하나요? 아니면 아파트에서 사는 것을 좋아하나요? 왜 그런가요?

5 Bạn thích sống ở một ngôi nhà như thế nào?

당신은 어떤 집에서 사는 것을 좋아하나요?

오늘날 매우 많은 외국인들이 베트남에 잠시 혹은 장기 거주할 필요가 있다. 만약 그들이 장기간 베트남에 머무른다면 그들은 방, 아파트 혹은 집 한 채를 찾아 임대할 것이다. 하노이에서 한국인들은 주로 미딩 송다 지역, 쭝화 거리, 뜨리엠 군에서 살고 호치민 시에서는 요즘 한국인들은 7군의 푸미흥 혹은 2군 지역에 사는 것을 좋아한다.

싸고 좋은 머물 곳을 빌리기 위해서 사람들은 주로 스스로 방을 찾으러 다니거나 부동산에 찾아온다. 2015년 7월부터 베트남 헌법 중 개정된 주택법의 효력이 발생하였다. 그에 따라 외국인들은 부동산을 소유할 수 있고 심지어 다른 사람들에게 다시 렌트해 줄 수 있다. 그래서 많은 한국인들이 베트남의 부동산 투자에 관심을 가지기 시작했다.

track 07-02

Su-a	A lô, chị Hằng phải không? Em là Su-a đây ạ.
Hằng	À, chào em, em gọi có chuyện gì không?
Su-a	Hôm nay em định đi xem nhà để thuê, nhưng tiếng Việt của em không giỏi, nên em muốn nhờ chị cùng đi xem nhà giúp, được không ạ?
Hằng	Ừ, tất nhiên là cùng đi được, thế em đã tìm được ngôi nhà nào vừa ý chưa?
Su-a	Dạ, em tìm được một chỗ trên trang web "mua bán", chỗ đó ở quận Từ Liêm ạ.
Hằng	À, chỗ ở quận Từ Liêm thì chắc ở khu Mỹ Đình, phải không? Thế, gặp em ở đó nhé.
Su-a	Dạ, vâng. Em sẽ nhắn địa chỉ chỗ đó cho chị.

(Ở một căn hộ trong chung cư Vinhome khu Mỹ Đình)

Hằng	Cháu chào chú ạ, chú là chú Hà chủ nhà này, phải không ạ?
Chủ nhà	Ừ, các cháu đến để xem nhà, phải không? Mời các cháu vào nhà.
Hằng	Dạ cám ơn chú ạ, đây là Su-a người Hàn Quốc, bạn cháu. Em ấy đang tìm nhà để thuê khoảng 1 năm ạ.
Chủ nhà	Ừ, ở khu chung cư này có rất nhiều người Hàn Quốc đang sống, ở tầng một toà này cũng có K-mart nữa đấy. Hơn nữa, ở đây cũng khá gần trường đại học quốc gia Hà Nội, đi xe thì chỉ mất khoảng 15 phút. Mỗi toà đều có nhân viên quản lý bảo vệ, không có thẻ thì không vào, không lên thang máy được.
Su-a	Dạ, tốt quá nhỉ. Thế căn hộ này có mấy phòng, chú ạ?
Chủ nhà	Căn hộ này có 2 phòng ngủ, 2 phòng vệ sinh, phòng khách, bếp. Diện tích nhà này đến 80m². Còn có một ban công và khu phụ để đặt máy giặt nữa. Mặc dù căn hộ này ở tầng 36, cao quá nhưng toà này vẫn có đủ 4 thang máy nên không bất tiện gì.
Hằng	Dạ, các phòng có đủ tiện nghi không ạ?
Chủ nhà	Đủ chứ, mời các cháu xem. Ở phòng khách và bếp có tivi, ghế sa-lông, bàn ăn, tủ lạnh... Mỗi phòng ngủ đều có điều hoà nhiệt độ, giường, tủ áo, bàn ghế. Phòng lớn cũng có bàn trang điểm, giá sách nữa.

Su-a	Thế, giá thuê bao nhiêu một tháng ạ?
Chủ nhà	15 triệu, không bao gồm tiền điện, nước và cước phí điện thoại, internet và phí quản lý. Như thường lệ, đặt cọc trước 2 tháng tiền thuê.
Su-a	Đắt quá nhỉ.. Tuy đắt nhưng nhà này đã gần trường, an ninh tốt lại đầy đủ tiện nghi.
Hằng	Su-a à, chị thấy nhà này tốt đấy, nhưng mình đi xem tiếp nhà khác đã. (Nói với chủ nhà), Chú ơi, khi nào cháu có thể dọn đến ở được ạ?
Chủ nhà	Nếu làm hợp đồng thì ngày nào cũng được. Thế, các cháu đi xem tiếp đi nhé. Chắc không có nhà nào đã tốt lại rẻ bằng nhà chú đâu!

 1 Hôm nay, Su-a định làm gì?
오늘 수아는 무엇을 할 예정인가요?

 2 Vì sao Su-a nhờ Hằng đi xem nhà cùng?
왜 수아는 Hằng에게 같이 집을 보러 가자고 부탁하나요?

 3 Nhà mà Su-a muốn đi xem ở đâu?
수아가 보러 가고 싶어하는 집은 어디에 있나요?

 4 Su-a sẽ thuê nhà khoảng bao lâu?
수아는 약 얼마나 오랫동안 집을 빌릴 건가요?

 5 Nhà chú Hà có những ưu điểm gì?
Hà 아저씨의 집은 어떤 장점들이 있나요?

 6 Nhà chú Hà có mấy phòng?
Hà 아저씨의 집은 몇 개의 방이 있나요?

 7 Trong phòng khách có những gì? còn phòng ngủ?
거실에는 무엇들이 있나요? 침실은요?

 8 Giá thuê nhà 15 triệu có bao gồm tiền điện, nước không?
집 빌리는 가격 1,500만 동은 전기세와 수도세를 포함하나요?

Từ vựng mới | 새로운 어휘

chuyện 일, 사정 ㅣ nhờ 부탁하다 ㅣ vừa ý 맘에 드는 ㅣ trang web 웹사이트 ㅣ quận Từ Liêm 뜨 리엠 군 (하노이) ㅣ khu Mỹ Đình 미 딩 (하노이) ㅣ nhắn 메시지를 보내다 ㅣ địa chỉ 주소 ㅣ toà 건물, (아파트, 빌딩 등의) 동 ㅣ đại học quốc gia Hà Nội 하노이 국립대학교 ㅣ bảo vệ 경비원 ㅣ thẻ 카드 ㅣ căn hộ 아파트(의 집), 작은 규모의 집 ㅣ diện tích (面積) 면적 ㅣ ban công 베란다, 발코니 ㅣ khu phụ 부속 공간, 다용도실 ㅣ đủ 충분한 ㅣ tiện nghi 옵션이 갖춰진 ㅣ ghế sa-lông 소파 ㅣ bàn ăn 식탁 ㅣ điều hoà nhiệt độ 에어컨 ㅣ bàn trang điểm 화장대 ㅣ giá sách 책꽂이 ㅣ cước phí 요금 ㅣ thường lệ (常例) 상례 ㅣ đặt cọc 보증금을 걸다 ㅣ an ninh 치안, 보안 ㅣ đầy đủ 충분한 ㅣ dọn đến 이사 오다 ㅣ hợp đồng 계약

1 **Mỗi** toà **đều** có nhân viên quản lý, bảo vệ.
각 동마다 관리인과 경비원들이 다 있어.

> **Cấu trúc**
>
> **Mỗi A đều B**
> **Mỗi** + 주어 + **đều** + 동사 + 목적어
> **Mỗi** + 시간명사 (**ngày, tuần, tháng, năm**…) + 주어 + **đều** + 동사 + 목적어

— '각각의 A는 다 B하다'라는 뜻으로 각 요소가 다 각각의 개별성을 가질 때 사용합니다. 시간 명사와 함께 쓰일 때는 앞서 학습한 'nào… cũng'과 비슷합니다. 이때는 '매 시간마다 다 ~한다'로 해석합니다.

> **Ví dụ** Mỗi người đều muốn thuê được một căn nhà hợp với ý thích của mình.
> 각 사람들이 다 자신의 기호에 맞는 집을 임대하고 싶어한다.
>
> Mỗi ngày tôi đều đi xem phòng để thuê.
> 매일 나는 렌트하기 위해 방을 보러 다닌다.

2 Diện tích nhà này **đến** 80m². 이 집 면적은 80m²이나 되지.

> **Cấu trúc**
>
> **đến/tới** + 숫자

— **đến**은 숫자 앞에 위치하여 그 수량이 크고, 많은 것을 강조할 때 사용됩니다. 앞서 배운 'có + 숫자'의 반대 표현입니다. '~(이)나', '~까지나'라고 해석하면 됩니다.

> **Ví dụ** Anh An cao đến 1m 90.
> An 오빠는 키가 190cm 나 됩니다.
>
> Phòng này rộng đến 40m².
> 이 방은 넓이가 40 제곱미터까지나 됩니다.
>
> Theo dự báo thời tiết, ngày mai nhiệt độ lên đến 39 độ C.
> 일기예보에 따르면 내일은 기온이 39도까지나 오른답니다.

3 **Mặc dù** căn hộ này ở tầng 36, cao quá **nhưng** toà này **vẫn** có đủ 4 thang máy...

이 집이 36층이라 너무 높긴 하지만 이 건물에는 엘리베이터가 4개나 있어...

Cấu trúc

mặc dù / tuy A nhưng B
Mặc dù + 주어1 + 동사1 + 목적어1 + **nhưng** + 주어2 + (**vẫn**) + 동사2 + 목적어2
Tuy 　　　　　　　　 형용사1　　　　　　　　　　　　　　　　　　　　 형용사2

— 이 구문은 A절의 내용과 B절의 내용이 반대, 대립될 때 사용합니다. 해석은 '비록 A하지만 B하다'라고 합니다. 이 구문을 사용할 때 몇 가지 주의사항이 있습니다.

1) A절과 B절의 주어가 같을 때 둘 중 하나를 생략할 수 있는데 글을 쓸 때는 A절에서 주어를 생략하는 게 좋습니다.
2) mặc dù와 tuy는 주어가 같을 때 주어 앞과 뒤에 모두 위치할 수 있습니다. 단, 주어가 다를 때는 주어 앞에 위치합니다.
3) mặc dù는 문어체에 주로 사용되며 tuy는 구어체에서 많이 쓰입니다.

Ví dụ Phòng này tuy nhỏ nhưng phòng này thoáng mát và ngập tràn ánh sáng.
비록 작지만 이 방은 환기가 잘 되고 채광이 좋아요.

Tuy đã ăn kiêng nhưng tôi vẫn béo.
비록 다이어트를 했지만 나는 여전히 뚱뚱하다.

Mặc dù Anh Quang đẹp trai nhưng chị Linh vẫn thờ ơ với anh ấy.
Quang 오빠는 잘생겼지만 Linh 언니는 그에게 관심이 없다.

Mặc dù rau mùi thơm nhưng em không ăn được đâu.
향채가 비록 향긋하지만 저는 먹을 수가 없어요.

— 이 구문은 도치된 형태로 다음과 같이 쓰일 수 있습니다. 단, nhưng 은 생략됩니다.

Cấu trúc

B mặc dù/tuy A
주어2 + 동사2 + 목적어2 + **mặc dù/tuy** + 주어1 + 동사1 + 목적어1

Ví dụ Phòng này thoáng mát và ngập tràn ánh sáng tuy nhỏ.
비록 작지만 이 방은 환기가 잘되고 채광이 좋아요.

Tôi vẫn béo tuy đã ăn kiêng.
비록 다이어트를 했지만 나는 여전히 뚱뚱하다.

Chị Linh thờ ơ với anh Quang mặc dù anh ấy đẹp trai.
Quang 오빠는 잘생겼지만 Linh 언니는 그에게 관심이 없다.

Em không ăn được tuy rau mùi thơm.
향채가 비록 향긋하지만 저는 먹을 수가 없어요.

4 Nhà này **đã** gần trường, an ninh tốt **lại** đầy đủ tiện nghi.
이 집은 학교에서 가깝고, 보안도 좋고 또 풀옵션이네요.

> ### Cấu trúc
>
> **đã A lại B**
> 주어 + **đã** + 동사1 + 목적어1 + **lại** + 동사2 + 목적어2
> 　　　　　 형용사1 　　　　　　　 형용사2

— 이 구문은 **không những A mà còn B**와 비슷합니다. 구어체에서 화자의 생각에 특별한 두 가지 특징이 있다는 것을 강조하기 위해 주로 사용되며 'A하고 또 B하다, A할 뿐만 아니라 B하기도 하다'로 해석합니다.

> **Ví dụ**　Nhà mới của chị Hồng đã gần trung tâm lại yên tĩnh.
> Hồng 언니의 새 집은 시내에서 가깝고 조용하기도 합니다.
>
> Khu này đã có chung cư hiện đại lại có biệt thự cao cấp.
> 이 지역에는 현대적인 아파트도 있고 고급 빌라도 있습니다.

5 Mình đi xem tiếp nhà khác **đã**. 일단 우리 다른 집도 계속 보고 나서.

> ### Cấu trúc
>
> 문장 + **đã/cái đã**
> 주어 + 동사 + 목적어 + **đã/cái đã**

— 'đã'는 문장 끝이나 동사 뒤에 위치하면 과거 시제를 나타내는 것이 아니라 '일단, 먼저 ~하고 나서'라는 뜻에 부사가 됩니다. 어떤 제안이 있을 때 '그것을 수락하지만 일단 먼저 어떤 일을 해결한다'라는 뜻을 가지고 있습니다. 구어체에서 주로 쓰이며 đã 대신 cái đã를 사용해도 됩니다.

> **Ví dụ**　A : Chúng mình đi đá bóng nhé! 우리 축구하러 가자
> 　　　　　B : Mình làm bài tập cái đã. 나 일단 숙제하고 나서.
> 　　　　　A : Thế, chúng ta làm hợp đồng đi nhé. 그러면 우리 계약하지.
> 　　　　　B : Để em nghĩ một chút đã. 제가 일단 생각 좀 해 보고요.

A Mỗi <u>toà</u> <u>đều</u> <u>có nhân viên quản lý và bảo vệ</u>. ⒞track 07-03 💿

ⓐ bài   có hội thoại, bài nghe, bài đọc

ⓑ người   có thời thanh xuân

ⓒ người   có nguy cơ mắc bệnh trầm cảm

B Diện tích nhà này <u>đến</u> <u>80m²</u>.

ⓐ Hồ này sâu   20m

ⓑ Toà Bitexco ở thành phố Hồ Chí Minh cao   267m

ⓒ Chồng tôi nặng   90kg

C **Mặc dù** <u>căn hộ này ở tầng 36 cao quá</u> **nhưng** <u>toà này</u> **vẫn** <u>có đủ 4 thang máy</u>.

ⓐ sáng nay trời mưa to   ⓑ anh đã cố gắng giữ em ở lại

     tình hình giao thông ở trung tâm   em không chịu

     ổn định   bỏ anh mà đi

ⓒ bị thiệt thòi

     cậu bé ấy

     cố gắng để thực hiện ước mơ của mình

D Tôi vẫn béo **tuy** <u>đã ăn kiêng</u>.

ⓐ Em vẫn thích nhận tiền lì xì   đã lớn

ⓑ Anh ấy vẫn đi làm từ thiện ở châu Phi   bố mẹ anh ấy phản đối quyết liệt

ⓒ Kinh tế Việt Nam vẫn còn nhiều thách thức   đã phát triển khá nhanh

E Nhà này <u>đã</u> gần trường, an ninh tốt <u>lại</u> đầy đủ tiện nghi.

ⓐ Ông Liêm   nghiện thuốc lá   nghiện rượu nên vợ ông ấy khó chịu

ⓑ Cái Mai   kiêu căng   gian dối nên ai cũng ghét nó

ⓒ Các thầy cô ở trường này   kiên nhẫn   tâm huyết

F Chúng mình đi chơi bóng đá nhé. – Mình làm bài tập <u>đã</u>.

ⓐ Mình đi thôi   Tớ đi vệ sinh

ⓑ Em làm bài tập đi   Em ăn cơm

ⓒ Con học tiếng Anh đi   Con xem phim

A 다음의 대화를 듣고 질문에 맞는 답을 고르세요. track 07-04

1 Người nữ biết thông tin về nhà cho thuê này bằng cách nào?

ⓐ Đọc quảng cáo trên báo. ⓑ Đọc quảng cáo trên đường.

ⓒ Bạn cô ấy cho biết. ⓓ Cô ấy tự tìm nhà cho thuê.

2 Ban công ở tầng mấy?

ⓐ Tầng 1 ⓑ Tầng 2

ⓒ Tầng 3 ⓓ Tầng 4

3 Trong câu dưới đây, cái gì không có ở trong phòng?

ⓐ Bộ bàn ghế ⓑ Tủ lạnh

ⓒ Tủ áo ⓓ Giường

B 다음을 듣고 질문에 답하세요. track 07-05

1 Gia đình có 7 người muốn thuê nhà thì nên gọi điện cho ai?

_____

2 Chủ nhà giữ lại 1 phòng để làm gì?

_____

3 Diện tích cửa hàng cho thuê là bao nhiêu?

_____

4 Cửa hàng cho thuê ở đường mặt tiền hay trong ngõ hẻm?

_____

01 다음 예시를 참고하며 문장을 바꿔 쓰세요.

> **Mẫu**　Ngày nào anh ấy cũng đi làm ở cơ quan.
> → Mỗi ngày anh ấy đều đi làm ở cơ quan.

ⓐ Tối nào anh Minh cũng đi nhậu, nên vợ anh giận anh ấy.

→ _____

ⓑ Tuần nào chị Linh cũng báo cáo trước ông giám đốc.

→ _____

ⓒ Trưa nào ông Tư cũng ăn cơm ở quán bún bò Huế.

→ _____

ⓓ Năm nào gia đình Xuân cũng đi du lịch ở châu Âu.

→ _____

02 예시를 참고하여 다음 상황을 읽고 문장을 만드세요.

> **Mẫu**　Nhà này rất xa trung tâm. Nhà này giá thuê thấp và yên tĩnh.
> → Mặc dù rất xa trung tâm nhưng nhà này giá thuê thấp và yên tĩnh.

ⓐ Tiếng Việt rất khó học. Anh Jun luôn cố gắng học.

→ _____

ⓑ Phòng này rộng. Tôi không thích phòng này vì có mùi hôi và không có cửa sổ.

→ _____

ⓒ Tôi không có thời gian. Tôi cố gắng dành thời gian cho gia đình.

→ _____

ⓓ Biệt thự này rất cao cấp. Không ai mua vì khu vực này không đảm bảo an ninh.

→ _____

03 예시를 참고하여 다음 상황을 읽고 문장을 만드세요.

> **Mẫu**
> Cậu bé Hà bị đau chân. Cậu bé Hà vẫn cố gắng đi bộ.
> → Cậu bé Hà vẫn cố gắng đi bộ mặc dù bị đau chân.

ⓐ Trời mưa rất to. Em vẫn đến trường kịp giờ học.

→ _____

ⓑ Nó rất lười học. Nó được điểm cao nhất trong lớp.

→ _____

ⓒ Bài tập rất khó và dài. Dũng làm hết bài tập.

→ _____

ⓓ Cô Châu vẫn đi làm muộn. Cô Châu phóng xe rất nhanh.

→ _____

04 다음 문장을 베트남어로 작문하세요.

ⓐ 그는 아내를 매우 사랑한다. 왜냐하면 그녀는 예쁘고 또 사랑스럽기 때문이다.

→ _____

ⓑ 날마다 운동을 해서 그는 건강하고 또 매우 젊어 보인다.

→ _____

ⓒ 맥주도 마시고 또 소주도 마셔서 Duy는 만취했다.

→ _____

ⓓ 밥도 먹고 또 쌀국수도 먹어서 나는 배가 너무 부르다.

→ _____

track 07-06

Người ta nói thế kỷ 21 là thế kỷ bùng nổ của loại hình kinh tế chia sẻ. Những mô hình như Uber hay Airbnb chính là những đại diện nổi bật của loại hình kinh tế này. Airbnb là từ viết tắt của cụm từ "AirBed and Breakfast", là một dịch vụ đặt phòng, đặt căn hộ…Airbnb được thành lập vào tháng 8 năm 2008 tại San Francisco, California. Mô hình này bắt nguồn từ việc hai sinh viên Mỹ Brian Chesky và Joe Gebbia đã chia căn hộ của mình ra làm hai phần, một phần cho khách du lịch thuê.

Sau khi thu được những khoản tiền đầu tiên từ các khách du lịch, họ đã nhận thấy tiềm năng to lớn của mô hình kinh doanh mới này. Họ tìm thêm một người bạn nữa, chuyên phụ trách mảng kỹ thuật và thành lập một website để hiện thực hóa ý tưởng kinh doanh của mình. Đến nay, Airbnb đã phát triển rất mạnh và trở thành địa chỉ đặt phòng căn hộ được yêu thích ở hơn 190 quốc gia.

Airbnb đứng ra làm trung gian và thu các khoản phí kết nối giữa những người cho thuê và khách du lịch. Nếu bạn có một phòng trống, một căn hộ, một villas hay một toà lâu đài…thì bạn có thể trở thành một Host (Chủ nhà) bằng việc đăng ký tài khoản với Airbnb, đăng thông tin lên website và cho khách thuê. Khách du lịch sẽ tìm kiếm những địa điểm mà họ cho là phù hợp để đăng ký thuê. Tất cả việc thanh toán sẽ được thực hiện thông qua Airbnb và bạn sẽ có thể kiếm tiền được từ những phòng trống, căn hộ không sử dụng của mình.

Ở Airbnb bạn sẽ có thể tìm được những địa chỉ thuê phù hợp với bất kỳ nhu cầu nào. Từ những căn phòng "Shared room" như khi hai nhà sáng lập Airbnb bắt đầu Airbnb đến hơn 1.400 lâu đài cổ kính.

Nếu bạn có nhiều tiền, bạn có thể thuê được những căn biệt thự, Villas ven biển nằm ngay trong các khu resort 5 sao với giá tốt hơn đặt qua Agoda hay trên Mytour rất nhiều.

Nếu là dân du lịch bụi và muốn tiết kiệm chi phí thì Shared room tại Airbnb là những địa chỉ giúp bạn có một giấc ngủ an toàn với chi phí ở mức thấp nhất có thể. Những người bạn của mình gần đây đi du lịch Hàn Quốc cũng đã book những phòng kiểu Shared room như thế này để tiết kiệm chi phí. Và thực tế thì mỗi người chỉ mất khoảng 200.000đ/đêm. Đó là một mức giá quá rẻ ở một trong những nước đắt đỏ nhất ở Châu Á. Dĩ nhiên là, với cái giá của một phòng Shared room thì bạn sẽ phải đánh đổi nhiều thứ khác, bao gồm cả sự riêng tư của bạn.

＊Nguồn gốc : Offers.vn- mua sắm thông tin

Người ta gọi thế kỷ 21 là gì?
사람들은 21세기를 무엇이라고 부르나요?

 Những đại diện nổi vật của nền kinh tế chia sẻ là gì?
공유경제의 눈에 띄는 대표들은 무엇인가요?

 Airbnb là gì?
에어비앤비는 무엇인가요?

 Airbnb được thành lập khi nào?
에어비앤비는 언제 설립되었나요?

 Ai là người thành lập Airbnb?
누가 에어비앤비의 창립자인가요?

 Nếu điều kiện tài chính cho phép thì bạn muốn thuê phòng như thế nào?
만약 재정적인 여건이 허락한다면 당신은 어떤 방을 빌리고 싶나요?

 Nếu muốn tiết kiệm chi phí thì bạn nên thuê gì?
만약 비용을 절약하고 싶으면 당신을 무엇을 빌리는 것이 좋은가요?

 Ở nước bạn, có nhiều người cho thuê nhà hoặc phòng trống của mình qua Airbnb không?
당신의 나라에서 에어비앤비를 통해서 자신의 빈 집이나 빈 방을 빌려 주는 사람이 많이 있나요?

사람들이 말하길 21세기는 공유경제가 폭발적으로 발전한 세기라고 한다. 우버와 에어비앤비와 같은 사업 모델이 바로 이 경제의 눈에 띄는 대표이다. 에어비앤비는 'AirBed and Breakfast'의 줄임말로 방과 집을 예약하는 서비스이다. 에어비앤비는 2008년 8월 캘리포니아 샌프란시스코에서 설립되었다. 이 사업은 두 명의 미국 대학생 Brian Chesky와 Joe Gebbia가 자신의 아파트를 두 부분으로 나눠 한 부분을 여행객에게 렌트해 주면서 시작되었다. 여행객들로부터 최초의 금액을 받고 나서 그들은 이 새로운 사업의 커다란 잠재력을 인식하였다. 그들은 그들의 사업 아이디어를 현실화하기 위해 전문적으로 기술적인 부분을 담당하고 웹사이트를 만들 한 친구를 더 구했다. 지금까지 에어비앤비는 매우 강하게 발전하였고 190개 이상의 국가에서 사랑 받는 숙박(방과 집) 예약의 주소가 되었다.

에어비앤비는 호스트와 여행객 간의 연결을 나서서 중개하여 요금을 받는다. 만약 당신이 빈 방, 집, 빌라 혹은 성(캐슬)을 한 채 가지고 있다면 당신은 에어비앤비에 계정을 등록하고 정보를 업로드 함으로써 호스트가 되어 게스트에게 렌트해 줄 수 있다. 여행객은 그들이 생각하기에 렌트하기 위해서 적합한 장소를 찾을 것이다. 모든 정산은 에어비앤비를 통해 이루어지고 당신은 빈 방들과 자신이 사용하지 않는 빈 집으로부터 돈을 벌 수 있을 것이다.

에어비앤비에서 당신은 에어비앤비의 두 창립자가 에어비앤비를 시작했을 때와 같은 '쉐어 룸'에서부터 고풍스러운 1,400개 이상의 성채까지 어떤 요구에도 부합하는 렌트 장소들을 찾을 수 있을 것이다.

만약에 당신이 돈이 많다면 당신은 아고다나 마이투어에서 예약하는 것보다 훨씬 좋은 가격으로 5성급 리조트들이 있는 지역에 바로 위치한 별장, 해안가의 고급빌라를 렌트할 수 있다.

만약 배낭여행족이고 경비를 절약하기 원한다면 에어비앤비의 쉐어 룸이 가능한 한 가장 낮은 수준의 비용으로 안전한 하룻밤을 보내도록 여러분을 도와주는 곳이다. 최근에 한국 여행을 간 나의 친구들 몇 명도 경비를 절약하기 위해 이런 쉐어 룸 타입의 방을 예약했다. 그리고 실제로 각자 단지 하룻밤에 20만 동밖에 쓰지 않았는데 그것은 아시아에서 가장 비싼 나라들 중의 한 곳에서 매우 싼 가격이었다.

당연히 당신은 쉐어 룸 하나의 가격과 당신의 사생활까지 포함하여 다른 많은 것들을 교환해야 한다.

*출처 : Offers.vn - 쇼핑 정보

Từ vựng mới | 새로운 어휘

thế kỷ (世紀) 세기 | bùng nổ 폭발적으로 발전한 | kinh tế chia sẻ 공유경제 | mô hình 사업, 모형, 모델 | đại diện 대표 | nổi bật 눈에 띄는, 두드러지는 | viết tắt 줄여 쓰다 | cụm từ 여러 단어 모음, 구 | thành lập 설립하다 | chia 나누다 | thu 얻다, 거두어들이다 | khoản tiền 금액 | tiềm năng 잠재력 | mô hình kinh doanh 사업 모델 | chuyên 전문적으로 | phụ trách 담당하다 | mảng kỹ thuật 기술적인 부분, 기술부 (회사의 부서) | hiện thực hoá 현실화 | ý tưởng 아이디어, 생각 | trung gian 중개 | khoản phí 비용 | kết nối 연결하다 | phòng trống 빈 방 | đăng ký 등록하다 | tài khoản 계정 (웹사이트) | đăng 업로드 하다 | cho là/nghĩ là 생각하다 | thanh toán 계산하다. 정산하다 | nhu cầu 요구 사항 | biệt thự 별장 | du lịch bụi 배낭여행 | chi phí 비용 | đắt đỏ 비싸다 | đánh đổi 교환하다, 바꾸다, 물물교환하다 | thứ 것 (대명사) | riêng tư 사생활, 개인 생활

Bài 08

Khách sạn

호텔

track 08-01

Việt Nam là nước đang phát triển, thu hút nhiều khách du lịch và các nhà đầu tư nước ngoài vì thế không có gì đáng ngạc nhiên khi hệ thống khách sạn ở Việt Nam càng ngày càng phát triển. Ở cả các thành phố lớn như Hà Nội, TP.HCM, Đà Nẵng lẫn các thành phố nhỏ như Vũng Tàu, Nha Trang, Huế v.v... đều có các loại khách sạn từ sang trọng 4,5 sao đến các khách sạn mini, nhà nghỉ luôn sẵn sàng phục vụ bạn. Các khách sạn này hiện đại và đầy đủ tiện nghi, có nhiều loại dịch vụ như ăn uống, spa, tổ chức tour du lịch, đưa đón ra sân bay với đội ngũ nhân viên chuyên nghiệp.

1 Bạn đã từng ở khách sạn Việt Nam lần nào chưa?
당신은 베트남 호텔에 묵어 본 적이 있나요?

2 Bạn thường đặt khách sạn qua điện thoại hay qua internet?
당신은 주로 호텔은 전화로 예약하나요? 아니면 인터넷으로 예약하나요?

3 Bạn thường thuê loại phòng đơn hay phòng đôi?
당신은 주로 1인실을 빌리나요? 아니면 2인실을 빌리나요?

4 Khi ở khách sạn, bạn thường sử dụng những dịch vụ nào?
호텔에 있을 때 당신은 주로 어떤 서비스들을 이용하나요?

베트남은 현재 발전하고 있는 나라이며 많은 외국 여행객들과 투자자들을 매료시키기 때문에 베트남의 호텔 시스템이 나날이 발전할 때 놀랄 만한 것이 없다.
하노이, 호치민, 다낭과 같은 대도시와 붕따우, 나짱, 훼 등과 같은 소도시에 모두 4-5성급 호텔부터 미니 호텔, 게스트하우스까지 각 종류의 호텔이 있고 항상 당신을 모실 준비가 되어 있다. 이 호텔들은 현대적이고 옵션이 충분히 갖추어져 있으며 전문적인 직원들과 식음료, 스파, 투어, 픽업 서비스와 같은 많은 서비스를 가지고 있다.

Ở tiếp tân khách sạn

NVTT   Xin chào anh, anh cần gì ạ?

Enwoo   Tôi muốn thuê phòng.

NVTT   Dạ, anh đã đặt phòng trước chưa?

Enwoo   Rồi, tôi đã đặt trước qua trang web Agoda rồi.

NVTT   Dạ, anh có voucher xác nhận đặt phòng không ạ?

Enwoo   Có, đây ạ.

NVTT   Dạ, cám ơn anh. Anh đã đặt một phòng đôi từ ngày mồng 3 đến ngày mồng 6 tháng 4, 3 đêm 4 ngày có đúng không ạ?

Enwoo   Đúng, cô cho tôi phòng ở tầng cao cao được không? Tôi muốn ngắm cảnh về đêm.

NVTT   Dạ, để em xem. Em sẽ cố gắng ạ. Tầng 17 được không anh?

Enwoo   OK, tốt quá.

NVTT   Dạ, vâng. Phí đặt phòng của anh đã bao gồm bữa sáng rồi ạ. Sáng mai anh vui lòng xuống nhà hàng ở tầng 3 ạ. Chúng tôi phục vụ bữa sáng từ 6 giờ đến 10 giờ ạ.

Enwoo   Nhà hàng ở đằng kia phải không, cô?

NVTT   Dạ, ở đằng kia là quầy bar chứ không phải là nhà hàng đâu ạ. Nhà hàng ở trên tầng 3, lên 1 tầng nữa ạ. Cho em xin hộ chiếu của anh ạ. Em sẽ giữ và trả lại cho anh khi anh trả phòng ạ.

Enwoo   Hộ chiếu của tôi đây. À, nhờ cô gọi điện giúp tôi cho khách sạn Mía ở Nha Trang nhé. Hôm qua tôi có gọi cho họ, nhưng họ nói nhanh quá tôi chưa hiểu hết. Tôi muốn hỏi là họ đã sắp xếp xe để đón tôi ở sân bay vào ngày mồng 6 chưa.

NVTT   Dạ, vâng. Anh đợi một chút nhé. Để em gọi điện cho ạ.

*NVTT : Nhân viên tiếp tân

1 Enwoo đã đặt phòng ở khách sạn chưa?

은우는 호텔방을 예약했나요?

 2 Nếu đã đặt rồi thì đặt bằng cách nào?

만약 이미 예약했다면 어떤 방법으로 예약했나요?

 3 Khi nhận phòng cần những giấy tờ gì?

체크인 할 때 어떤 서류들이 필요한가요?

 4 Enwoo sẽ ở khách sạn từ ngày nào đến ngày nào?

은우는 며칠부터 며칠까지 호텔에 머물 것인가요?

 5 Enwoo yêu cầu nhân viên tiếp tân xếp cho mình phòng thế nào?

은우는 자신에게 어떤 방을 배정해 달라고 리셉션 직원에게 요청했나요?

 6 Giá thuê phòng có bao gồm bữa sáng không?

방 빌리는 가격에는 조식이 포함되나요?

 7 Nhà hàng phục vụ ăn sáng ở tầng mấy?

레스토랑은 몇 층에서 아침을 서비스하나요?

 8 Enwoo nhờ nhân viên tiếp tân làm gì?

은우는 리셉션 직원에게 무엇을 해달라고 부탁하나요?

Từ vựng mới | 새로운 어휘

đặt trước 예약하다 | **trang web** 웹사이트 | **xác nhận** 확인 | **loại** 종류 | **phòng đôi** 더블 룸, 2인실 | **mồng/mùng** 1일~10일 날짜 앞에 붙이는 단어 (뜻이 없음) | **tầng** 층 | **cao cao** 약간 높은 | **ngắm** 감상하다 | **cảnh về đêm** 야경 | **cố gắng** 노력하다 | **bao gồm** 포함하다 | **bữa sáng** 아침 식사, 조식 | **xuống** 내려가다 | **phục vụ** 서비스하다 | **đằng kia** 저쪽 | **quầy bar** 바 (호텔 등의) | **lên** 올라가다 | **hộ chiếu** 여권 | **giữ** 맡아 보관하다 | **trả lại** 되돌려주다 | **trả phòng** 체크아웃 하다 | **nhanh** 빠르다 | **hết** 전부 다 | **sắp xếp** 배치하다 | **đón** 맞이하다, 마중 나오다, 마중 나가다 | **sân bay** 공항 | **đợi** 기다리다

1 Anh **vui lòng** xuống nhà hàng tầng 3 ạ.

3층 레스토랑으로 내려오시기 바랍니다.

> **Cấu trúc**
>
> 주어 + **vui lòng** + 동사

— 이 구문은 상대방에게 정중하게 요청, 부탁을 할 때 사용되며 사적인 관계보다는 공적인 관계에서 주로 쓰입니다. 판매원, 직원 등이 고객을 대할 때 쓰는 말투입니다. 해석은 '~님, ~해 주시길 바랍니다, 해 주십시오'입니다. 더 정중함을 표현하기 위해 xin이 문장 앞에 올 수 있으며 xin과 함께 사용할 시에 주어는 생략될 수 있습니다.

> **Ví dụ**　Anh vui lòng cho tôi gặp ông giám đốc. 사장님을 뵙게 해 주십시오.
>
> Chị vui lòng chờ một chút ạ. 잠시만 기다려 주십시오.
>
> Xin quí khách vui lòng nhanh chóng đến cửa số 6.
> (고객님) 신속히 6번 게이트로 와 주시길 바랍니다.

2 Ở đằng kia là quầy bar **chứ không** phải là nhà hàng ạ

저쪽은 (호텔) bar지, 레스토랑이 아닙니다.

> **Cấu trúc**
>
> A **chứ không** B
> 주어 + 형용사 + **chứ không** + 형용사
> 　　동사 + **chứ không** + 동사

— 이 구문은 A의 내용을 강하게 긍정하는 동시에 B의 내용을 부정할 때 사용하고 대비를 통해 A를 강조합니다. 'A이지 B가 아니다'라고 해석하면 됩니다.

> **Ví dụ**　Bài tập này khó chứ không dễ. 이 숙제는 어렵지 쉽지 않다.
>
> Anh Minh đang ở Việt Nam chứ không ở Hàn Quốc.
> Minh 형은 베트남에 있지 한국에 있지 않다.

> **Cấu trúc**
>
> A **chứ không phải** B
> 주어 + **là** + 명사1 + **chứ không phải** + **là** + 명사2
> 주어 + 동사 + 시간 및 장소 명사(구) **chứ không phải** + 시간 및 장소 명사(구)

Ví dụ   Em là người Hàn chứ không phải là người Việt. 저는 한국 사람이지 베트남 사람이 아니에요.

Tôi về nước tuần này chứ không phải tuần sau. 나는 이번 주에 귀국하지 다음주가 아니다.

Tôi làm việc ở Hà Nội chứ không phải ở TP.HCM.

나는 하노이에서 일하지 호치민이(호치민에서 일하는 것이) 아니다.

3 Nhờ cô gọi điện giúp tôi cho khách sạn ở Nha Trang nhé.

냐짱에 있는 호텔에 저를 도와 전화해 주시길 부탁 드려요.

 Cấu trúc

(주어) + **nhờ** + 2인칭 + 동사 + **giúp/giùm/hộ** + (주어) + 목적어

— 먼저 동사 nhờ는 '부탁하다'라는 뜻으로 문장에서 간단히 서술어로 사용되어 '주어 + nhờ + 사람' 형태로 사용합니다.

주어 + nhờ + 사람

Ví dụ   Em nhờ anh. 오빠에게 부탁 드려요.

— '주어가 사람에게 부탁합니다'라고 해석하기도 하지만, 다음과 같이 부탁하는 내용도 같이 언급되어 겸어문을 만드는 동사입니다.

주어 + nhờ + 2인칭 (부탁하는 대상) + 동사 (부탁하는 내용)

— 위의 구문은 '주어가 2인칭이 동사해 주도록 (2인칭에게) 부탁한다'로 해석되어 2인칭이 주어가 부탁하는 목적어인 동시에 부탁하는 내용의 주어가 되는 겸어문입니다.

Ví dụ   Chị nhờ em mua sữa về. (언니는) 동생에게 우유 사오는 것을 부탁해.

— 또한, 부탁하는 구문에서 더 정중하고, 예의 바른 태도를 나타내기 위해 동사 뒤에 'giúp/giùm/hộ + 주어(주어를 도와)'를 위치시키면 다음과 같은 구조가 됩니다.

(주어) + nhờ + 2인칭 + 동사 + giúp/giùm/hộ + (주어) + 목적어

— '주어는 2인칭에게 주어를 도와 동사하는 것을 부탁한다'라는 뜻으로 해석됩니다.

이때 목적어와 'giúp/giùm/hộ + 주어'는 위치가 바뀔 수 있으며 이 문장에서 주어는 모두 다 생략될 수 있습니다.

Ví dụ   Em nhờ chị trông giúp (em) cháu.= Em nhờ chị trông cháu giúp (em).

저는 언니에게 (언니가) 저를 도와 아이를 봐 주는 것을 부탁 드려요.

Nhờ cháu mua tờ báo hôm nay hộ bác.

(아주머니가) 조카에게 아주머니를 도와 오늘자 신문 사오는 거 부탁할게.

4 Hôm qua tôi **có** gọi cho bên đó, nhưng họ nói nhanh quá tôi chưa hiểu hết.

어제 그들에게 전화했었는데 말을 너무 빨리 해서 다 이해하지 못했어요.

> ### Cấu trúc
>
> **có** + 동사

— **có**는 동사 앞에 위치하여 그 일이 발생했고, 발생할 것임을 강조하고, 과거에 대하여 서술할 때는 '**đã** + 동사'와 비슷합니다. '**đã** + 동사'가 '~했다'라고 해석된다면 '**có** + 동사'는 '~했었다'로 더 강조하며 해석합니다. (영어의 do, did + 동사 용법과 비슷함)

> **Ví dụ** Tuần trước tớ có gặp thầy An mà thầy không nói gì.
> 지난주에 나는 An 선생님을 만났었는데 선생님께서는 아무것도 말씀하지 않으셨어.
>
> Hôm nay mình có đi học đấy. 오늘 나는 꼭 학교에 간다.

5 **Để em gọi điện cho ạ** 제가 전화해 드릴게요.

> ### Cấu trúc
>
> **Để** + 1인칭 + 동사 + **cho**

— 이 구문은 1인칭 스스로가 도움을 주기를 원할 때 사용합니다. '제가 (당신을) 위해서 ~해 줄게요'로 해석합니다.

> **Ví dụ** Để chị cầm cho. 언니가 들어 줄게.
> Để anh giữ cho. 형이 맡아 줄게.

A <u>Anh</u> vui lòng <u>xuống nhà hàng ở dưới tầng 3 ạ</u>.

track 08-03

ⓐ Quý khách   kiểm tra hành lý trước khi xuống xe ạ

ⓑ Ông   cho xem hộ chiếu ạ

ⓒ Quý khách   trả phòng trước 1 giờ trưa ạ

B <u>Ở đằng kia là quầy bar</u> chứ không <u>phải là nhà hàng ạ</u>.

ⓐ Khách sạn này là khách sạn 4 sao   phải là khách sạn 3 sao

ⓑ Em đặt phòng đơn   phải phòng đôi

ⓒ Chị đang đi ra hồ bơi   đi đến phòng gym đâu

C Nhờ <u>cô gọi điện</u> giúp <u>tôi cho khách sạn Mía ở Nha Trang nhé</u>.

ⓐ chị gọi taxi   em ngay bây giờ được không ạ?

ⓑ chú mang   cháu hành lý ra xe ạ

ⓒ anh đánh thức em lúc 6 giờ sáng mai ạ

D <u>Hôm qua</u> tôi có <u>gọi cho họ</u>, nhưng họ nói nhanh quá tôi chưa hiểu hết.

ⓐ Hôm kia   nói với chị ấy là hôm nay nó nghỉ việc mà

ⓑ Thứ hai tuần trước   nhìn thấy bác Nam ở Văn Miếu

ⓒ Chủ nhật vừa qua   đặt hai phòng đôi ở khách sạn Sofitel

E Để <u>em gọi điện</u> cho.

ⓐ thầy giải thích

ⓑ cô tìm

ⓒ anh trông hành lý

A 다음의 대화를 듣고 질문에 답하세요. track 08-04

1 Cô ấy đã thuê phòng ở khách sạn đó mấy đêm?

ⓐ 1 đêm   ⓑ 2 đêm

ⓒ 3 đêm   ⓓ 4 đêm

2 Cô ấy đã thanh toán phí thuê phòng khi nào?

ⓐ Khi đặt phòng.   ⓑ Khi thuê phòng.

ⓒ Khi trả phòng.   ⓓ Không đề cập.

3 Cô ấy nhờ nhân viên tiếp tân làm gì?

ⓐ Mang hành lý ra xe.   ⓑ Gọi tắc xi.

ⓒ Kiểm tra minibar.   ⓓ Trả phòng muộn.

B 다음의 전화 통화를 듣고 질문에 답하세요. track 08-05

1 Địa chỉ của khách sạn Spring Flower Hà Nội ở đâu?

ⓐ Số 35 đường Hàng Bạc, quận Hoàn Kiếm

ⓑ Số 45 đường Hàng Mành, quận Hoàn Kiếm

ⓒ Số 45 đường Hàng Bồ, quận Hoàn Kiếm

ⓓ Số 55 đường Hàng Gà, quận Hoàn Kiếm

2 Thông tin nào sau đây không đúng về khách sạn Spring Flower Hà Nội?

ⓐ Ở trung tâm thành phố.

ⓑ Có tất cả 4 loại phòng.

ⓒ Có thể đổi ngoại tệ ở khách sạn.

ⓓ Có dịch vụ xe đưa đón tại sân bay miễn phí.

3 Lý do người khách không thuê phòng ở khách sạn Spring Flower Hà Nội là gì?

Luyện viết | 쓰기 연습

01 다음의 상황을 읽고 문장을 만드세요.

ⓐ Bạn không thông thạo tiếng Việt, thế nên bạn muốn nhờ nhân viên lễ tân hỏi công ty du lịch giá vé máy bay đi Hà Nội ngày mai là bao nhiêu.

→ Nhờ cô hỏi _____

_____

ⓑ Ở phòng khách sạn, bạn nhận thấy là không có khăn tắm, nên bạn muốn người ta mang khăn tắm đến phòng cho bạn, bạn gọi điện cho tiếp tân nói...

→ Nhờ anh nói _____

_____

ⓒ Bạn để quên chìa khoá phòng trong phòng. Bạn muốn nhờ nhân viên khách sạn mở cửa cho bạn.

→ Nhờ em _____

_____

ⓓ Bạn muốn đặt bàn ở nhà hàng khách sạn vào tối nay. Bạn nói với nhân viên tiếp tân...

→ Nhờ cô _____

_____

02 다음의 상황을 읽고 알맞은 말을 작문하세요.

ⓐ Chiều nay trời nắng, bạn thấy một phụ nữ lớn tuổi xách một túi xách rất nặng.

→ Bà ơi, _____

_____

ⓑ Bạn của bạn rất khó dịch một số câu, đối với bạn những câu đó không khó lắm, nên bạn nói...

→ Bạn ơi _____

_____

ⓒ Mẹ bạn rất bận vì phải trông em bạn, nhưng mẹ cần đi chợ để mua thức ăn.

→ Mẹ ơi _____

_____

ⓓ Máy tính của chị gái bạn bị hỏng, nhưng chị ấy phải làm xong bài tập trước tối hôm nay.

→ Chị ơi _____

_____

track 08-06

Có hai điều mà tôi quan tâm nhất khi đi du lịch nước ngoài để nghỉ dưỡng, đó là làm sao để mua được vé máy bay giá rẻ và nên ở khách sạn hoặc khu nghỉ dưỡng (resort) nào có giá cả phải chăng, có view đẹp, tiện đi lại, gần trung tâm thành phố (nơi vui chơi, ăn uống).

Tôi đã đi du lịch đến khá nhiều nơi và kinh nghiệm mà tôi rút ra là cứ đặt xong vé máy bay thì mới tìm khách sạn, khu nghỉ dưỡng phù hợp với túi tiền, khả năng tài chính của mình. Tôi thường lên các website đặt phòng quốc tế có uy tín, vì đôi khi một số công ty du lịch làm ăn gian dối, sự thật không như quảng cáo.

Ban đầu, tôi cũng như nhiều người thường băn khoăn là nên đặt phòng khách sạn hay ở khu nghỉ dưỡng? Nếu trong túi rủng rỉnh tiền thì khỏi phải nghĩ ngợi, cứ cái nào 5 sao là đặt ngay. Nhưng hình như ai cũng muốn chọn được chỗ rẻ lại đẹp lại tiện lợi, gần trung tâm lại có đồ ăn ngon lại còn gần biển nữa.

Để thoả mãn nhu cầu của các bạn, tôi xin giới thiệu cho các bạn về Vinpearl Phú Quốc resort. Vinpearl Phú Quốc resort nằm ở Bãi Dài thuộc phía bắc đảo Phú Quốc, cách trung tâm thành phố Dương Đông chừng 15 km. Từ trung tâm để đến Vinpearl Phú Quốc resort, hằng ngày người ta bố trí các chuyến xe buýt để đưa đón khách tham quan.

Ưu điểm lớn nhất của Vinpearl Phú Quốc resort thứ nhất là giá khách sạn sẽ bao gồm cả 3 bữa ăn. Hơn nữa giá khách sạn này rẻ hơn nhiều so với các khách sạn cùng đẳng cấp. Nói chung là nếu đặt phòng ở Vinpearl Phú Quốc resort thì suốt ngày chỉ có ăn, chơi và thư giãn trong khu resort. Nếu bạn chỉ có nhu cầu đi ăn chơi và nghỉ dưỡng, tắm biển, ngắm hoàng hôn và không có nhu cầu đi mua sắm, tham quan làng chài, đi chụp ảnh núi rừng thác nước thì Vinpearl Phú Quốc resort là sự lựa chọn tuyệt vời.

 1 Khi đi du lịch ở nước ngoài để nghỉ dưỡng thì tác giả quân tâm đến những điều gì?
휴양하기 위해 해외에 여행갈 때 글쓴이는 어떤 것들에 관심을 가지나요?

 2 Theo kinh nghiệm mà tác giả rút ra thì chúng ta nên đặt khách sạn trước hay đặt vé máy bay trước?
글쓴이가 얻은 경험에 따르면 우리는 호텔을 먼저 예약하는 게 좋은가요? 아니면 비행기 표를 먼저 예약하는 게 좋은가요?

3 Tác giả thường tìm thông tin về khách sạn hoặc khu nghỉ dưỡng ở đâu?

글쓴이는 주로 호텔이나 리조트에 대한 정보를 어디에서 찾나요?

 4 Vì sao tác giả không đặt khách sạn qua công ty du lịch?

왜 글쓴이는 여행사를 통해서 호텔을 예약하지 않나요?

 5 Theo tác giả, người ta thường muốn chọn khách sạn hoặc khu nghỉ dưỡng như thế nào?

글쓴이에 따르면 사람들은 어떤 호텔이나 리조트를 선택하기 원하나요?

 6 Trong bài tác giả giới thiệu khách sạn nào? Vì sao?

글에서 글쓴이는 어떤 호텔을 소개하나요? 왜 그러한가요?

 7 Vinpearl Phú Quốc resort có những ưu điểm gì?

빈펄 푸국 리조트는 어떤 장점들이 있나요?

 8 Vinpearl Phú Quốc resort phù hợp với những loại du khách nào?

빈펄 푸국 리조트는 어떤 타입의 여행객들에게 적합한가요?

휴양하러 해외여행을 갈 때 내가 가장 관심 있는 두 가지가 있다. 그것은 어떻게 하면 싼 가격에 비행기표를 살 수 있는지와 합리적인 가격에, 좋은 뷰에, 교통은 편리하고, (즐겁게 놀고 먹고 마실) 시내에서 가까운 어떤 호텔이나 리조트에 머물러야 좋은지이다.

나는 꽤 많은 곳에 여행을 갔었는데 내가 얻은 경험은 일단 비행기 표를 예약하고 나서 비로소 호주머니의 돈과 자신의 재정 능력에 부합한 호텔, 리조트를 찾는 것이다. 나는 주로 믿을 만한 해외 호텔 예약 웹사이트에 접속하는데 그것은 때때로 몇몇의 여행사들이 속이면서 영업하고 실제는 광고 같지 않기 때문이다.

처음에 나도 역시 많은 사람들과 같이 호텔에 방을 예약해야 할지 리조트에 예약해야 할지 자주 고민했다. 만약 호주머니에 돈이 짤랑짤랑 한다면 깊이 고려해야만 하는 것을 피할 수 있고 뭐든 5성급이면 바로 예약한다. 하지만 아마 누구나 다 싸고, 또 예쁘고, 편리하고, 시내에서 가깝고, 맛있는 음식들이 있고 또 바다에서 가까운 곳을 선택할 수 있기를 원할 것이다.

여러분의 요구를 만족시키기 위해서 나는 빈펄 푸국 리조트를 여러분에게 소개한다. 빈펄 푸국 리조트는 푸국 섬 북쪽에 바이 자이(긴 해변)에 위치하고 즈엉 동 시내에서부터는 약 15km 떨어져 있다. 시내에서 빈펄 푸국 리조트까지 매일 관광객들을 데려다주고 픽업해 주기 위해 버스들을 배치한다.

빈펄 푸국 리조트의 가장 큰 장점은 첫 번째로 호텔비에 세 끼니 식사가 모두 포함될 것이라는 것이다. 또한 같은 등급의 호텔에 비해 가격이 많이 싸다. 요약하자면 만약 빈펄 푸국 리조트에 방을 예약한다면 하루 종일 리조트 안에서 먹고, 놀고, 푹 쉬는 것만 있다. 만약 당신이 단지 먹고 놀고, 휴양하고, 해수욕하고, 노을 지는 풍경을 감상하러 가는 필요가 있고 쇼핑하고, 어촌을 관광하고, 산림과 폭포 사진을 찍으러 갈 필요가 없다면 빈펄 푸국 리조트는 환상적인 선택이다.

Từ vựng mới | 새로운 어휘

điều 것, 점 | **nghỉ dưỡng** 휴양하다 | **làm sao để + 동사** ~하기 위해 어떻게 | **khu nghỉ dưỡng** 리조트 | **giá cả phải chăng** 합리적인 가격 | **tiện** 편하다 | **rút ra** 뽑아내다, 얻어내다 | **cứ A thì B/cứ A là B** A하기만 하면 B하다 | **phù hợp với** ~에 부합하다 | **túi tiền** 호주머니의 돈 | **khả năng tài chính** 재정 능력 | **uy tín** 위신 | **gian dối** 속이다 | **sự thật** (事實) 사실 | **ban đầu** 처음에는 | **băn khoăn** 고민하다 | **túi rủng rỉnh tiền** 주머니에 돈이 짤랑짤랑 하다 (돈이 매우 많다) | **khỏi** 피하다, 벗어나다 | **nghĩ ngợi** 심사숙고 하다, 깊이 고려하다 | **ngay** 즉시, 당장 | **hình như** 아마도 ~일 것이다 | **thoả mãn** 만족시키다 | **nhu cầu** 요구, 필요, 수요 | **hằng ngày** 매일 | **bố trí** 배치하다 | **đưa đón** 데려다 주고 픽업하다 | **ưu điểm** 장점 | **bao gồm** 포함하다 | **cùng + 명사** 같은 명사 | **đẳng cấp** 등급, 급 | **suốt ngày** 하루 종일 | **thư giãn** 푹 쉬다 | **ngắm hoàng hôn** 노을지는 풍경을 감상하다 | **làng chài** 어촌 | **núi rừng** 산림, 산과 숲 | **thác nước** 폭포 | **lựa chọn** 선택, 초이스 | **tuyệt vời** 환상적인, 매우 좋은

Bài 09

Du lịch

여행

track 09-01

Việt Nam là một điểm đến lý tưởng cho khách du lịch vì Việt Nam có hơn 40.000 di tích và danh lam thắng cảnh, 125 bãi tắm dọc theo bờ biển. Việt Nam trải dài từ Bắc tới Nam, có rất nhiều điểm du lịch đặc sắc theo từng vùng miền như Hà Nội, Sapa, Huế, Đà Nẵng, Hội An, Nha Trang, Đà Lạt, Thành phố Hồ Chí Minh, Cần Thơ v.v…

1 Bạn đã đi du lịch ở Việt Nam bao giờ chưa?

당신은 베트남에 여행 가 본 적이 있나요?

2 Ở Việt Nam điểm du lịch nào hấp dẫn nhất đối với bạn? Vì sao?

당신에게 베트남에서 어떤 여행지가 제일 매력이 있나요? 왜 그러한가요?

3 Hãy so sánh các điểm du lịch ở Hàn Quốc và Việt Nam.

한국과 베트남의 여행지들을 비교해 보세요.

베트남은 4만 개 이상의 유적과 명승고적, 해안선을 따라 위치한 125개의 해수욕장으로 인해
관광객에게 이상적인 목적지입니다. 베트남은 북에서 남까지 길게 펼쳐져 있고, 하노이, 사파,
후에, 다낭, 호이안, 나짱, 달랏, 호치민, 껀터 등등과 같은 각 지역에 따라 특색 있는 여행지가
매우 많습니다.

track 09-02

Ở văn phòng công ty du lịch Sinh Tourist tại Huế

NV   Xin chào chị! Chị cần gì ạ?

Bitna   Chào anh, cho tôi đặt city tour Huế vào ngày mai. Tôi muốn tham quan các lăng và Đại Nội Huế.

NV   Dạ, vâng. Chúng tôi có chương trình tham quan Huế trong 1 ngày. Tour khởi hành lúc 8 giờ sáng và kết thúc lúc 4: 30 chiều ạ.

Bitna   Anh cho tôi hỏi, tour đó đi tham quan những nơi nào?

NV   Buổi sáng khách sẽ tham quan Lăng Minh Mạng, Lăng Khải Định, Lăng Tự Đức. Ngoài ra, khách còn tham quan làng nghề làm nón và làm hương ạ. Còn buổi chiều khách sẽ đến Đại Nội Huế, đó chính là hoàng cung Huế cũ ạ. Sau đó, chúng ta tiếp tục tham quan Chùa Thiên Mụ ạ.

Bitna   Ôi, tốt quá nhỉ. Thế nhưng, tôi nghe nói rằng tour này có chương trình đi thuyền rồng mà.

NV   Dạ, có ạ. Sau khi tham quan Chùa Thiên Mụ, khách sẽ đi thuyền rồng và về lại Huế. Khách sẽ được ngắm hoàng hôn thơ mộng trên sông Hương và quang cảnh Huế lúc hoàng hôn ạ.

Bitna   Vậy hả, chắc là rất tuyệt. Vậy, tour có bao gồm bữa trưa không?

NV   Dạ, có ạ. Khách sẽ dùng bữa trưa buffet với hơn 50 món tại nhà hàng vào khoảng 12 giờ trưa ạ.

Bitna   Ồ tốt quá. Giá tour là bao nhiêu anh?

NV   Dạ, tour du lịch Huế cả ngày giá 410.000 đồng 1 người ạ. Phương tiện đi lại là xe máy lạnh và thuyền rồng, đã bao gồm ăn trưa, hướng dẫn viên tiếng Anh và tiếng Việt. Giá này chưa bao gồm phí vào cổng các lăng, Đại Nội Huế ạ. Xin quí khách lưu ý ạ.

Bitna   Okay, tôi hiểu rồi. Thế xe và hướng dẫn viên đón tôi ở đâu?

NV   Chị có thể lên xe tại đây lúc 7:30 sáng ngày mai ạ.

＊NV: Nhân viên

1 Bitna đang làm gì ở đâu?

빛나는 어디에서 무엇을 하고 있나요?

 2 Bitna muốn tham quan những nơi nào?

빛나는 어떤 곳들을 관광하고 싶어하나요?

 3 Tour tham quan Huế trong 1 ngày khởi hành lúc mấy giờ? kết thúc lúc mấy giờ?

1일 후에 관광 투어는 몇 시에 출발하나요? 몇 시에 끝나나요?

 4 Buổi sáng khách du lịch sẽ tham quan những điểm nào? Còn buổi chiều?

아침에 여행객은 어느 장소들을 관광하나요? 오후에는 어떠한가요?

 5 Vào buổi sáng, ngoài các lăng vua, du khách còn được tham quan nơi nào?

오전에 왕릉들 이외에 여행객들은 어떤 곳을 관광하게 되나요?

 6 Tour này có chương trình gì đặc biệt không?

이 투어는 특별한 어떤 프로그램이 있나요?

 7 Tour này bao gồm những gì và không bao gồm những gì?

이 투어는 어떤 것들을 포함하고 어떤 것들을 포함하지 않나요?

 8 Theo bạn, nếu bạn đang ở Huế thì bạn có tham gia tour này không? Vì sao?

만약 당신이 후에에 있다면 당신은 이 투어에 참여할 것인가요? 왜 그러한가요?

Từ vựng mới | 새로운 어휘

công ty du lịch 여행사 | **cần** 필요하다 | **cho** 주다, ~하게 해 주다 | **đặt** 예약하다 | **tham quan** 관광하다 | **lăng (vua)** 왕릉 | **chương trình tham quan** 관광 프로그램 | **khởi hành** 출발하다 | **kết thúc** 끝나다 | **ngoài ra** 그 밖에, 그 이 외에도 | **nón** 베트남 전통모자 논 | **hương** 향 | **chính** 바로 | **sau đó** 그 후에 | **tiếp tục** 계속 | **thế nhưng** 그러나 | **nghe nói** 듣자 하니 | **thuyền rồng** 드래곤보트 | **ngắm** 감상하다 | **hoàng hôn** (黃昏) 노을, 해질녘 | **thơ mộng** 꿈결 같은, 시적인 | **sông** 강 | **quang cảnh** 광경 | **chắc là** 아마도 | **tuyệt** 환상적이다 | **bao gồm** 포함하다 | **bữa trưa** 점 심식사 | **dùng cơm** 식사를 하다 | **cả ngày** 온종일, 하루 종일 | **phương tiện đi lại** 교통수단 | **hướng dẫn viên** 가이 드 | **phí vào cổng** 입장료 | **lưu ý** 유의하다 | **đón** 맞이하다, 마중 나가다

1 **Cho tôi đặt** city tour Huế vào ngày mai.

내일 후에 시티 투어를 예약해 주세요.

> **Cấu trúc**
>
> **cho** + 사람 + 동사

— '~하게 하다, ~하게 해 주다'라는 구문으로 '사람' 자리에 1인칭이 들어갈 경우 '내가 ~하게 해 주세요' 라는 부탁, 요청 표현으로 주로 사용됩니다. xin, làm ơn 등과 같이 쓰여 윗사람에게 부탁하는 높임말 로도 쓸 수 있습니다. 'xin', 'làm ơn'과 함께 쓰일 경우 어순은 아래와 같습니다.

> **Xin** + 주어 + **làm ơn** + **cho** + **tôi** + 동사 + 목적어

Ví dụ Xin anh cho tôi biết địa chỉ của cô Linh. Linh 씨의 주소를 알려주세요.
        Bác làm ơn cho cháu gặp Hương ạ. 아저씨 부디 Hương이를 바꿔 주세요.(전화에서)

2 **Đó chính là** hoàng cung Huế cũ ạ. 그곳이 바로 옛 후에 왕궁이지요.

— chính 혹은 chính là는 명사 앞에 위치하여 언급하고 있는 것이 그 명사인 것을 강조합니다. 해석은 '바 로 그 명사'로 합니다.

Ví dụ Anh Long chính là anh trai của em Phương đấy. Long 오빠가 바로 Phương의 오빠예요.
        Hà Nội chính là quê tôi. 하노이가 바로 나의 고향이지.

3 **Thế nhưng**, tôi **nghe nói rằng** tour này có chương trình đi thuyền rồng mà.

그런데 제가 듣기로는 이 투어에 드래곤보트를 타는 프로그램이 있다던데요.

— thế nhưng은 접속사 nhưng과 비슷하고 '그러나', '하지만'으로 해석합니다.

> **Cấu trúc**
>
> 주어 + **nghe nói** + **là/rằng** + 절
> 주어 + **nghe** + 출처 + **nói** + **là/rằng** + 절

— 주어가 다른 곳에서 들은 이야기를 전할 때 이 구조를 사용합니다. là/rằng은 생략 가능합니다. 해석은 '듣자 하니 ~한다던데'로 합니다. 출처를 명확하게 하고 싶을 때는 nghe와 nói 사이에 출처를 위치시키 면 됩니다.

Ví dụ Chị nghe nói rằng Hoa Lư-Ninh Bình được bình chọn là một trong top 5 điểm đến năm nay.
언니가 듣기로 닝빙 - 호아르가 올해 여행지 top5 중 하나로 선정되었다는데.

Em nghe hướng dẫn viên nói là ở Sapa có các dân tộc thiểu số sinh sống.
제가 여행 가이드에게 들었는데 사파에는 소수민족들이 살고 있대요.

4 Khách sẽ được **ngắm** hoàng hôn thơ mộng trên sông Hương. 흐엉 강에서 꿈결 같은 노을을 감상하시게 됩니다.

— 베트남어에는 '보다'라는 뜻을 가진 동사들이 많이 있습니다. 각각의 특징을 살펴보도록 합시다.

xem	1) TV, 영화, 프로그램 따위를 집중하여 보다, 시청하다 xem tivi TV를 보다, xem phim 영화를 보다, xem bóng đá 축구를 보다 xem chương trình ca nhạc 음악 프로그램을 보다 2) 읽다 đọc과 비슷한 뜻으로 사용 xem báo 신문을 보다, xem sách 책을 보다
nhìn	집중해서 어떤 대상을 보다 *대상은 모두 가능 Anh nhìn ai? 누구 보는 거예요? Cô ấy đang nhìn ra biển. 그녀는 바다를 바라보고 있다
thấy	1) 동사 nhìn의 결과 : 보이다(보아서 인식해내다) Đến ngã tư, anh sẽ thấy siêu thị Big C. 사거리에 도착하면 Big C 마트가 보일 겁니다. *nhìn과 구별 Tôi bị cận, khi không có kính tôi nhìn mà không thấy. 나는 근시라 안경이 없으면 봐도 보이지 않아요. 2) 느끼다 (= cảm thấy) Tôi thấy mệt. 나는 피곤하게 느껴요. 3) 생각하다 (= nghĩ) Tôi thấy Nha Trang đẹp lắm. 내가 보기에 냐짱은 매우 아름다워요.
trông	1) ~인 것처럼 보이다 = trông có vẻ Trông món này ngon quá. 이 음식은 매우 맛있어 보입니다. 2) 돌보다, 지키다 Trông con 자식을 돌보다 Trông xe 차를 지키다 (오토바이를 지키다)
ngắm	아름답고 좋은 것을 감상하며 보다 ngắm phong cảnh 풍경을 감상하다 ngắm hoa, núi, biển 꽃, 산, 바다를 감상하며 보다

5 **Ngoài ra**, khách **còn** tham quan làng nghề làm nón và làm hương ạ.

그 이외에도, 논(베트남 전통 모자)과 향을 만드는 마을도 관광하시고요.

> **Cấu trúc 1**
>
> **Ngoài A (ra)**, 주어 + **còn/cũng** + 동사 + 목적어
>
> **Cấu trúc 2**
>
> 주어 + 동사1 + 목적어1, **ngoài ra**, 주어 + **còn/cũng** + 동사2 + 목적어2

— ngoài ra는 본 문장에서처럼 접속사로 사용되기도 하지만 'Ngoài A ra' 형태로 문장 앞에 위치하기도 합니다. 접속사로 쓰였을 때는 '그 이외에도, 그 밖에도'라고 해석하며 'Ngoài A ra'일 때는 'A 이외에도'로 해석하며 이때 ra는 생략 가능합니다. 이때 A는 명사, 명사구, 명사절로 명사 역할을 하는 성분이어야 합니다. (일부 동사도 가능)

Ví dụ Ngoài Đà Lạt ra, tôi còn được đi tham quan thành phố Quy Nhơn.
달랏 외에도 나는 꾸이년도 관광해 봤습니다.

(= Tôi đã có dịp đi tham quan Đà Lạt. Ngoài ra, tôi còn được tham quan thành phố Quy Nhơn. 나는 달랏을 관광할 기회가 있었습니다. 그 밖에도 나는 꾸이년도 관광해 봤습니다.)

A Cho tôi đặt <u>tour du lịch Huế vào ngày mai</u>.　　　　　　　　track 09-03

ⓐ tour tham quan nội thành Hà Nội vào hôm nay

ⓑ tour 1 đêm 2 ngày đi Vịnh Hạ Long vào cuối tuần này

ⓒ tour đi Đồng bằng sông Cửu Long vào ngày mồng 1 Tết

B Ngoài <u>Đà Lạt</u> ra, tôi còn <u>được tham quan thành phố Quy Nhơn</u>.

ⓐ các khách sạn sang trọng　　　　　　　Đảo Phú Quốc

　rất nổi tiếng với bãi biển dài, nước biển trong vắt

ⓑ Đà Nẵng　　　　　　　　　　　　miền Trung Việt Nam

　có phố cổ Hội An rất được khách du lịch yêu thích

ⓒ Sapa　　　　　　　　　　　　　khách du lịch

　có thể trải nghiệm văn hoá độc đáo của dân tộc thiểu số ở Đà Lạt

C <u>Tôi</u> nghe nói rằng <u>tour này có chương trình đi thuyền rồng</u>.

ⓐ Chị　　　　　ở ngoài Hà Nội có nhiều di tích văn hoá lịch sử như Văn Miếu, Chùa Một Cột

ⓑ Em　　　　　ở Mũi Né có hai đồi cát là đồi cát đỏ và đồi cát trắng rất kỳ lạ

ⓒ Cháu　　　　hằng năm ở thành phố Đà Lạt có tổ chức festival hoa rất đặc biệt

D Đến <u>Huế</u>, khách sẽ được <u>ngắm hoàng hôn thơ mộng trên sông Hương</u>.

ⓐ Vịnh Hạ Long　　　　ngắm hơn 1.000 hòn đảo kỳ vĩ và huyền bí

ⓑ Nha Trang　　　　　nghỉ ngơi, thư giãn và tắm nắng trên bãi tắm đẹp

ⓒ Thành phố HCM　　　tìm hiểu về cuộc sống sôi động của người Việt Nam

Nghe | 듣기

A 다음의 대화를 듣고 질문에 답하세요.   track 09-04

1 Đà Lạt và Sapa phù hợp với những loại du khách nào?

ⓐ Du khách muốn tìm hiểu về văn hoá thủ đô

ⓑ Du khách muốn nghỉ mát

ⓒ Du khách quan tâm đến lịch sử Việt Nam

ⓓ Du khách tìm đến những món ăn hợp khẩu vị của mình

2 Trong gia đình của người nữ, ai quan tâm đến các món ăn ngon?

ⓐ Bố   ⓑ Mẹ

ⓒ Mình   ⓓ Em trai

3 Câu nào sau đây đúng về Hội An?

ⓐ Là điểm đến lý tưởng đối với những khách du lịch thích nghỉ ngơi và thư giãn.

ⓑ Có món đặc sản là mì quảng ngon và nổi tiếng.

ⓒ Trước đây, đã là thương cảng quốc tế và có nhiều di tích lịch sử.

ⓓ Có nhiều khu nghỉ dưỡng sang trọng và đầy đủ các dịch vụ cần thiết.

B 다음 글을 듣고 질문에 답하세요.   track 09-05

1 Có thể tham quan các hang động ở Tràng An bằng gì?

ⓐ Đầu tiên đi bộ rồi leo núi.   ⓑ Leo hơn 120 bậc thang.

ⓒ Bằng thuyền.   ⓓ Cưỡi ngựa hoặc voi.

2 Vì sao người ta gọi Tràng An là "Vịnh Hạ Long trên lục địa"?

ⓐ Vì Tràng An gần Hà Nội hơn Vịnh Hạ Long.

ⓑ Vì Tràng An có cảnh quan thiên nhiên đẹp như Vịnh Hạ Long.

ⓒ Vì các du khách đã từng đến Vịnh Hạ Long chắc chắn đến thăm Tràng An.

ⓓ Vì ở Trang An có nhiều hang động giống vịnh Hạ Long.

Luyện viết | 쓰기 연습

01 다음 문장들을 보기와 같이 고치세요.

> **Mẫu** Tôi nói tiếng Việt được, ngoài ra, tôi còn nói tiếng Nga được.
> → Ngoài tiếng Việt ra, tôi còn nói tiếng Nga được.

ⓐ Em thích chôm chôm. Ngoài ra, em cũng thích xoài, sầu riêng, vải.

→ _____

ⓑ Anh đã đi du lịch ở Nha Trang. Ngoài ra, anh còn đi du lịch ở Vũng Tàu, Huế.

→ _____

ⓒ Tôi thích chơi bóng bàn. Ngoài ra, tôi cũng thích chơi bóng rổ, bóng đá nữa.

→ _____

ⓓ Tôi mê phim Mỹ lắm. Ngoài ra, dạo này tôi còn mê phim truyền hình Việt Nam.

→ _____

02 적합한 단어를 골라 빈칸에 넣어 문장을 완성하세요.

xem	nhìn	thấy	trông	ngắm

ⓐ Nhờ chị _____ cháu giúp em nhé, vì em phải đi chợ ngay.

ⓑ Hôm qua mình _____ thằng Sơn đi với một cô gái lạ.

ⓒ Khán giả thích _____ chương trình giải trí như Sao nhập ngũ, Ghế không tựa v.v..

ⓓ Vào mùa xuân, trên đảo Jeju hoa cải vàng nở khắp nơi nên nhiều người tìm đến để _____ hoa.

ⓔ Bạn đang _____ gì thế?

track 09-06

Việt Nam được thiên nhiên ưu đãi nên có nhiều điểm đến ấn tượng, thu hút du khách cả trong và ngoài nước. Cùng với nền văn hóa đặc sắc và ẩm thực phong phú, nhiều điểm đến của Việt Nam đã xuất hiện trên bản đồ du lịch thế giới, từ Hà Nội, Đà Nẵng đến TP.HCM. Dưới đây là một số điểm đến được du khách yêu thích nhất trong năm nay.

Từ lâu, Hà Nội đã là một trong những điểm đến nổi tiếng của Việt Nam. Du khách có thể ghé thăm phố cổ, các công trình kiến trúc từ thời Pháp thuộc, thưởng thức món ăn đường phố. Ngoài ra, thành phố này còn nổi tiếng với những hồ đẹp ở trung tâm, công viên rộng lớn, cùng hơn 600 đền chùa.

Thành phố Hồ Chí Minh là thành phố lớn nhất Việt Nam. Nơi đây có cả những công trình kiến trúc từ thời Pháp thuộc lẫn những cao ốc hiện đại sang trọng, cả các đại lộ rộng lớn lẫn những con hẻm nhỏ uốn lượn như một mê cung. Ở thành phố Hồ Chí Minh, du khách có nhiều lựa chọn hơn, từ bình dân đến cao cấp. Bảo tàng Chứng tích Chiến tranh được TripAdvisor bình chọn vào top những bảo tàng ấn tượng nhất khu vực châu Á. Ngoài ra, chợ Bến Thành cũng là một điểm tham quan hấp dẫn. Từ trung tâm thành phố Hồ Chí Minh, du khách có thể dễ dàng đến thăm địa đạo Củ Chi, hay về miền Tây để trải nghiệm cuộc sống của cư dân đồng bằng sông Cửu Long.

Đà Nẵng nằm ở miền Trung Việt Nam, là thành phố thân thiện, hiền hòa, ít ô nhiễm nhất Việt Nam với nhiều điểm tham quan thú vị và bãi biển tuyệt đẹp. Các tour ẩm thực là một trong những cách để du khách trải nghiệm thành phố này. Bạn có thể thưởng thức các món ngon như mì quảng, bánh tráng cuốn, hải sản... trước khi dạo chơi dọc theo con đường ven sông, ngắm các cây cầu nổi tiếng của thành phố. Thành phố còn có nhiều bãi biển đẹp như Mỹ Khê, Non Nước, Nam Ô...

＊Xuất xứ : Zing.vn tri thức trực tuyến

 Bài viết này nói về cái gì?
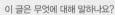 이 글은 무엇에 대해 말하나요?

 Điểm đến được du khách yêu thích nhất trong năm nay là những nơi nào?
올해 여행객들에게 제일 사랑 받는 여행지는 어떤 곳들인가요?

3 Ở Hà Nội, khách du lịch có thể tham quan những nơi nào?

하노이에서 여행객은 어떤 곳들을 관광할 수 있나요?

 4 Thành phố lớn nhất Việt Nam là thành phố nào?

베트남 제일 큰 도시는 어떤 도시인가요?

 5 Các con đường ở thành phố Hồ Chí Minh như thế nào?

호치민 시에 각 길들은 어떠한가요?

 6 Bảo tàng Chứng tích Chiến tranh được đánh giá thế nào?

전쟁박물관은 어떻게 평가 받나요?

 7 Muốn tham quan địa đạo Củ Chi hoặc đồng bằng sông Cửu Long thì đi từ Hà Nội tiện hơn hay từ TP.HCM tiện hơn?

구찌 터널 혹은 메콩델타를 관광하고 싶으면 하노이에서 가는 것이 편한가요? 아니면 호치민 시에서 가는 것이 편한가요?

 8 Đà Nẵng là thành phố như thế nào?

다낭은 어떤 도시인가요?

 9 Ở Đà Nẵng, có những món ngon nào?/ có những bãi biển nào?

다낭에는 어떤 맛있는 음식들이 있나요? 어떤 해변들이 있나요?

 베트남은 자연의 특혜를 받아 인상적인 여행지가 많아 국내외 여행객들을 매료시킨다. 특색 있는 문화 및 풍부한 음식과 더불어 하노이, 다낭에서 호치민까지 베트남의 많은 여행지는 세계 여행 지도에 출현하였다. 다음은 올해 여행객들에게 가장 사랑 받은 몇몇의 여행지이다.

하노이는 오래 전부터 베트남의 유명한 여행지들 중 하나였다. 여행객들은 옛 거리, 프랑스 식민지배 시대의 건축물들을 둘러볼 수 있고 길거리 음식을 맛볼 수 있다. 그 밖에도 이 도시는 시대의 아름다운 호수와 크고 넓은 공원, 또 600개 이상의 사원으로도 유명하다.

호치민 시는 베트남에서 제일 큰 도시이다. 이곳은 프랑스 식민지배 시대의 건축물들과 고급스러운 현대 고층 빌딩들을 모두 가지고 있고 크고 넓은 대로와 마치 미로와 같이 구부러진 좁은 골목길도 함께 가지고 있다. 호치민에서 여행객들은 서민적인 것에서부터 고급스러운 것까지 더 많은 선택지가 있다. 전쟁박물관은 트립어드바이저에 아시아 지역에서 가장 인상적인 박물관들 중에 Top으로 선정되었다. 그 이외에도 벤탄 시장 역시 매력적인 관광지이다. 여행객들은 호치민 시내에서부터 쉽게 구찌 터널에 갈 수 있고 혹은 메콩델타 지역의 주민들의 생활을 체험하기 위해 서부 지역에 쉽게 방문할 수 있다.

베트남 중부 지역에 위치한 다낭은 흥미로운 많은 관광지와 환상적으로 아름다운 해변과 함께 친절하고 순박하며 베트남에서 가장 적게 오염된 도시이다. 각 푸드 투어는 여행객들이 이 도시를 체험하기 위한 방법들 중 하나이다. 당신은 강가를 따라 거닐고 도시의 유명한 각 다리들을 감상하기 전에 미꽝, 바잉 짱 꾸온, 해산물 등과 같은 맛있는 음식들을 맛볼 수 있다. 이 도시는 또한 미 케, 논 느억, 남 오과 같은 아름다운 해변들을 많이 가지고 있다.

출처 : Zing.vn 온라인 지식

thiên nhiên (天然) 자연, 천연 │ **ưu đãi** (優待) 혜택, 우대 │ **điểm đến** 목적지, 여행지 │ **ấn tượng** (印象) 인상적인, 인상 │ **thu hút** 매료시키다, 유치하다 │ **đặc sắc** (特色) 특색있는 │ **xuất hiện** (出現) 출현하다, 나타나다 │ **bản đồ du lịch** 여행 지도 │ **dưới đây** 다음은, 이 아랫부분은 │ **ghé thăm** 들르다 │ **phố cổ** 옛 거리, 구시가지 │ **công trình kiến trúc** 건축물 │ **thời Pháp thuộc** 프랑스 식민 지배 시대 │ **thưởng thức** 음미하다, 맛보다 │ **món ăn đường phố** 길거리 음식 │ **hồ** 호수 │ **đền chùa** 사원 │ **khám phá** 발견하다, 탐색하다 │ **đại lộ** (大路) 대로 │ **con hẻm** 골목길 │ **uốn lượn** 꼬불꼬불 구부러지다 │ **mê cung** 미궁, 미로 │ **lựa chọn** 선택, 선택지, 초이스 │ **Bảo tàng Chứng tích Chiến tranh** 전쟁박물관 │ **bình chọn** 선정하다 │ **dễ dàng** 쉽게, 수월하게 │ **địa đạo** 땅굴, 터널 │ **trải nghiệm** 체험하다 │ **cư dân** 주민 │ **đồng bằng sông Cửu Long** 메콩델타 │ **hiền hoà** 온순한, 순박한 │ **dạo chơi** 거닐다, 산책하다 │ **dọc theo** ~를 따라서 │ **ven sông** 강가 │ **cây** 다리 앞에 붙는 종별사 │ **cầu** 다리

후에 3대 황릉
민망-뜨득-카이딩

후에는 베트남 마지막 왕조인 응우옌왕조 시대의
수도로 우아하고 고즈넉한 아름다움을 느낄 수
있다. 우리나라의 경주와 같이 오랜 전통과 역
사를 가지고 있는 도시이다. '경주'하면 불국
사, 첨성대가 떠오르듯이 '후에'는 민망왕릉,
뜨득황제릉, 카이딘 황제릉이 가장 대표적인
유적지라고 할 수 있다. 민망왕릉은 현존 왕릉 가운데 가장 큰 규모로
후에 황궁보다 더 웅장한 규모를 자랑한다. 응우옌 왕조 황제 중 가장 오랜 기간
통치한 뜨득황제의 릉은 가장 화려하고 아름다운 것으로 유명하다.
카이딘 황제릉은 산과 호수를 포함한 선대 황제들의 '대공원'과 같은 모습의 능이
아니라 웅장하면서도 정교한 건축물로만 채워져서 규모가 작고 프랑스의 영향을
받은 독특한 건축물이 볼거리이다.
또한 무덤이 위치한 계성전에는 실제
카이딘 황제와 같은 크기로 만들어진
황금 동상이 있다.

Bài 10

Miêu tả người

묘사

Trong 7 tỷ người trên thế giới, có 3 chủng tộc chính và có rất nhiều dân tộc khác nhau. Nhưng trong bấy nhiêu người trên thế giới, không ai có ngoại hình y hệt ai, ngay cả hai người sinh đôi cùng giới tính. Khuôn mặt của bạn, đôi mắt, cái mũi, cái miệng...của bạn là thứ duy nhất, nó chỉ thuộc về bạn.

1 Bạn hãy miêu tả khuôn mặt của chính mình.
자기 자신의 얼굴을 묘사해 보세요.

2 Trong gia đình, bạn giống bố hay giống mẹ? Giống điểm nào, khác điểm nào?
가족에서 당신은 아버지를 닮았나요? 아니면 어머니를 닮았나요? 어떤 점이 비슷하고 어떤 점이 다른가요?

세계 70억 명의 사람 중 3개의 주요 종족이 있고 다양한 수많은 민족들이 있다. 하지만 세계의 그렇게 많은 사람 가운데서 다른 사람과 완전히 똑같은 외모를 가진 사람은 아무도 없다. 일란성 쌍둥이조차도. 당신의 얼굴, 두 눈, 코, 입은 오직 당신에게만 속한 유일한 것이다.

track 10-02

Tài	Xin lỗi cô, cô tên là Lan, phải không?
Phương Lan	Dạ, tôi là Lan. Sao anh biết tôi. Hình như tôi không biết anh mà.
Tài	Trời ơi, chẳng lẽ Lan không nhận ra mình hay sao? Đã 10 năm rồi còn gì. Lan vẫn chưa nhớ ra mình hả? Mình là Tài, học cùng lớp 10 với Lan đây!
Phương Lan	Xin lỗi, tôi... vẫn không nhớ ra. Nhưng theo tôi nhớ thì đã có một người bạn học tên là Tài khi học cấp 3. Bạn ấy đã thấp lại béo, khuôn mặt tròn, da đen, tóc xoăn và để dài, miệng rộng.
Tài	Đúng, đúng là mình đấy! Bạn nhớ được mình mà. Lúc ấy, Phương Lan là một cô gái rất xinh đẹp, cao, dáng người thon thả, da trắng, khuôn mặt trái xoan, tóc thẳng và dài, mắt hai mí, mũi cao, miệng nhỏ. Mình là một trong rất nhiều chàng trai theo đuổi Lan mà.
Phương Lan	Ôi, ... nhưng trong số các chàng trai theo đuổi tôi ngày đó, không có ai mà đẹp trai và cao to như anh mà. Xin lỗi, tôi vẫn không nhớ ra anh là ai.
Tài	Không sao, chắc mình thay đổi nhiều, bạn không nhớ được. À, lúc đó mình luôn mặc áo thun, quần kaki, và cũng đeo vòng cổ màu vàng, đội mũ màu nâu… nói chung là ăn mặc rất quê mùa.
Phương Lan	À, mình nhớ ra rồi! Bạn luôn mặc áo thun có in hình mèo, phải không? Làm sao mà thay đổi như thế được! Suýt nữa mình đã không nhận ra.
Tài	Đúng đấy! May mà bạn nhớ ra. Từ khi mình bị thất tình, mình rất cố gắng để thay đổi chính mình, bây giờ mình cao 1 m 80. Ngày nào cũng cố gắng tập thể dục. Nói chung là rất cố gắng để chăm sóc bản thân. Học cũng chăm chỉ. Mình đã trở thành luật sư. Cám ơn bạn, đó là nhờ bạn mà.
Phương Lan	Ôi, cám ơn gì. Thật là bạn đã trở nên rất đẹp trai.
Tài	Thế nếu được thì chúng mình đi uống cà phê nói chuyện tiếp nhé.

1 Tài và Lan có quan hệ thế nào?
Tài와 Lan은 어떤 관계인가요?

 2 Khi học cấp 3, Tài là người như thế nào?
고등학교 때 Tài는 어떤 사람이었나요?

 3 Khi học cấp 3, Phương Lan là người thế nào?
고등학교 때 Phương Lan은 어떤 사람이었나요?

 4 Vì sao Phương Lan không nhận ra Tài?
왜 Phương Lan은 Tài를 알아보지 못하나요?

 5 Khi học cấp 3, Tài thường ăn mặc thế nào?
고등학교 때 Tài는 주로 어떻게 옷차림을 했나요?

 6 Vì sao Tài bắt đầu cố gắng thay đổi?
왜 Tài는 바뀌려고 노력을 시작했나요?

Từ vựng mới | 새로운 어휘

nhận ra 알아보다 | **nhớ ra** 기억나다 | **cùng lớp** 같은 반 | **cấp 3** 고등학교 | **béo** 뚱뚱한 | **khuôn mặt** 얼굴 | **tròn** 둥글다 | **da** 피부 | **đen** 검다 | **tóc** 머리카락 | **xoăn** 곱슬곱슬하다 | **miệng** 입 | **dáng người** 몸매 | **thon thả** 늘씬하다 | **trái xoan** 달걀형 | **hai mí** 쌍꺼풀 | **mũi** 코 | **chàng trai** 청년 | **theo đuổi** 따라다니다 | **thay đổi** 변하다 | **áo thun** 티셔츠 | **quần kaki** 면바지 | **vòng cổ** 목걸이 | **ăn mặc** 옷차림(을 하다) | **quê mùa** 촌스럽다 | **thất tình** 실연하다 | **chăm sóc bản thân** 자기 관리, 자신을 돌보다 | **trở thành** ~가 되다 | **luật sư** 변호사 | **trở nên** ~해지다 | **hẳn** 완전히

Chú thích ngữ pháp | 문법

1 Chẳng lẽ Lan không **nhận ra** mình hay sao?
설마 란은 나를 못 알아보는 거야?

> 지각, 인식을 나타내는 동사 + ra, thấy, được

— 지각동사 (보다, 듣다, 읽다), 인식 동사(생각하다, 이해하다, 인식하다) 등의 뒤에 ra, thấy, được이 위치하면 그 행위의 결과를 표현합니다.

1) 동사 + ra : 동사의 행위로 '확장'의 결과가 나타납니다. 예전에 몰랐던 것, 생각지 못했던 것, 발견하지 못했던 것이 ~하는 과정을 통해 알아내고, 생각해내고, 인식해내고 발견해내서 결과적으로 더 넓어진 확장이 일어남을 뜻합니다. ra는 주로 다음과 같은 동사와 결합합니다.

nghĩ ra	(생각 끝에 예전에 생각지 못했던 것, 새로운 것이) 생각나다, 생각해내다
	Ví dụ Tôi nghĩ ra cách để giải quyết. 해결 방법이 생각났어.
hiểu ra	(이해하지 못하고 몰랐던 것을) 이해해내다, 깨닫다
	Ví dụ Em nghĩ mãi. bây giờ đã hiểu ra vấn đề. 저는 계속 생각해서 문제를 이해해냈어요.
nhận ra	(알고 있던 사람 혹은 알고 있던 사실 등을) 알아보다, 캐치하다
	Ví dụ Cô Linh mặc áo dạ hội mà anh Tuấn không nhận ra cô ấy. Linh 아가씨가 드레스를 입었더니 Tuấn 오빠가 알아보지 못한다.
tìm ra	(이전에는 사람들이 모르거나 사람들의 생각에 없었던 새로운 것을) 찾아내다
	Ví dụ Ông Columbus tìm ra châu Mỹ. 콜롬버스가 미대륙을 찾아내다.
đọc ra	(읽어서) 이해해내다
	Ví dụ Viết nhỏ quá. tôi không đọc ra. 너무 작게 써서 읽을 수가 없다.
nhớ ra	(잊어버렸던 것을) 기억해내다, 기억나다
	Ví dụ Ôi. tôi nhớ ra tôi đã gặp anh ở đâu rồi. 아, 나는 내가 당신을 어디서 만났었는지 기억났어요.
nhìn ra	(보아서) 이해해내다. 알아보다
	Ví dụ Ôi, viết chữ xấu quá, tôi không nhìn ra. 글씨를 너무 못 써서 (뭐라고 썼는지) 알아볼 수가 없어요.

nghe ra	(들어서) 이해해내다, 알아듣다
	Ví dụ Mình đang nghe nhưng không nghe ra họ nói gì.
	나는 지금 듣고 있는데 그들이 뭐라고 말하는지 알아듣지 못한다.
phát hiện ra	(이전에는 알려지지 않았던 것을) 발견하다, 발견해내다 *tìm ra와 비슷
	Ví dụ Em Barney phát hiện ra Apple làm chậm hệ điều hành iphone.
	바르너는 애플이 아이폰 OS를 느리게 만들었다는 사실을 발견했다.
khám phá ra	(재미있고 신기한 어떤 장소나 어떤 것을) 찾아내다, 발견해내다, 알아내다
	Ví dụ Người Mỹ mới khám phá ra hang động Sơn Đoòng.
	미국인이 막 썬 둥 동굴을 발견해냈다.

2) 동사 + thấy : 동사의 행위로 '인식'이라는 결과가 나타납니다. 동사를 통해서 인지, 인식, 지각해내는 결과가 도출됩니다. thấy는 아래의 동사들과 주로 결합합니다.

nhìn thấy	(감각기관 눈을 사용하여 보아서) 보이다, 본다, 보았다
	Ví dụ Sáng nay, tôi nhìn thấy anh ở bến xe.
	오늘 아침에 버스터미널에서 오빠를 봤어요.
	*nhìn과 nhìn thấy의 구별
	nhìn은 감각기관인 눈을 통해서 단순히 보는 상태로 지각이 되었는지 안 되었는지는 모르는 상태입니다.
	Ví dụ Tôi không đeo kính nên nhìn mà không nhìn thấy.
	나는 안경을 안 써서 봐도(보고 있어도) 안 보여요.
trông thấy	(감각기관 눈을 사용하여 보아서) 보이다, 본다, 보았다 (= nhìn thấy)
	Ví dụ Chị có trông thấy anh ấy không?
	언니 그 오빠 봤어요?
nghe thấy	(감각기관인 귀로 들어) 들리다, 들린다, 들었다
	Ví dụ Khi ngủ, em nghe thấy một tiếng động mạnh ở tầng 1.
	잠결에 1층에서 무언가 움직이는 큰 소리를 들었다.
nhận thấy	(여러 감각기관 및 느낌으로) 알아채다, 눈치채다, 캐치하다
	Ví dụ Tôi nhận thấy anh ấy không muốn làm việc này.
	나는 그가 이 일을 하고 싶지 않아 하는 것을 알아챘다.
tìm thấy	(잃어버린 것을 열심히 찾아서) 찾아내다, 찾다
	Ví dụ Tôi đã tìm thấy cái kính của mẹ.
	나는 엄마의 (잃어버린) 안경을 찾았다.

3) 동사 + được : 동사의 행위로 '얻어낸, 얻은' 결과가 나타납니다. 대부분의 동사와 결합할 수 있고 ~하여, 혹은 ~하는 과정 중에 얻어낸 결과를 표현합니다

tìm được	(찾는 과정을 통해) 찾아내다, 찾아서 얻어내다
	Ví dụ Tôi tìm ở nhiều nhà sách mà không tìm được quyển sách đó.
	나는 많은 서점들에서 찾았는데 그 책을 찾지 (찾아서 얻어내지) 못했어.
nhận được	(다른 누군가가 주어서) 받았다, 받아서 얻어내다
	Ví dụ Cuối cùng, em đã nhận được lương tháng này.
	마침내 저는 이번 달 급여를 받았어요.
biết được	(누군가 혹은 어떤 통로로) 알게 되었다, 알았다
	Ví dụ Tôi đã biết được bí mật của anh An.
	나는 An 오빠의 비밀을 알게 되었다.
đạt được	(노력의 과정을 통해) 달성하다, 이루어내다, 목표치에 도달하다
	Ví dụ Tôi đạt được kết quả tốt trong kỳ thi vừa rồi.
	나는 지난 시험에서 좋은 결과를 달성했다.

2 Chẳng lẽ Lan không nhận ra mình **hay sao**?

> **Cấu trúc**
>
> **Chẳng lẽ** + 문장 + **hay sao/à?**

— 이 구문은 부정 의문문, 즉 반문 의문문으로, 이상하고 이치에 맞지 않는 어떤 일이나 사건에 대한 화자의 놀람과 의심을 표현합니다. '설마 ~하다는 말이야?', '설마 ~하지 않겠지!'로 해석합니다.

Ví dụ Chẳng lẽ ông ta ác như vậy hay sao?
설마 그 사람이 그렇게 나쁘단 말이야?

Chẳng lẽ thực sự có người ngoài trái đất à?
설마 외계인이 진짜 있지는 않겠지?

3 **Làm sao mà thay đổi như thế được!** 어떻게 이렇게 바뀔 수가 있지!

> **Cấu trúc**
>
> 주어 + **làm sao (mà)** + 동사 + **được**
> 주어 + 동사 + **làm sao được**
> **Làm sao (mà)** + 주어 + 동사 + **được**

— 이 구문은 어떤 일이 화자의 생각에는 말이 안 되고, 이치에 맞지 않음을 나타냅니다. '그럴 수 없다'는 것을 강조하기 위해서 사용되며 '어떻게 ~가 ~한다는 말이야'로 해석합니다.

> **Ví dụ** Anh Thành mới sang Hàn Quốc 1 tuần thôi. làm sao mà anh ấy tự tìm đường đến đây được.
> Thành 오빠는 한국에 온 지 겨우 1주일이 됐는데 어떻게 그 오빠가 스스로 여기 오는 길을 찾을 수 있겠어요.
>
> Em làm sao mà biết được. 제가 어떻게 알겠어요.

4 **Suýt nữa tôi không nhận ra.** 하마터면 나 못 알아볼 뻔했잖아.

> **Cấu trúc**
>
> **Suýt nữa (thì)** + 주어 + 동사 + 목적어
> 주어 + **suýt** + 동사 + 목적어

— suýt nữa는 주어 앞에, suýt은 주어 뒤에 위치하여 좋지 않은 어떤 일이 곧 일어날 수 있었지만 그 일이 결국 일어나지 않은 것을 나타냅니다. '하마터면 ~할 뻔했다, ~할 수도 있었다'로 해석합니다.

> **Ví dụ** Vì tắc đường nên tôi suýt bị muộn.
> 길이 막혀서 나는 하마터면 늦을 뻔했다.
>
> Kỳ thi này khó quá, suýt nữa anh thi trượt.
> 이번 시험이 너무 어려워서 하마터면 오빠는 떨어질 뻔했다.

> **Cấu trúc**
>
> **Thiếu chút nữa/Thiếu một chút nữa (thì)** + 주어 + 동사 + 목적어

— suýt, suýt nữa (thì)와 비슷하지만 어떤 좋은 일을 달성하는데 조금 모자라서 간발의 차로 못 했을 때 구어체에서 이 구문을 사용하기도 합니다. '좀 더 했으면 ~했을 텐데'라고 해석합니다.

> **Ví dụ** Thiếu chút nữa thì U23 Việt Nam đã vô địch.
> 좀 더 했으면 베트남 U23 대표팀이 우승했을 텐데.

5 **Mình đã trở thành luật sư. Thật là anh trở nên đẹp trai.**
나는 변호사가 되었어. 너 정말 잘생겨졌다.

> ### Cấu trúc
>
> 주어 + **trở thành** + 명사
> 주어 + **trở nên** + 형용사

— trở thành, trở nên은 주어에게 일어난 어떤 변화를 설명하며 trở thành 뒤에는 명사가 오고 trở nên뒤
에는 형용사가 위치합니다. trở thành은 '~가 되다'로 trở nên는 '~해지다'로 해석합니다.

Ví dụ Sau 5 năm du học ở Mỹ, bạn tôi đã trở thành chuyên gia máy tính.
5년간의 미국 유학 후에 내 친구는 컴퓨터 전문가가 되었다.

Sau cơn mưa, không khí trở nên mát mẻ. 비가 그친 후에 공기가 시원해졌다.

A Chẳng lẽ <u>Lan không nhận ra mình</u> hay sao! 　　　　　track 10-03

ⓐ họ chia tay nhau rồi

ⓑ anh không định trả nợ em

ⓒ nó nói dối mình

B <u>Anh Thành mới sang Hàn Quốc 1 tuần thôi</u>, làm sao mà <u>anh ấy tự tìm đường đến đây</u> được.

ⓐ Chị Hồng chỉ học tiếng Việt 1 tháng thôi
  chị ấy dịch một câu khó như thế này

ⓑ Trời mưa liên tục suốt tuần, hơn nữa máy giặt lại bị hỏng
  quần áo khô hẳn

ⓒ Từ đây đến siêu thị Big C rất xa
  đi bộ

C **Suýt nữa** <u>mình không nhận ra</u>.

ⓐ thì tôi lỡ xe buýt

ⓑ thì chị bị ngã

ⓒ anh ấy đâm vào xe khác

D Vì <u>tắc đường</u> **nên** <u>tôi</u> suýt <u>bị muộn</u>.

ⓐ có quá nhiều thứ phải mua　　　　tôi　　　quên mua trứng vịt
ⓑ có quá nhiều người cần mời　　　　tôi　　　quên gửi thiệp mời cho ông giám đốc
ⓒ không để ý　　　　　　　　　　　chị　　　bị muộn học

E Thiếu chút nữa thì <u>U23 Việt Nam đã vô địch</u>.

ⓐ em được trúng tuyển

ⓑ bà Hai được trúng số

ⓒ cô Kim giành được huy chương vàng Olympic

F Sau 5 năm du học ở Mỹ, bạn tôi **đã trở thành** chuyên gia máy tính.

ⓐ khi đóng phim "Đi qua mùa hạ" cô Sương
  ngôi sao điện ảnh.

ⓑ 10 năm kinh doanh ở Việt Nam công ty Nhật Acecook
  một trong những công ty lớn nhất ở Việt Nam.

ⓒ khi lấy cô Lan anh Tuấn
  người đàn ông mà mọi phụ nữ mơ ước.

G Sau cơn mưa, không khí **trở nên** mát mẻ.

ⓐ khi đóng vai chính trong phim "Mùi ngò gai", diễn viên Ngọc Trinh   nổi tiếng

ⓑ khi nói chuyện với anh tôi một lúc, chị Hà   vui vẻ

ⓒ cuộc đối thoại giữa hai nguyên thủ quốc gia, tình hình   phức tạp

A 다음의 대화를 듣고 질문에 답하세요.

1 Người nam tìm cô Minh Hằng để làm gì?

ⓐ Để học tiếng Việt với cô.

ⓑ Để hỏi cô về một người đang học với cô.

ⓒ Để hỏi thăm người bạn của mình.

ⓓ Để biết tên của cô.

2 Câu nào dưới đây không phải là đặc điểm ngoại hình của người mà người nam đang tìm?

ⓐ Dáng người hơi mập.   ⓑ Nhuộm tóc màu đỏ.

ⓒ Tóc xoăn.   ⓓ Miệng rộng.

3 Lý do người nam tìm người đó là gì?

ⓐ Để trả nợ.   ⓑ Để đòi nợ.

ⓒ Để hỏi thông tin liên quan đến Mỹ.   ⓓ Để hỏi lý do người đó nghỉ học.

B 다음의 인터뷰를 듣고 질문에 답하세요.

1 Câu nào dưới đây miêu tả không đúng về ngoại hình của Bình An?

ⓐ Cao 1 mét 85.   ⓑ Có lông mày rậm.

ⓒ Mắt hai mí.   ⓓ Thân hình cao to.

2 Bình An thích con gái có ngoại hình như thế nào?

_____

3 Bình An chọn gì giữa "thông minh" và "đẹp"? Vì sao?

_____

01 다음 보기들 중에 적합한 것을 골라 빈칸에 넣으세요.

nhận ra	nhận thấy	nhận được
nhìn ra	nhìn thấy	đọc được
tìm ra	tìm được	mua được

ⓐ Sau khi trò chuyện với nhau khá lâu, cuối cùng Tùng và Hà _____ nhau.

ⓑ Chị không _____ em Hải trong cuộc họp chiều nay.

ⓒ Mọi người không biết, nhưng tôi có thể _____ anh ấy đang rất buồn.

ⓓ Hôm qua Lan đã đi bao nhiêu nhà sách mà vẫn không _____ quyển sách ấy.

ⓔ Sáng nay, tôi mới _____ tin này trên báo Tuổi trẻ.

ⓕ Em không _____ đây là chữ gì.

ⓖ Trưa nay tôi đã bị mất chìa khoá xe, may mà tôi đã _____ trong túi xách của bạn tôi.

ⓗ Các bác sĩ người Nga đã _____ thuốc điều trị AIDS.

ⓘ Tôi không _____ email xác nhận sau khi đặt lại mật khẩu.

02 다음 보기들 중에 적합한 것을 골라 빈칸을 채우세요.

nghĩ ra	hiểu ra	nghe ra
phát hiện ra	trông thấy	nghe thấy

ⓐ Các học sinh đã _____ sau khi nghe thấy giải thích vài lần.

ⓑ Hôm qua, chị Mai đã _____ chồng mình đi với một cô gái khác ở một quán bar.

ⓒ Tôi đã _____ cách giải quyết vấn đề sau khi suy nghĩ.

ⓓ Tôi đang nghe mà không _____ giọng ca sĩ nào đang hát.

ⓔ Các nhà khảo cổ học mới _____ một ngôi mộ cổ ở Ai cập.

ⓕ Anh Duy _____ tiếng kêu và phát hiện mấy con mèo mới sinh ở ngoài trời rét.

03 보기를 참고하여 다음 상황에 알맞은 문장을 작문하세요.

| Mẫu | A : Bộ phim "Kẻ cướp Lăng mộ" là phim gì nhỉ? |
| | B : Bộ phim này nổi tiếng mà! *Chẳng lẽ anh chưa xem bộ phim này hay sao?* |

ⓐ A : Anh Quý không mời chị đến dự tiệc cưới của chị gái anh ấy.

   B : Anh Quý là bạn trai của chị mà, _____

ⓑ A : Tết này con không về thăm bố mẹ được. Con xin lỗi bố mẹ.

   B : _____

ⓒ A : Em nghe nói em Ngọc Lan đột nhiên bỏ học đi Thái Lan.

   B : Em Ngọc Lan là học sinh chăm chỉ và học giỏi mà. _____

   _____

ⓓ A : Bạn ơi, câu đáp án của bạn sai rồi, cô giáo nói là đáp án là câu (c).

   B : Câu đó là câu dễ nhất mà. _____

04 보기를 참고하여 문장을 바꿔쓰세요.

> **Mẫu**
>
> Bài toán lớp 12, em không thể làm bài được.
> → Em làm sao mà làm được.

ⓐ Mùa hè Hà Nội, trời nóng lắm, tôi không thể thích nghi với thời tiết Hà Nội được.

→ _____

ⓑ Hôm nay có những 12 bài tập về nhà. Con không thể làm hết được.

→ _____

ⓒ Bài dài 5 trang, em không thể học thuộc trong 30 phút được.

→ _____

ⓓ Cái Mai toàn nói xạo, mở miệng là nói dối. Tôi không tin nó được.

→ _____

05 예시를 참고하여 문장을 완성하세요.

> **Mẫu**
>
> Anh Long phóng xe nhanh quá, nếu không phanh gấp thì đã bị tai nạn giao thông rồi.
> → Suýt nữa anh Long bị tai nạn giao thông.

ⓐ Khi tôi đi ra khỏi nhà, mẹ tôi nhắc tôi mang điện thoại di động theo.

→ _____

ⓑ Khi tôi xuống xe buýt, một chiếc xe máy chạy qua rất nhanh, may mà nó không đâm vào tôi.

→ _____

ⓒ Khi anh Minh đi đường, cánh cây rơi xuống, nhưng anh ấy tránh được.

→ _____

ⓓ Khi trời mưa, em Hà đi ra đường. Đường bị ngập nước. Một chiếc xe hơi phóng qua chỗ em ấy. May mà em ấy không bị ướt.

→ _____

06 다음 빈칸에 적합하게 trở thành 혹은 trở nên을 넣으세요.

ⓐ Em Châu có thể hát hay và nhảy giỏi. Em ấy muốn _____ một ca sĩ nổi tiếng.

ⓑ Sau cuộc nói chuyện với bố, con _____ ngoan hơn.

ⓒ Mỗi buổi sáng, đi tập thể dục sau khi thức dậy đã _____ thói quen của tôi.

ⓓ Em ước mơ _____ đầu bếp giỏi.

ⓔ Sau khi nộp đơn xin li dị ở toà án, hai người _____ xa lạ với nhau.

ⓕ Sau một tiếng trang điểm, cô ấy _____ xinh đẹp.

ⓖ 'Tin học' đã _____ môn học quan trọng trong các trường phổ thông.

track 10-06

Con người đang ngày càng chú trọng vào việc làm thế nào để có một ngoại hình hấp dẫn. Làm thế nào để xuất hiện ấn tượng là điều mà không chỉ có phụ nữ mà cả đàn ông cũng càng ngày càng quan tâm .

Chỉ tính riêng tại Mỹ vào năm 2008, người Mỹ đã chi hơn 200 tỉ đô la cho việc chăm chút cho vẻ ngoài của mình, mặc dù cũng vào thời điểm đó, nước Mỹ đang trải qua một trong những cơn khủng hoảng kinh tế lớn nhất trong lịch sử.

Các nghiên cứu gần đây đều đã chỉ ra rằng con người hiện nay đầu tư vào việc làm thế nào để xuất hiện với ngoại hình lịch sự, sang trọng, hợp thời trang nhiều hơn rất nhiều so với việc đầu tư vào việc trau dồi kiến thức như mua sách báo, hay đi học. Nguyên nhân của việc này là gì? Thứ nhất là họ nghĩ có một ngoại hình lịch sự, sang trọng tương ứng với việc thuộc về tầng lớp thượng lưu. Nghe thì có vẻ không liên quan với nhau lắm, nhưng trong một cuộc khảo sát mới đây của các nhà tâm lý học Mỹ, khi được hỏi, rất nhiều người nói rằng họ cảm thấy mình cuốn hút hơn trong một đám đông khi họ nhận thấy mình có một địa vị cao hơn so với những người khác. Ngược lại khi được hỏi khi nào họ thấy mình không được cuốn hút lắm, rất nhiều người nói rằng đó là khi họ cảm nhận được rằng mình thuộc về một tầng lớp thấp kém hơn so với mọi người xung quanh.

Các nghiên cứu trước đây cho rằng các cá nhân đánh giá người khác bằng khối lượng tài sản hay trình độ học vấn. Tuy nhiên, gần đây, các nhà nghiên cứu cho biết hiện nay con người ở lần gặp đầu tiên trong một đám đông thường đoán địa vị xã hội của người khác dựa trên hình thức bề ngoài của người đó, ví dụ trang phục, cách trang điểm của họ v.v…

* Xuất xứ : trang web An ninh thế giới

 1 Theo bài này, con người đang ngày càng chú trọng vào việc gì?
이 글에 따르면 사람은 현재 나날이 어떠한 일에 집중하나요?

 2 Theo thống kê năm 2008, người Mỹ tiêu bao nhiêu tiền vào việc chăm chút vẻ ngoài của mình?
2008년의 통계에 따르면 미국인은 자신의 외모를 관리하는 일에 얼마의 돈을 썼나요?

 3 Theo các nghiên cứu gần đây, người ta đầu tư vào việc nào nhiều hơn việc trau dồi kiến thức?
최근 연구들에 따르면 사람들은 지식을 쌓는 일보다 어떤 일에 더 많이 투자하나요?

4 Theo bài này, lý do người ta quan tâm đến ngoại hình là gì?

이 글에 따르면 사람들이 외모에 관심을 가지는 이유는 무엇인가요?

 5 Trước đây người ta thường đánh giá người khác theo tiêu chuẩn nào? Còn hiện nay thì sao?

이전에 사람들은 다른 사람들 어떤 기준으로 평가하였나요? 현재는 어떠한가요?

 6 Bạn có đồng ý với ý kiến của bài này không?

당신은 이 글의 의견에 동의하나요?

 7 Theo bạn, trong xã hội hiện đại, vì sao người ta quan tâm đến ngoại hình?

당신은 현대 사회에서 왜 사람들이 외모에 관심을 가진다고 생각하나요?

사람들은 매력적인 외모를 가지기 위해 어떻게 해야 하는지에 나날이 집중하고 있다. 인상을 주기 위해 어떻게 해야 하는지 여성뿐만 아니라 남성들도 나날이 관심을 가지고 있는 것이다.

2008년 단지 미국에서만 미국인들은 2천억 달러 이상을 자신의 외모를 가꾸는 일에 썼다. 비록 그 시기에 미국이 역사상 가장 큰 경제공황들 중 하나를 겪고 있었음에도 불구하고.

최근 연구들에 따르면 오늘날 사람들은 서적을 구매하거나 공부하러 가는 등의 지식을 쌓는 일에 투자하는 것에 비해 더 예의 바르고, 더 고급스럽고, 더 패셔너블하게 보이기 위해 어떻게 해야 하는지에 더 많이 투자한다고 한다. 이 일의 원인은 무엇일까? 첫 번째로 그들은 예의 바르고 고급스러운 외모가 상류층에 속하는 것에 상응한다고 생각한다. 들을 때는 서로 그렇게 연관이 없어 보이지만 미국 심리학자들의 최근 한 조사에 따르면 설문에 응할 때 매우 많은 사람들은 그들이 다른 사람들에 비해서 높은 지위를 가졌다는 것을 인식할 때 많은 사람들의 무리보다 자신이 더 매력적으로 느껴졌다고 말했다. 반대로 매우 많은 사람들이 말하길, 그들이 별로 매력적이지 않다고 느꼈을 때에 대한 응답으로 자신이 주변의 모든 사람들에 비해 더 낮은 계층에 속했다는 것을 느꼈을 때라고 답했다.

이전의 연구들은 각각의 개인은 다른 사람들을 재산이나 학벌 수준으로 평가한다고 했지만 최근의 사람들은 한 무리의 사람들 중에서 처음 만났을 때 다른 사람의 사회적인 지위를 주로 그 사람의 외부적인 형식(외모), 예를 들어 복장, 메이크업 방법 등에 의거해서 추측한다고 한다.

＊출처 : 세계 보안 사이트

Từ vựng mới | 새로운 어휘

chú trọng 집중하다 | **không chỉ A mà cả B** A뿐만 아니라 B도 | **chi** 지출하다 | **chăm chút** 가꾸다, 돌보다 | **vẻ ngoài** 외형 | **trải qua** 겪다 | **khủng hoảng** (恐慌) 공황 | **nghiên cứu** (研究) 연구 | **chỉ ra** 가르키다 | **trau dồi** 쌓다 | **kiến thức** 지식 | **tầng lớp** 계층 | **thượng lưu** 상류 | **cuộc khảo sát** 조사 | **đám đông** 군중, 큰 무리의 사람 | **địa vị** (地位) 지위 | **cảm nhận** 느끼다 | **khối lượng** 양 | **tài sản** (財産) 재산 | **trình độ học vấn** 학벌 수준 | **dựa trên** ~에 의거하다

Bài 11

Sức khoẻ

건강

 track 11-01

Sức khoẻ là vốn quý nhất của con người. Hiện nay, điều mà người ta quan tâm đến nhất chắc chắn là sức khoẻ. Các kiến thức về sức khoẻ, y học rất phổ biến. Khi nghi ngờ bị bệnh gì, chúng ta có thể lên mạng tìm thấy đầy đủ thông tin và thậm chí còn được các bác sĩ tư vấn trực tuyến. Người ta rất chú trọng vào việc chăm sóc bản thân, ngày nào cũng đi phòng gym để tập thể dục, tìm thực phẩm chức năng để uống, khám sức khoẻ định kỳ.

1 Bạn có khám sức khoẻ định kỳ không?

당신은 정기적으로 건강검진을 하나요?

2 Hãy chia sẻ bí quyết giữ gìn sức khoẻ của bạn.

당신의 건강 유지 비결을 나누어 주세요.

건강은 사람의 가장 귀중한 자산이다. 오늘날 사람들이 가장 관심을 가지는 것은 확실하게 건강이다. 건강 및 의학 지식은 매우 보편적이다. 어떤 병에 걸린 것과 같은 의심이 들 때 우리는 인터넷에 들어가서 충분한 정보를 얻을 수 있고 심지어는 의사에게 온라인 상담을 받을 수 있다. 사람들은 자기 관리에 매우 집중하며 날마다 운동하기 위해 헬스장에 가고 먹기(마시기) 위해 건강보조식품(기능 식품)을 찾고 정기적으로 건강 검진을 받는다.

Trang	Chào bác sĩ ạ, lâu quá không gặp bác sĩ ạ.
Bác sĩ	Chào chị, hôm nay chị đến khám bệnh hay tư vấn ạ?
Trang	Dạ, cả hai ạ. Không biết sao từ tuần trước, sức khoẻ của tôi trở nên tồi tệ. Khi đi làm, mới 11 giờ sáng mà tôi đã cảm thấy buồn ngủ, khó tập trung làm việc. Sau khi ăn trưa, lại cảm thấy thiếu năng lượng, mệt mỏi. Tôi sợ là mình bị bệnh nặng.
Bác sĩ	Thế chị có thường thức khuya không?
Trang	Dạ, không. Vì dạo này công việc của tôi khá nhàn, hễ tôi cảm thấy mệt là tôi cố gắng đi ngủ sớm. Tôi thường đi ngủ từ 10 giờ tối và 7 giờ sáng tôi mới thức dậy. Tôi thấy là mình sống điều độ lắm.
Bác sĩ	Thế chị có thường tập thể dục không?
Trang	Có, sáng nào tôi cũng chạy bộ, ít nhất 30 phút mỗi ngày. Tôi nghĩ mãi mà không có một nguyên nhân nào làm cho tôi bị như vậy, bác sĩ giúp tôi với ạ.
Bác sĩ	Thế thì có thể là vì một nguyên nhân rất đơn giản.
Trang	Ủa? Nguyên nhân đó là gì ạ?
Bác sĩ	Do việc ăn uống. Hiện nay có nhiều trường hợp giống như chị đến đây để khám bệnh. Chị có biết những thức ăn chị ăn mỗi ngày như cơm trắng, bánh mì trắng, thịt đỏ, kẹo .. có thể gây triệu chứng dễ bị mệt mỏi, thiếu năng lượng không?
Trang	Ôi, thế à? Tôi chưa nghe thế bao giờ. Vì tôi tưởng khi cảm thấy yếu thì phải được ăn no nên mỗi ngày đều ăn những 2 bát cơm trắng, 200g bò bít tết. Hoá ra nguyên nhân là vì như vậy ạ?
Bác sĩ	Ăn cơm trắng nhiều sẽ làm tăng chỉ số đường trong máu vì thế nhanh chóng làm cho chị rơi vào cảm giác buồn ngủ, hơn nữa, nếu ăn kèm với thịt thì mức độ buồn ngủ sẽ tăng lên nhanh hơn. Chắc ăn cơm xong, chị chỉ muốn nằm xuống ngủ một giấc, phải không? Ông bà mình thường nói "căng da bụng chùng da mắt mà".
Trang	Vậy à? Cám ơn bác sĩ. Thế thì tôi phải làm thế nào ạ?
Bác sĩ	Cũng đơn giản lắm. Chị đừng ăn cơm trắng nhiều mà ăn cơm ngũ cốc. Đừng ăn thịt đỏ nhiều mà ăn thịt gà, cá. Đương nhiên là phải ăn nhiều rau quả.

1 Trang đến gặp bác sĩ để làm gì?

Trang은 무엇을 하기 위해 의사를 만나러 왔나요?

 2 Hiện nay, sức khoẻ của Trang có vấn đề gì?

요즘에 Trang의 건강은 무슨 문제가 있나요?

 3 Trang có thường thức khuya không?

Trang은 자주 밤 늦게까지 안 자고 깨어있나요?

 4 Trang có thói quen tập thể dục không?

Trang은 운동하는 습관이 있나요?

 5 Theo bác sĩ, nguyên nhân khiến Trang dễ bị mệt là gì?

의사에 따르면 Trang이 쉽게 피곤해지게 만드는 원인은 무엇인가요?

 6 Bác sĩ khuyên Trang làm gì để giải quyết vấn đề?

의사는 문제를 해결하기 위해 Trang이 무엇을 하라고 충고했나요?

Từ vựng mới | 새로운 어휘

khám bệnh 진찰하다 ㅣ **tư vấn** 상담하다 ㅣ **tồi tệ** 나쁘다 ㅣ **buồn ngủ** 졸리다 ㅣ **tập trung** (集中) 집중하다 ㅣ **năng lượng** 에너지 ㅣ **thức khuya** 늦게까지 안 자고 깨어 있다 ㅣ **thiếu ngủ** 잠이 부족하다 ㅣ **nhàn** 여유롭다 ㅣ **chạy bộ** 조깅하다 ㅣ **ít nhất** 최소 ㅣ **nguyên nhân** (原因) 원인 ㅣ **trường hợp** 경우 ㅣ **gây** 야기하다, 초래하다 ㅣ **triệu chứng** 증상 ㅣ **bò bít tết** 비프 스테이크 ㅣ **làm tăng** 증가시키다 ㅣ **chỉ số** (指數) 지수 ㅣ **đường trong máu** 혈당 ㅣ **nhanh chóng** 빨리, 빠르게 ㅣ **rơi vào** ~에 처하다 ㅣ **kèm với** 곁들이다 ㅣ **giấc** 잠 ㅣ **căng** 팽팽한 ㅣ **chùng** 느슨한, 늘어지는 ㅣ **cơm ngũ cốc** 잡곡밥 ㅣ **đương nhiên** (當然) 당연하다 ㅣ **rau quả** 채소와 과일

Chú thích ngữ pháp | 문법

1 Mới 11 giờ sáng mà tôi đã cảm thấy buồn ngủ.

겨우 오전 11시인데 저는 (벌써) 졸려요

— mới는 매우 다양한 뜻과 용법을 가진 단어입니다. mới가 시간을 나타내는 단어와 결합할 때 어순에 따라서 다른 뜻을 가집니다.

> **Cấu trúc**
>
> **mới** + 시간명사
> **mới A đã B**
> **mới** + 시간명사 + 주어 + **đã** + 동사

— 먼저 mới가 시간을 나타내는 단어의 앞에 위치하면 그 시간이 아직 이르다는 것을 나타내며 '아직', '겨우'로 해석합니다. 또한 뒤에 오는 절의 동사 앞에 đã가 함께 쓰여서 '너무 이른 시점에 벌써 ~했음'을 나타냅니다.

> **Ví dụ**   Mới 7 giờ rưỡi sáng. họ chưa đi làm đâu.
> 이제 겨우 아침 7시 반인데 그들은 아직 출근을 안 했어요.
>
> Cô ấy mới 18 tuổi mà đã lấy chồng.
> 그녀는 겨우 18세인데 벌써 결혼했다.
>
> Bây giờ mới tháng 5 mà trời đã nóng.
> 지금 겨우 5월인데 벌써 날씨가 더워요.

> **Cấu trúc**
>
> 시간명사 + **mới**
> 시간 + 주어 + **mới** + 동사

— mới가 시간을 나타내는 명사 뒤에 위치하면 조건을 나타내며 그 시간(그 조건)이 되어서야 일이 이루어짐을 나타냅니다. '그제야, 그때서야, 비로소' 등으로 해석합니다.

> **Ví dụ**   10 giờ. lớp học mới bắt đầu mà, anh đến sớm quá.
> 10시 돼야지 수업이 비로소 시작할 텐데, 오빠 너무 일찍 오셨네요.
>
> Tháng 3, chị Oanh mới về Việt Nam.
> 3월이 돼야지 Oanh 언니가 베트남에 돌아온다.

2 Tôi nghĩ **mãi** mà không có một nguyên nhân nào làm cho tôi bị như vậy.

저는 계속 생각을 해 봤지만 저를 이렇게 만드는 어떤 원인도 없어요.

> **Cấu trúc**
>
> 동사 + **mãi**

— 동사 뒤에 **mãi**가 위치하면 이는 '매우 오래, 계속 동사함'을 나타냅니다. 화자의 기대나 소망에 비해 '매우 오랜 시간 동안 ~해도 안 된다'라는 말로 '동사 + **mãi** mà không~'을 자주 사용합니다.

> **Ví dụ** Cái kính râm đó, em tìm mãi mà không tìm thấy.
> 그 선글라스, 제가 계속 찾았는데도 못 찾았어요.
>
> Em gọi mãi mà anh không nghe.
> 제가 계속 불러도 오빠는 못 듣네요.

3 Không có một nguyên nhân nào **làm cho** tôi bị như vậy.

저를 이렇게 만드는 어떤 원인도 없어요.

> **Cấu trúc**
>
> A **làm/làm cho** B ~ , A **khiến/khiến cho** B ~, A **giúp/giúp cho** B ~
> 주어 + **làm/làm cho** + 명사 + 동사/형용사
>   **khiến/khiến cho**
>   **giúp/giúp cho**

— 이 구문은 사역동사 구문으로 'A가 B를 ~하게 만들다'라는 뜻입니다. làm과 làm cho는 비슷하며 긍정적인 것과 부정적인 것에 모두 사용합니다. khiến, khiến cho는 부정적인 상황에 주로 사용합니다. 또한 giúp, giúp cho는 긍정적인 상황에만 사용합니다.

> **Ví dụ** Em Hiền làm mọi người vui.
> Hiền은 모두를 즐겁게 만들었다.
>
> Tiếng ồn làm cho tôi khó chịu.
> 소음이 나를 견디기 힘들게 만들어요.
>
> Câu hỏi của cô giáo khiến tôi lúng túng.
> 선생님의 질문이 나를 혼란스럽게 했다.
>
> Việc Bắc Triều Tiên bắn tên lửa khiến cho toàn thế giới lo ngại.
> 북한의 미사일 발사가 전 세계를 걱정스럽게 한다.

Vitamin C giúp bạn khoẻ hơn.
비타민 C는 여러분을 더 건강하게 한다. (건강하게 돕는다)

Công ty tôi giúp cho các nhân viên phát triển năng lực bản thân.
우리 회사는 직원들이 자기 능력 개발을 하게 한다. (하게 돕는다)

4 Vì tôi **tưởng** khi cảm thấy yếu thì phải được ăn no ... **Hoá ra** nguyên nhân là vì làm như vậy ạ?
몸이 약하다고 느낄 때 배불리 먹어야지 라고 생각해서... 알고 보니 원인은 그래서였군요?

> **Cấu trúc**
>
> 주어 + **tưởng (là)** + 문장
> **Hoá ra/Thì ra** + 문장

— **tưởng**은 '생각하다' 또는 '믿다'라는 뜻의 동사이지만 결과적으로 그 생각이 사실과 다르며 틀린 생각이었음을 나타냅니다. '~라고 생각했는데' 혹은 '~인/한 줄 알았는데' 로 해석합니다.

> **Ví dụ** Tôi tưởng anh Sơn là một diễn viên nổi tiếng.
> 나는 Sơn 오빠가 유명한 연예인인 줄 알았다. (알고 보니 유명한 연예인이 아니었음)

— **Hoá ra**와 **Thì ra**는 문장 제일 앞에 쓰여서, 뒤에 오는 문장의 내용이 말하는 사람에게는 막 새롭게 알게 된 내용이며 예전 생각에 생각했던 바와 다르다는 것을 나타냅니다. 해석은 '알고 보니 ~했네'로 합니다.

> **Ví dụ** Hoá ra em Tuyến nghỉ học luôn rồi.
> 알고 보니 Tuyến은 아예 공부를 그만두었구나.
>
> Thì ra em nhầm rồi. 알고 보니 제가 틀렸군요.

— **tưởng**과 **Hoá ra/Thì ra**는 함께 쓰이기도 하는데 '~한 줄 알았는데 알고 보니 ~였다'라고 해석합니다.

> **Ví dụ** Em tưởng anh ấy yêu em. Hoá ra anh ấy chỉ coi em là em gái thôi.
> 저는 그 오빠가 저를 사랑하는 줄 알았는데 알고 보니 그 사람은 단지 저를 여동생처럼 여겼던 거예요.
>
> Chị tưởng em đang theo học khoa Việt Nam học, thì ra em đang học ngành quản trị kinh doanh.
> 언니는 네가 베트남학 공부하는 줄 알았는데 알고 보니 너는 경영관리를 공부하고 있었구나.

5 Mỗi ngày đều ăn **những** 2 bát cơm trắng.
매일 두 그릇이나 백미밥을 먹습니다.

những + 숫자

— những이 숫자 앞에 위치하면 말하는 사람의 생각에 그 수량이 크고 많다는 것을 나타냅니다. 앞서 학습한 '**đến** + 숫자'와 비슷합니다. '~나, ~이나, ~까지나'로 해석합니다.

Ví dụ   Vào dịp Tết, tôi được nghỉ những 3 tuần.
이번 설에 나는 3주나 쉰다.

Em Thành có những 10 quyển sách tiếng Việt.
Thành은 베트남어 책을 10권이나 가지고 있다.

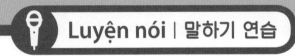

A Mới <u>11 giờ sáng</u> mà tôi đã <u>cảm thấy buồn ngủ,
khó tập trung làm việc</u>.

track 11-03

ⓐ ngày 7 mà tôi đã xin tạm ứng lương

ⓑ sáng sớm mà anh Liêu đã uống rượu

ⓒ 3 giờ chiều mà vé tàu đã bán hết rồi

B <u>7 giờ sáng tôi</u> **mới** <u>thức dậy</u>.

ⓐ 4 giờ chiều người quản lý   đến. Xin vui lòng đợi một lát

ⓑ Tháng 2 em Phương   tốt nghiệp đại học

ⓒ Tháng 1 năm sau chị   chuyển công tác về Cần Thơ

C <u>Tôi nghĩ</u> **mãi mà không** <u>nghĩ ra</u>.

ⓐ Em đọc   hiểu câu này

ⓑ Chị đợi   thấy em

ⓒ Anh nằm   ngủ được

D <u>Không biết nguyên nhân nào</u> **làm cho** <u>tôi bị như vậy</u>.

ⓐ Trời đẹp   chúng tôi thấy vui

ⓑ Con thông minh   bố mẹ tự hào

ⓒ Anh   em thất vọng quá

E <u>Việc Bắc Triều Tiên bắn tên lửa</u> **khiến** <u>cho toàn thế giới lo ngại</u>.

ⓐ Những nguyên nhân nào
cho cuộc kháng chiến chống Trung Quốc thất bại?

ⓑ Theo cuộc nghiên cứu gần đây mẹ bầu căng thẳng sẽ
thai nhi phát triển không tốt

ⓒ Thiếu ngủ cũng
da lão hoá nhanh

F <u>Em</u> **tưởng** <u>anh ấy yêu em</u>. **Hoá ra** <u>anh ấy chỉ coi em như em gái thôi</u>.

   ⓐ Chị   em không muốn đi cùng   em có việc gấp thôi

   ⓑ Anh   đó là chuyện nhỏ thôi   chuyện không nhỏ

   ⓒ Bác   cà phê này không đắt lắm   đắt nhất trong các loại cà phê bác đã mua

G <u>Mỗi ngày đều ăn</u> **những** <u>2 bát cơm trắng</u>.

   ⓐ Hôm nay thầy giáo cho   5 bài tập

   ⓑ Nhà tôi có   5 hộp sữa nữa. Mua thêm làm gì

   ⓒ Gia đình anh ấy có   8 anh chị em. Đông lắm

A 다음의 대화를 듣고 질문에 답하세요.   track 11-04

1 Người nam và người nữ đang nói về gì?

ⓐ Bệnh trầm cảm do nghiện Facebook   ⓑ Các bệnh tâm thần

ⓒ Các mạng xã hội   ⓓ Sở thích của các thanh thiếu niên

2 Em học sinh bị trầm cảm do Facebook có những triệu chứng gì?

_____

3 Theo các bác sĩ, nhiều bệnh nhân mắc bệnh trầm cảm, tâm thần phân liệt liên quan đến điều gì?

_____

B 다음 글을 듣고 질문에 답하세요.   track 11-05

1 Bài viết này đang nói về điều gì?

ⓐ Giới thiệu các loại vitamin A   ⓑ Các công dụng của vitamin A

ⓒ Các loại thực phẩm giàu vitamin B   ⓓ Lý do người ta uống vitamin

2 Trường hợp thiếu hụt vitamin A thì trẻ em và phụ nữ mang thai có nguy cơ bị bệnh gì?

ⓐ Ung thư   ⓑ Bệnh về da

ⓒ Bệnh tiêu chảy   ⓓ Bệnh tim mạch

3 Loại thực phẩm nào dưới đây không giàu vitamin A?

ⓐ Gan   ⓑ Các chế phẩm từ sữa

ⓒ Rau xanh rậm lá   ⓓ Khoai tây

Luyện viết | 쓰기 연습

01 다음 문장을 완성하세요.

ⓐ Mới tám giờ sáng mà _____

ⓑ Tháng 3 năm sau chị dâu mình _____

ⓒ Mới đầu tháng 4 _____

ⓓ Mới giữa tháng 4 _____

ⓔ Lúc 10 giờ tối _____

02 다음 문장을 완성하세요.

ⓐ Chuyến đi du lịch Huế giúp cho các bạn sinh viên trẻ _____

ⓑ Cơn mưa bất ngờ khiến cho giao thông _____

ⓒ Kết quả kỳ thi này làm cho em Lan _____

ⓓ Lời nói ngọt ngào của anh Minh làm cho chị Kiên _____

ⓔ Thời tiết thay đổi nhanh khiến cho _____

03 다음 문장을 완성하세요.

ⓐ Anh ấy sắp về nước rồi. Thế mà tôi cứ tưởng là _____

_____

ⓑ Nghe nói hôm nay nhà hàng Ngon đóng cửa. Vậy mà tôi cứ tưởng là _____

_____

ⓒ Anh Hiệp đã cầu hôn chị Trang rồi. Thế mà mình cứ tưởng là _____

_____

ⓓ Trời ơi, sữa này hết hạn sử dụng rồi. Con đừng uống nữa. Con tưởng là _____

_____

ⓔ Mình thi trượt rồi. Buồn lắm. Vậy mà mình tưởng là _____

_____

04 다음 문장을 완성하세요.

ⓐ Chiều nay tôi tìm anh ấy khắp cơ quan mà không gặp.

→ Hoá ra _____

ⓑ Trên tàu điện ngầm, có chỗ trống mà không ai ngồi.

→ Thì ra _____

ⓒ Tôi mở cửa mãi mà không được.

→ Hoá ra _____

ⓓ Cả nhà anh Mike không ai ăn thịt heo.

→ Thì ra _____

ⓔ Em tưởng chị đã có áo dài rồi.

→ Thì ra _____

Để có sức khoẻ tốt, chúng ta nên làm gì? Dưới đây là những bí quyết giúp chúng ta có thể giữ gìn sức khoẻ suốt đời.

1. Uống nhiều nước: Bạn nên uống từ 1,5 – 2 lít nước mỗi ngày. Một cốc nước vào buổi sáng sau khi ngủ dậy giúp máu huyết lưu thông tốt hơn. Nước cũng giúp đẩy nhanh chất thải ra ngoài cơ thể, giúp da luôn căng mịn, hồng hào, tránh bệnh sỏi thận và sỏi mật. Để việc uống nước dễ dàng hơn, bạn nên chia lượng nước nói trên thành nhiều phần. Cứ cách 2 giờ bạn uống khoảng 200ml nước.

2. Hít thở không khí trong lành và tập thể dục: Tập thể dục buổi sáng kết hợp với hít thở không khí trong lành là một thói quen rất tốt cho sức khỏe. Các động tác thể dục giúp cơ thể bạn nâng cao sức đề kháng, loại bỏ căng thẳng và mệt mỏi. Người thường xuyên tập thể dục rất ít khi bị ốm và nếu không may bị mắc bệnh thì cũng nhanh khỏi hơn. Để đạt được hiệu quả thật sự, bạn nên tập thể dục từ 3-4 lần mỗi tuần, mỗi lần nửa tiếng trở lên. Thỉnh thoảng lại nâng mức vận động của mình lên một chút. Sáng sớm, bạn hãy ra công viên, nơi có nhiều cây xanh và không khí trong lành, hít thở thật sâu để ôxy tràn vào hai lá phổi, làm gia tăng quá trình tuần hoàn máu. Ôxy tinh khiết sẽ theo máu lên não và các cơ quan nội tạng, tạo năng lượng cho một ngày mới của bạn.

3. Bổ sung vitamin: Do áp lực công việc, các hoạt động xã hội, bạn thường ăn vội vàng những bữa ăn đơn giản. Hậu quả là, sau một thời gian, cơ thể bạn bị thiếu chất, nhất là thiếu vitamin trầm trọng. Theo các chuyên gia dinh dưỡng, nên bổ sung vitamin khi bạn phải làm việc quá sức. Việc dùng thường xuyên các loại hoa quả như: chuối, cam, bưởi, quýt, dưa hấu, lê, táo… sẽ giúp cơ thể có nhiều dinh dưỡng, vitamin và khoáng chất.

*Nguồn gốc: Trang web sức khoẻ và đời sống

 Theo bài này, mỗi ngày bạn nên uống mấy lít nước?
이 글에 따르면 매일 당신은 몇 리터의 물을 마시는 것이 좋은가요?

 Việc uống nước có tác dụng gì cho da?
물을 마시는 것은 피부에 어떤 영향을 주나요?

3 Các động tác thể dục có tác dụng gì cho cơ thể con người?

체육 동작들은 사람의 신체에 어떤 영향을 주나요?

 4 Bạn nên tập thể dục mấy tiếng một tuần?

당신은 일주일에 몇 시간 운동을 하는 게 좋은가요?

 5 Trong chế độ ăn uống của lối sống hiện đại, chúng ta thiếu chất nào nhất?

현대적 삶에서의 식습관에서 우리는 어떤 영양소가 제일 부족한가요?

 6 Những loại hoa quả nào giàu vitamin?

어떤 종류의 과일들이 비타민이 풍부한가요?

 좋은 건강을 가지기 위해서 우리는 무엇을 해야 하는가? 다음은 우리가 평생 건강을 유지할 수 있게 우리를 도와줄 비결들이다.

1. 많은 물을 마셔라: 당신은 매일 1.5–2L 물을 마셔야 한다. 잠에서 일어난 후 아침에 한 잔의 물은 혈액순환이 더 잘 되게 해 줄 것이다. 물은 신체 밖으로 불순물을 빨리 내보내게 해 줄 것이며 피부를 항상 팽팽하고 매끈하고 혈색이 좋게 해 줄 것이며 신장 결석과 담석이 생기는 병을 피하게 할 것이다. 더 쉽게 물을 마시기 위해 당신은 위에 언급한 물의 양을 여러 부분으로 나누고 2시간 간격으로 약 200ml의 물을 마셔라.

2. 신선한 공기로 호흡하고 운동하라: 신선한 공기를 호흡하며 아침 운동을 하는 것은 건강에 매우 좋은 습관이다. 체육 동작들은 당신의 신체가 면역력을 향상시키고 스트레스와 피곤을 제거하게 해 줄 것이다. 자주 운동하는 사람은 병에 거의 걸리지 않고 만약에 운이 좋지 않게 병에 걸렸어도 더 빨리 낫는다. 실제적인 효과를 보기 위해서 당신은 매주 3–4회씩 운동해야 하고 매번 30분 이상해야 한다. 가끔씩 당신의 운동량을 점점 늘려라. 이른 아침 푸른 나무와 신선한 공기가 있는 공원으로 나가서 심호흡을 하여 양 쪽 폐에 산소가 가득차게 하고 혈액순환 과정을 증가시켜라. 깨끗한 공기는 혈액을 타고 뇌와 각 내장 기관에 가서 당신의 새로운 하루를 위한 에너지를 만들 것이다.

3. 비타민을 보충하라: 일과 사회생활의 압력때문에 당신은 주로 단순한 식사를 서둘러 먹을 것이다. 그 결과로 일정 시간 후에 당신의 몸은 영양소가 부족해지는데 특히 비타민이 심각하게 부족하다. 영양 전문가들에 따르면 당신은 과로하여 일해야 할 때 비타민을 보충해야 한다. 바나나, 오렌지, 자몽, 귤, 수박, 배, 사과와 같은 각종 과일을 자주 섭취하는 것은 무기질, 비타민 및 많은 영양소를 몸이 얻을 수 있도록 도와준다.

* 출처 : 건강과 삶 웹사이트

máu huyết lưu thông 혈액순환 | **đẩy** 밀다, 밀어내다 | **chất thải** 불순물, 배출물 | **căng mịn** 팽팽하고 매끈한 | **hồng hào** 혈색이 좋은 | **bệnh sỏi thận** 신장 결석 | **bệnh sỏi mật** 담석 | **kết hợp** (結合) 결합하다 | **động tác** (動作) 동작 | **nâng cao** 끌어올리다, 향상시키다 | **sức đề kháng** 면역력 | **loại bỏ** 제거하다 | **mắc bệnh** 병에 걸리다 | **trở lên** (숫자) 이상 | **mức vận động** 운동 수준, 운동량 | **hít thở** 호흡하다 | **tràn** 가득 차다 | **làm gia tăng** 증가시키다 | **tuần hoàn máu** 혈액순환 | **tinh khiết** 깨끗한, 불순물이 섞이지 않은 | **não** (腦) 뇌 | **nội tạng** (內臟) 내장 | **áp lực** (壓力) 압력, 압박 | **vội vàng** 서두르다 | **hậu quả** 나쁜 결과 | **trầm trọng** 심각한 | **dinh dưỡng** (營養) 영양 | **quá sức** 과로 | **khoáng chất** 무기질

Bài 12

Thể thao

스포츠

track 12-01

Thể thao là một hình thức giải trí mà tất cả mọi người đều yêu thích, đồng thời là một hoạt động giúp nâng cao sức khoẻ và trau dồi các kỹ năng xã hội. Thông qua các hoạt động thể thao chúng ta học được cách cạnh tranh lành mạnh, tinh thần đồng đội.

Hiện nay, các công ty thường tổ chức một vài hoạt động thể thao trong công ty như bóng đá, bóng rổ, bóng chuyền, bóng bàn.. nhằm giúp các nhân viên có mối quan hệ tốt với nhau, có khả năng dễ làm việc cùng nhau, giải toả những căng thẳng trong công việc.

1 Bạn thích những môn thể thao nào?

당신은 어떤 스포츠 종목들을 좋아하나요?

2 Ở nước bạn, môn thể thao nào được người ta yêu thích nhất? Vì sao?

당신의 나라에서는 어떤 스포츠 종목이 사람들에게 가장 사랑 받나요? 왜 그런가요?

3 Thể thao mang lại những lợi ích gì cho chúng ta?

스포츠는 우리에게 어떤 이익들을 가져다 주나요?

스포츠는 모든 사람들이 좋아하는 여가일 뿐만 아니라 동시에 건강을 증진시키고 사회적인 기능을 함양시키는 활동이다. 스포츠 활동을 통해서 우리는 건전한 경쟁과 스포츠 정신(단결심)을 배울 수 있다. 오늘날 회사들은 직원들이 서로 좋은 관계를 가지고 함께 수월하게 일하고 업무에서 스트레스를 해소하도록 축구, 농구, 배구, 탁구 등과 같은 사내 스포츠 활동을 조직한다.

track 12-02

Ji-su   Bạn đang xem gì mà mê vậy?

Phong   À, chào Ji-su. Mình đang xem trận bóng chày giải World series Mỹ. Xin lỗi, mình mải xem nên không thấy bạn. Bạn có muốn xem cùng không?

Ji-su   Thôi, mình chẳng biết xem bóng chày là gì. Mình không hiểu quy tắc chơi bóng chày. Mình cũng không có thời gian để xem. Ủa, bạn lại thích xem bóng chày à? Mình tưởng là người Việt chỉ thích xem bóng đá thôi chứ.

Phong   Đương nhiên bóng đá là môn thể thao vua đối với tất cả mọi người Việt. Người ta nói Việt Nam là một nước mà tất cả mọi người dân đều là huấn luyện viên cho đội tuyển bóng đá mà. Nhưng ngoài bóng đá ra, người ta cũng thích nhiều môn thể thao: bóng rổ, bóng chày, bóng bàn chẳng hạn. Thế, ở nước bạn, người ta thích môn thể thao nào nhất?

Ji-su   Ở Hàn Quốc, bóng đá được yêu thích nhất. Nhưng mình không quan tâm đến thể thao lắm. Chỉ vào dịp Thế vận hội, mình mới xem chương trình thể thao để cổ vũ cho các vận động viên Hàn Quốc thôi.

Phong   Thế, chính Hàn Quốc đã tổ chức Thế vận hội mùa đông 2018 mà. Hàn Quốc mạnh về môn thể thao mùa đông nào?

Ji-su   Từ lâu, thế mạnh của Hàn Quốc là các môn thể thao trượt băng chẳng hạn như : trượt băng tốc độ cự ly ngắn, trượt băng tốc độ, đặc biệt ở môn trượt băng tốc độ cự ly ngắn, Hàn Quốc là nước đoạt huy chương vàng nhiều nhất, đến nay chúng tôi đã đoạt được 24 huy chương vàng kể cả tại Thế Vận Hội Pyengchang năm 2018.

Phong   Ôi, giỏi quá. Mình biết, một vận động viên nữ Hàn Quốc đã giành được huy chương vàng ở môn trượt băng nghệ thuật vào năm 2010. Hình như tên cô ấy là Kim gì đó.

Ji-su   Kim Yu-na. Ôi bạn giỏi quá! Vận động viên Kim Yu-na là niềm tự hào của tất cả mọi người dân Hàn Quốc! Mình không tưởng tượng nổi, để đạt được thành tích như vậy, cô ấy đã mất bao nhiêu thời gian để luyện tập, kiên trì theo đuổi con đường của mình. Còn bạn, bạn thích vận động viên nào?

Phong   Nhiều quá, mình không nhớ xuể. Nhưng hiện nay mình thích nhất cầu thủ Bùi Tiến Dũng. Anh ấy là thủ môn của đội U23 Việt Nam, trong các trận đấu, anh ấy cản phá được bao nhiêu là bàn đá phạt của đối thủ.

Ước gì mình được gặp anh ấy 1 lần, xin chữ ký của anh ấy.

Ji-su   Chúc bạn may mắn nhé!

 1 Phong mải xem gì mà không thấy Ji-su?
Phong은 무엇을 보느라 몰두해서 지수를 보지 못했나요?

 2 Ji-su có xem bóng chày không?
지수는 야구를 보나요?

 3 Theo Ji-su, người Việt thích môn thể thao nào?
지수는 베트남 사람이 어떤 스포츠 종목을 좋아한다고 생각하나요?

 4 Ở nước của Ji-su, người ta thích môn thể thao nào nhất?
지수의 나라에서는 사람들이 어떤 스포츠 종목을 제일 좋아하나요?

 5 Hàn Quốc mạnh về môn thể thao mùa đông nào?
한국은 어떤 동계 스포츠 종목에 강하나요?

 6 Hiện nay, Phong thích vận động viên nào?
요즘에 Phong은 어떤 운동 선수를 좋아하나요?

7 Phong mong ước điều gì?
Phong은 어떤 것을 소망하나요?

Từ vựng mới | 새로운 어휘

mê 홀딱 빠지다 | **trận bóng chày** 야구 경기 | **mải** 몰두하다 | **quy tắc** (規則) 규칙 | **trò chơi** 놀이 | **vua** 왕 | **đội tuyển** 대표팀 | **Thế vận hội** 올림픽 | **cổ vũ** 응원하다 | **vận động viên** 운동선수 | **chính** 바로 | **môn thể thao mùa đông** 동계 스포츠 종목 | **trượt băng** 스케이트 | **trượt băng tốc độ cự ly ngắn** 쇼트트랙 | **trượt băng tốc độ** 스피드 스케이팅 | **đạt** 빼앗다, 승리를 얻다 | **huy chương vàng** 금메달 | **đoạt** 달성하다, 얻다 | **giành** 쟁취하다, 획득하다 | **trượt băng nghệ thuật** 피겨 스케이팅 | **niềm tự hào** 자랑, 자부심 | **tưởng tượng** (想像) 상상하다 | **thành tích** (成績) 성적 | **luyện tập** 연습, 훈련 | **theo đuổi** 추구하다 | **cầu thủ** 선수 | **thủ môn** 골키퍼 | **cản phá** 골을 막다 | **bàn đá phạt** 패널티 킥 | **xin chữ ký** 사인을 요청하다

1 Xin lỗi, mình **mải** xem nên không thấy bạn.

미안해, 내가 (집중해서) 보느라고 너를 못 봤어.

> **Cấu trúc**
>
> 주어 + **mải** + 동사

— mải는 동사 앞에 쓰여서 주어가 어떤 일에 너무 몰두한 나머지 다른 일을 잊거나 놓치는 것을 표현합니다. '~에 너무 몰두하느라 (~했다)'로 해석합니다.

Ví dụ   Cả nhà mải xem phim nên không nghe tiếng chuông điện thoại.
온 가족이 영화 보는 것에 몰두하여 전화 벨소리를 듣지 못했다.

Chị Quỳnh mải suy nghĩ nên tôi gọi mà không nghe thấy.
Quỳnh 언니는 생각에 몰두하여 내가 불렀는데 못 들었다.

2 Mình **chẳng biết** xem bóng chày **là gì**.

나는 전혀 야구 안 봐. (야구 보는 게 뭔지도 몰라)

> **Cấu trúc**
>
> 주어 + **không biết** + 동사 + **là gì**
> **chẳng biết**
> **chả biết**

— 이 구문은 절대 부정으로 어떤 행동이나 상태를 매우 강하게 부정하기 위해 쓰입니다. '완전히 아니다'라는 뜻을 가지고 있고 문맥에 맞게 해석이 달라질 수 있으나 주로는 '~하는 게 뭔지도 모를 정도다'로 해석합니다. chả는 chẳng의 줄임말로 구어체에서 친한 친구끼리 주로 씁니다.

Ví dụ   Từ tuần trước đến giờ, mình bận quá. Minh không biết xem tivi là gì.
지난 주부터 지금까지 나는 너무 바빠서 티비 보는 게 뭔지 모를 지경이다. (완전히 티비를 보지 않는다.)

Anh Hoàng là một người rất thật thà. Anh ấy chẳng biết nói dối là gì.
Hoàng 오빠는 정말 솔직한 사람이다. 그는 거짓말하는 게 뭔지 모를 정도다. (그는 절대로 거짓말하지 않는다)

3 **Ngoài bóng đá ra, người ta cũng thích nhiều môn thể thao: bóng rổ, bóng chày, bóng bàn chẳng hạn.**

축구 말고도 사람들은 예를 들면 농구, 야구, 탁구같은 또 많은 스포츠 종목들도 좋아해.

> **Cấu trúc**
>
> 문장 + **chẳng hạn (như)** : A, B, C …
>   **ví dụ (như)**
>   **như**
> 문장, A, B, C … **chẳng hạn.**

— 어떤 의견이나 사실을 명확하게 하기 위한 예시를 들 때 chẳng hạn을 사용하며 의미상으로는 ví dụ (như), 혹은 như와 같습니다. 단, chẳng hạn은 예시를 들고 그 예시 뒤에 위치할 수 있습니다.

> **Ví dụ**   Ở cơ quan tôi, có nhiều câu lạc bộ thể thao, **chẳng hạn như**: câu lạc bộ bóng đá, câu lạc bộ cầu lông, câu lạc bộ Yoga…
> 우리 회사에는 많은 스포츠 동호회가 있는데 예를 들면 축구 동호회, 배드민턴 동호회, 요가 동호회 등이다.
>
> Tôi thường chơi thể thao với các bạn cùng lớp, bóng bàn, bóng ném, bóng chuyền **chẳng hạn**.
> 나는 자주 같은 반 친구들과 스포츠를 즐기는데 예를 들면 탁구, 핸드볼, 배구다.

4 **Vận động viên Kim Yu-na là niềm tự hào của tất cả mọi người dân Hàn Quốc!** 김연아 선수는 모든 한국인의 자랑이지!

> **Cấu trúc**
>
> **niềm** + 긍정적인 의미의 형용사, 일부 동사
> **nỗi** + 부정적인 의미의 형용사, 일부 동사

— niềm, nỗi는 각각 형용사 및 일부 동사 앞에 위치해 그 형용사와 동사를 명사로 만들어 줍니다. niềm은 긍적적인 의미의 형용사와 동사 앞에 nỗi는 부정적인 의미의 형용사와 동사 앞에 위치합니다.

형용사/동사	명사	형용사/동사	명사
Vui 즐거운	niềm vui 즐거움, 기쁨	buồn 슬픈	nỗi buồn 슬픔
Tin 믿다, 신뢰하다	niềm tin 믿음, 신뢰	lo âu 근심하다	nỗi lo âu 근심, 걱정
hy vọng 희망하다	niềm hy vọng 희망	sợ hãi 두려워하다, 떨다	nỗi sợ hãi 두려움, 공포

5 Mình **không** tưởng tượng **nổi**.

나는 도무지 상상할 수 없어.

> **Cấu trúc**
>
> 주어 + **không** + 동사 + **nổi**
> 주어 + 동사 + **không nổi**

— 이 구문은 '할 수 없다'라는 의미이지만 그 일이 너무 어려워서 할 수 없음을 나타냅니다. 어떤 일이 나의 생각, 지경 밖이라서 이해가 안 가거나 헤아리기 어려울 때도 사용할 수 있습니다.

Ví dụ Bài tập này khó quá. Tôi không làm nổi.
이 문제가 너무 어려워서 나는 풀 수가 없다.

Anh ấy đang nghĩ gì, tôi hiểu không nổi.
그가 무슨 생각을 하고 있는 건지, 나는 이해할 수 없어.

6 Nhiều quá, mình **không** nhớ **xuể**.

너무 많아서 기억할 수가 없어

> **Cấu trúc**
>
> 주어 + **không** + 동사 + **xuể**
> 주어 + 동사 + **không xuể**

— 이 구문도 위의 không...nổi와 같이 할 수 없다는 의미를 가지고 있지만 그 일의 수량이 너무 많아서 할 수 없음을 나타냅니다. '(양이 너무 많아) 다 할 수 없다'로 해석합니다.

Ví dụ Hôm qua cô giáo cho những 10 bài tập về nhà. Mình không làm xuể.
어제 선생님께서 숙제를 10개나 내 주셔서 나는 다 할 수가 없다.

Mua nhiều trái cây quá. Một mình tôi ăn không xuể.
과일을 너무 많이 샀네. 나 혼자서는 다 못 먹어.

7 Cô ấy đã mất **bao nhiêu** thời gian để luyện tập.

그녀가 얼마나 많은 시간을 훈련하기 위해 썼는지.

> **Cấu trúc**
>
> **bao nhiêu (là)** + 명사

— bao nhiêu, bao nhiêu là는 명사 앞에 위치하여 그 명사의 수가 매우 많다는 것을 나타내며 약간 감탄 문의 어조를 띄게 해석합니다. 문맥에 따라 달라지지만 '얼마나 많은~' 혹은 '정말 매우 많은~'로 해석 하면 됩니다.

> **Ví dụ** Cuối tuần, tôi có bao nhiêu việc phải làm.
> 주말에 나는 해야 할 일이 얼마나 많은지.
>
> Anh ấy đã mua bao nhiêu là hoa để tặng cô ấy.
> 그는 그녀에게 선물하기 위해 수많은 꽃을 샀다.

8 **Ước gì** mình được gặp anh ấy 1 lần, xin chữ ký của anh ấy. 그를 한 번 만나고 사인 받아 봤으면.

> **Cấu trúc**
>
> **Ước gì** + 주어 + 동사 + 목적어

— Ước gì는 문장 제일 앞에 위치하여 화자의 소망이나 바람을 나타냅니다. 영어의 'I wish…'와 비슷합니다.

> **Ví dụ** Ước gì mình có người yêu. 나도 애인이 있었으면.
>
> Ước gì tôi mua được siêu xe. 슈퍼카를 살 수 있다면.

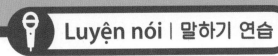
A Xin lỗi, <u>mình</u> mải <u>xem</u> nên không <u>thấy bạn</u>.　　track 12-03

　　ⓐ tôi　　　　 xem điện thoại　　 tránh vũng nước được

　　ⓑ mình　　　 suy nghĩ　　　　 nghe thấy tiếng bạn gọi

　　ⓒ anh　　　　 xem bóng đá　　　 biết em gọi

B <u>Mình</u> **chẳng biết** <u>xem bóng chày</u> **là gì**.

　　ⓐ Anh ấy　　 hút thuốc lá

　　ⓑ Ông ấy　　 say

　　ⓒ Em ấy　　　đánh bài

C <u>Người ta cũng thích nhiều môn thể thao: bóng rổ, bóng chày, bóng bàn</u> **chẳng hạn**.

　　ⓐ Tôi đã đi du lịch nhiều thành phố ở Việt Nam: Vũng Tàu, Mũi Né, Cần Thơ

　　ⓑ Tại Olympic mùa hè này, Hàn Quốc đã giành được nhiều huy chương vàng ở các môn thể thao: bắn cung, Taekwando, bắn súng

　　ⓒ Ở nhà tôi, có rất nhiều loại sách: tiểu thuyết, sách khoa học, giáo trình, từ điển

D <u>Bài tập này khó quá</u>. <u>Tôi</u> **không** <u>làm</u> **nổi**.

　　ⓐ Vấn đề đó phức tạp lắm　　　 Mình　　 hiểu

　　ⓑ Vì trên xe ồn ào quá　　　　 Tôi　　　nghe

　　ⓒ Cái chén trên giá cao quá　　 Nó　　　với

E <u>Hôm qua cô giáo cho những 10 bài tập về nhà</u>. <u>Mình làm</u> **không xuể**.

　　ⓐ Trong hộp thư điện tử có bao nhiêu là email quảng cáo.　　 Tôi đọc

　　ⓑ Trong lớp học có rất nhiều sinh viên.　　　　　　　　　 Mình nhớ tên

　　ⓒ Anh ấy là tỷ phú, có rất nhiều tiền.　　　　　　　　　 Chắc anh ấy đếm

F <u>Cô ấy đã mất</u> **bao nhiêu** <u>thời gian để luyện tập</u>.

    ⓐ Trong vườn có   hoa dại

    ⓑ Ở Việt Nam có   đảo lớn nhỏ

    ⓒ Ở khu vực này có   nhà hàng ngon

G **Ước gì** <u>mình được gặp anh ấy 1 lần, xin chữ ký của anh ấy</u>.

    ⓐ mình đẹp như cô ấy

    ⓑ mình được sống ở châu Âu

    ⓒ mình trúng số

A 다음 대화를 듣고 물음에 답하세요. track 12-04

1 Vì sao hôm nay trên đường đông người?

ⓐ Để kỷ niệm ngày thể thao.

ⓑ Vì hôm nay có một trận bóng đá nên người ta muốn cùng nhau đi cổ vũ.

ⓒ Hôm nay có một chương trình ca nhạc.

ⓓ Vì người ta ra phố để mua áo màu đỏ và quốc kỳ Việt Nam.

2 Hai người cược gì cho kết quả trận đấu?

ⓐ Một quả bóng
ⓑ Một ly cà phê
ⓒ Một phần gà rán
ⓓ Một bữa ăn

3 Vì sao người ta thích cổ vũ trên đường?

ⓐ Vì thích cược với nhiều người.

ⓑ Vì có thể vừa ăn gà rán vừa xem bóng đá

ⓒ Vì thích cùng nhau hát hò, la lớn thoải mái

ⓓ Vì dễ tìm chỗ uống bia

B 다음을 듣고 질문에 답하세요. track 12-05

1 Vì sao người nữ xanh xao và mắt đỏ?

ⓐ Vì cô ấy thức khuya để xem bóng đá.

ⓑ Vì trận bóng đá hôm qua khá căng thẳng.

ⓒ Vì đội tuyển Việt Nam không được tham dự World cup 2022.

ⓓ Vì đội tuyển Việt Nam thua trong trận bóng đá hôm qua nên khóc nhiều.

2 Câu nào dưới đây không đúng về trận đấu hôm qua?

ⓐ Hết hai hiệp chính, thêm các hiệp phụ nữa.

ⓑ Lúc sắp hết hiệp phụ thứ 2, cầu thủ đội bạn phạm sai lầm.

ⓒ Đội tuyển Việt Nam thua 0-1.

ⓓ Trận đấu hôm qua là trận chung kết.

3 Người nữ mong muốn gì?

ⓐ Đội tuyển Việt Nam không bao giờ thua.

ⓑ Các cầu thủ cố gắng luyện tập để thắng.

ⓒ Đội tuyển Việt Nam được tham dự world cup 2022.

ⓓ Cùng đi cổ vũ với người nam.

01 다음 문장을 완성하세요.

ⓐ Mải xem điện thoại nên bạn Hoa _____

ⓑ Trẻ con mải xem tivi nên không _____

ⓒ Trong lớp, em Tuyết Vi mải lo ra không tập trung nên _____

ⓓ Mải ngắm một cô gái xinh đẹp, anh Liêu _____

ⓔ Họ mải cãi nhau nên _____

02 다음 보기에서 단어를 골라 문장을 완성하세요.

no	say	quát tháo	đến muộn	chào hỏi

ⓐ Thầy Nam luôn đến đúng giờ. Thầy ấy không biết _____ là gì.

ⓑ Anh Hùng ăn rất nhiều. Ăn bao nhiêu cơm mà vẫn không biết _____ là gì.

ⓒ Tửu lượng của ông Xuân rất cao. Ông ấy uống 5 chai rượu mà vẫn không biết

_____ là gì.

ⓓ Cô Hoà ăn nói nhẹ nhàng. Cô ấy không biết _____ là gì.

ⓔ Anh ta rất mất lịch sự. Gặp hàng xóm không biết _____ là gì.

03 다음 문장을 완성하세요. (필요한 경우 chẳng hạn 사용)

ⓐ Chị Mây có nhiều ưu điểm chẳng hạn như _____

ⓑ Ở nhà hàng này, người ta thường ăn các hải sản: _____

ⓒ Ở thảo cầm viên này có bao nhiêu là loài thú: _____

ⓓ Tôi rất thích hoa quả nhiệt đới chẳng hạn như _____

ⓔ Ở Việt Nam có rất nhiều danh lam thắng cảnh: _____

04 다음 빈칸에 nổi 혹은 xuể를 넣으세요.

ⓐ Trời mưa to, cả đoạn đường này bị ngập nước. Tôi không đi _____

ⓑ Nhà hàng này đông người lắm. Các nhân viên phục vụ không _____

ⓒ Có 1.000 mảnh ghép à? Trời. Mình không ghép _____ trong một ngày.

ⓓ Anh ta lại từ chối học bổng đi du học ở Mỹ. Mình không hiểu _____

ⓔ Cái Linh khó tính ghê, mình không làm quen _____

05 다음 문장을 완성하세요.

ⓐ Cô ấy nói tiếng Việt giỏi quá. Ước gì _____

ⓑ Anh ấy cao quá. Ước gì _____

ⓒ Ca sĩ Quốc Thiên dễ thương quá. Ước gì _____

ⓓ Bạn có biết bài hát "Ước gì" không? "Ước gì _____ "

ⓔ Gia đình chú Ba gặp khó khăn. Ước gì _____

track 12-06

Ngày 11/2, Đại sứ quán Việt Nam tại Hàn Quốc đã tổ chức một buổi giao lưu giữa HLV Park Hang Seo và người hâm mộ Việt Nam tại Hàn Quốc. Trong buổi giao lưu này, đông đảo sinh viên, người Việt Nam đang học tập, làm việc và sinh sống ở Hàn Quốc đã bày tỏ sự quan tâm đặc biệt tới những bí quyết mà HLV Park Hang Seo sử dụng để mang lại thành công cho đội tuyển U23 Việt Nam tại giải bóng đá châu Á vừa rồi. Trả lời câu hỏi này, HLV Park Hang Seo cho biết: để giúp các cầu thủ vượt qua những áp lực về tâm lý cũng như những hạn chế về thể hình và thể lực để có thể thi đấu hết mình, trước mỗi trận đấu ông cùng các cầu thủ luôn chụm đầu vào nhau, đặt tay lên nhau, cùng hô "Một! Hai! Ba! Fighting!".

Ngoài ra, vị chiến lược gia 60 tuổi này cũng luôn nhấn mạnh một điều đặc biệt là U23 Việt Nam phải tự tin là sẽ làm được kỳ tích tại giải này. Có tự tin là có chiến thắng! Hơn nữa, phía sau toàn đội là hơn 90 triệu trái tim người Việt Nam. Bầu không khí Việt Nam tại giải đấu vừa qua làm HLV Park Hang Seo liên tưởng đến bầu không khí Hàn Quốc vào dịp World cup 2002. Đồng thời ông cũng khẳng định đây là thời điểm đầy tự hào và rất có ý nghĩa đối với ông cùng các học trò.

Đây là thành tích lịch sử không chỉ với bóng đá Việt Nam mà là cả với khu vực Đông Nam Á. Tuy nhiên, các vị chiến lược gia người Hàn Quốc tin rằng đây chỉ mới là sự khởi đầu và bóng đá Việt Nam sẽ tiếp tục gặt hái được những thành công lớn hơn nữa trong tương lai gần.

Trong buổi giao lưu này, HLV Park Hang Seo cũng khuyên các học trò "giữ đôi chân mình trên mặt đất" và không nên quá say sưa trong niềm vui chiến thắng. Để có thể tiếp tục gặt hái những thành công, các cầu thủ cần phải hoàn thiện kỹ năng của mình.

Trước đó, đại diện VFF cho biết, sau kỳ nghỉ cùng gia đình tại quê nhà, HLV Park Hang Seo sẽ trở lại Việt Nam vào đầu tháng 3 để cùng các học trò tập trung chuẩn bị cho vòng loại Asian Cup 2019 - giải đấu mà Việt Nam đã có vé vào vòng chung kết. Đồng thời họ cũng phải chuẩn bị cho Asiad 2018 tại Indonesia diễn ra vào tháng 8 và mục tiêu cao nhất là giành huy chương vàng tại AFF Cup 2018 diễn ra vào cuối năm nay.

＊Nguồn gốc : Báo điện tử thể thao Việt Nam

Ngày 11/2, Đại sứ quán Việt Nam tại Hàn Quốc đã tổ chức chương trình gì?

2월 11일 주한 베트남 대사관은 어떤 행사를 조직했나요?

 Trong buổi giao lưu đó, có sự tham gia của ai?

그 교류회에 누가 참석하였나요?

 Họ đã bày tỏ sự quan tâm đến điều gì?

그들은 어떤 것에 관심을 나타냈나요?

 Để giúp các cầu thủ vượt qua những áp lực về tâm lý, HLV Park Hang Seo đã làm gì?

심리적인 압력들을 선수들이 극복하도록 돕기 위해서 박항서 감독은 무엇을 하였나요?

 Theo HLV Park Hang Seo bí quyết thành công là gì?

박항서 감독에 따르면 성공의 비결은 무엇인가요?

2월 11일, 주한 베트남 대사관에서는 박항서 감독과 재한 베트남 팬들 간의 교류회가 열렸다. 이 행사에서 한국에서 공부하며 일하며 생활하는 수많은 베트남인들과 대학생들은 지난 아시아 축구 대회에서 베트남 U-23 대표팀에게 성공을 가져다 주기 위해 박항서 감독이 사용한 비결들에 특별한 관심을 표명했다. 이 질문에 대한 대답으로 박항서 감독은 다음과 같이 말했다. "최선을 다해 시합할 수 있도록 심리적인 압박과 체형, 체력적인 한계점들을 선수들이 극복하게 하기 위해서 각 시합 전에 저는 선수들과 함께 서로 머리를 맞대고 서로의 손을 포개고 함께 원, 투, 쓰리 파이팅을 외쳤습니다"

그 밖에 이 60세의 전략가는 특별한 한 가지를 항상 강조했는데 그것은 U-23 베트남 팀이 자신감을 가져야만 이 대회에서 기적을 이룰 수 있다는 것이었다. 자신감이 있어야만 승리한다! 또한 팀 전원의 후방에는 9천만의 베트남 사람들의 심장이 있었다. 지난 대회에서 베트남의 분위기는 박항서 감독으로 하여금 2002년 월드컵 때 한국의 분위기를 연상시켰다. 동시에 자신과 제자들에게 매우 자부심 넘치며 의미 있는 시점이었다는 것을 강조했다.

이것은 베트남 축구에 있어서뿐만 아니라 동남아시아 전역에 있어서도 역사적인 성적이다. 하지만 한국인 전략가들은 이것이 단지 시작일 뿐이며 베트남 축구는 가까운 미래에 더 큰 성공을 거둘 수 있을 것이라고 믿는다.

이 교류회에서 박항서 감독은 제자들에게 충고했다. "두 발을 땅에 붙여라, 그리고 승리의 기쁨에 너무 도취되지 말아라" 지속적인 성공을 거두기 위해서 선수들은 자신의 기술을 완벽하게 해야 할 필요가 있다.

그전에 VFF의 대표에 따르면 고향 집에서 가족들과의 휴식 기간을 가진 후 박항서 감독은 3월 초에 베트남에 다시 돌아와 베트남이 결승 진출권을 가지고 있는 2019 아시안컵 예선전을 위해 제자들과 집중적으로 준비할 것이라고 한다. 동시에 그들은 인도네시아에서 8월에 열리는 2018 Asiad를 위해 준비해야 하며, 최고 목표는 올해 연말에 열리는 AFF Cup 2018에서 금메달을 획득하는 것이다.

＊출처 : 베트남 스포츠 전자신문

Từ vựng mới | 새로운 어휘

đại sứ quán (大使館) 대사관 | **buổi giao lưu** 교류회 | **HLV (huấn luyện viên)** 감독 | **người hâm mộ** 팬 | **đông đảo** 가득찬, 수많은 | **bày tỏ** 표명하다 | **vượt qua** 이겨내다 | **áp lực** (壓力) 압력, 압박 | **hạn chế** 한계 | **thể hình** (體型) 체형 | **thể lực** (體力) 체력 | **trận đấu** 경기 | **chụm đầu** 머리를 모으다 | **chiến lược** (戰略) 전략 | **kỳ tích** 기적 | **liên tưởng** (聯想) 연상하다 | **giải đấu** 경기, 대회 | **khẳng định** 긍정하다, 강조하다 | **khởi đầu** 시작 | **gặt hái** 추수하다, 거두어들이다 | **say sưa** 도취되다 | **chiến thắng** 승리 | **HCV (huy chương vàng)** 금메달

Bài 13

Tình yêu trong cuộc sống

사랑

track 13-01

Trong cuộc đời mỗi người, ai cũng đã từng yêu hoặc được yêu dù cho đó chỉ là tình yêu đơn phương. Có người thì có một tình yêu thật lãng mạn, người khác thì không may mắn sẽ phải trải qua một thời gian vô cùng tuyệt vọng vì tình yêu.

Tình yêu là một trong những điều quan trọng nhất trong cuộc sống của con người nên ai cũng quan tâm, hết sức cố gắng tìm một nửa của cuộc đời mình, đôi khi vì thế mà chán nản, thậm chí có người còn tự huỷ hoại mình vì thất tình. Tình yêu ở mỗi người một khác, nhưng trên đời này, tất cả mọi người đều muốn biết tình yêu thực sự là gì và muốn tìm được tình yêu và người bạn đời thật sự.

1 Theo bạn, tình yêu có ý nghĩa gì?

당신에게 사랑은 어떤 의미를 가지고 있나요?

2 Trong cuộc sống, đối với bạn, công việc và tình yêu, cái nào quan trọng hơn?

삶 속에서 당신에게는 일과 사랑 중에서 어떤 것이 더 중요한가요?

3 Theo bạn, một tình yêu thật sự là tình yêu thế nào?

당신에게는 진정한 사랑이란 어떤 사랑인가요?

각자의 삶에서 누구나 다 사랑해 봤고 혹은 사랑 받아 본 경험이 있을 것이다. 비록 그것이 단지 짝사랑이라도. 어떤 사람은 정말 로맨틱한 사랑을 해 보았을 것이고 또 다른 사람은 불행히도 사랑 때문에 매우 절망적인 시간을 겪을 것이다. 사랑은 사람의 삶에서 가장 중요한 것들 중 하나로 누구나 다 관심을 가지고 자신의 삶의 반쪽을 찾기 위해 최선을 다해 노력한다. 때때로 그 때문에 절망하고 심지어는 실연을 당해서 자신을 파멸시키는 사람도 있다. 각자의 사랑은 제각각이지만 이 인생에서 모든 사람들이 진정한 사랑이 무엇인지 알고 싶어 하고 진정한 사랑과 인생의 동반자를 찾고 싶어 한다.

track 13-02

(Trích đoạn từ phim "Ngược chiều nước mắt" trên VTV1)

Một chàng trai đang ngồi buộc dây giày cho một cô gái.

Trang   Ờ? Hừm (mỉm cười), này, sau này, cô nào mà lấy được cậu (ý) thì sướng phải biết!

Lực   (Đứng lên) Thế thì cậu vớ phải tớ luôn đi. Tớ nói thật đấy, Nhùn nhá.

Trang   Này, tớ đã cao trên 1 m rưỡi từ lâu rồi đấy nhé. Tớ cấm cậu gọi tớ là "Nhùn" đấy.

Lực   Đừng đánh trống lảng nữa. Tớ thích cậu, tớ đã muốn tìm một dịp nào đó để bày tỏ, và làm một cái gì đó thật là lãng mạn. Nhưng mà, tiện đây, tớ nói luôn. Tớ thật sự nghiêm túc.

Trang   (Lát sau) Tớ cũng thích cậu. Thích muốn chết ý! (Mỉm cười) Nhưng không phải là thích kiểu đấy! Cậu hiểu chưa?

Lực   Này (Bắt tay Trang), Thế thì thích theo kiểu đấy luôn đi! Hôm anh Sơn cưới, anh Sơn có nói với tớ là có muốn làm em rể của anh ấy không. Tớ nhận lời luôn đấy.

Trang   Này, cậu dở hơi à?

Lực   (Lực đặt tay lên vai của Trang) Dở hơi cũng được. Tớ với cậu đẹp đôi mà?

Trang   (Đánh nhẹ một cái vào ngực Lực) Cậu thôi đi, thôi đi ngay nhé. Tớ với cậu thì khác gì anh em? Yêu nhau để có mà loạn luân à?

Lực   Anh em gì cơ chứ? Tớ với cậu làm gì có máu mủ gì đâu!

Trang   Thôi, thôi, thôi, thôi đi! Cậu (ý).....rảnh quá hoá điên rồi đấy! Mà tớ thấy (ý), tên Hiệp nói đúng đấy! Cậu nên tìm một cô gái tuổi teen mà tán đi, cứ phí hoài tuổi trẻ mãi!

Hai người đang nói chuyện với nhau về chuyện gì?
두 사람은 어떤 일에 대해 서로 이야기하고 있나요?

 Hiện nay giữa hai người là mối quan hệ gì? Bạn bè hay là người yêu?
요즘 두 사람 사이는 어떤 관계인가요? 친구인가요 아니면 연인인가요?

 Khi Lực tỏ tình với Trang thì Trang phản ứng thế nào?
Lực이 Trang에게 고백했을 때 Trang의 반응은 어떤가요?

 Trong câu Trang nói "không phải là kiểu đấy", "kiểu" ở đây có nghĩa là gì?
"그런 식이 아니야"라는 Trang의 말에서 여기의 '식'은 어떤 의미를 가지고 있나요?

 Bạn hãy đoán lý do Trang từ chối Lực là gì.
Trang이 Lực을 거절한 이유를 추측해 보세요.

 Trang khuyên Lực nên làm gì?
Trang은 Lực에게 무엇을 하라고 충고했나요?

Từ vựng mới | 새로운 어휘

trích đoạn 발췌하다, 인용하다 | **buộc** 묶다 | **dây giày** 신발 끈 | **mỉm cười** 웃음을 머금다, 미소를 짓다 | **sướng** 기쁘다 | **nhùn** 꼬맹이 (애칭) | **dịp** 기회 | **bày tỏ** 표현하다 | **lãng mạn** (浪漫) 낭만적인 | **nghiêm túc** 진지한 | **kiểu** 방식, 스타일 | **em rể** 매제, 여동생의 남편 | **dở hơi** 돌다, 정신이 이상하다 | **đẹp đôi** 아름다운 한 쌍 | **máu mủ** 피가 섞인 혈족 관계인 | **hoá điên** 정신이 돈, 미친 | **tán (tỉnh)** 들이대다, 꼬시다 | **phí hoài** 낭비하다

1 Tớ **cấm** cậu gọi tớ là "Nhùn" đấy.

너 "꼬맹이"라고 나 부르는 거 금지야!

> **Cấu trúc**
>
> **Cấm** + 동사/명사
> 주어 + **cấm** + 사람 + 동사 + 목적어

— 명령과 규정으로 어떤 일에 대해 금지할 때 사용하며, '~금지', '~하지 마시오'로 해석합니다. 다른 사람에게 강하게 어떤 것을 하지 말라고 말할 때도 사용할 수 있습니다. 이때는 '절대 ~하지 마' 혹은 '~하는 거 금지야'라고 해석합니다.

> **Ví dụ**　Cấm giẫm lên cỏ. 잔디를 밟지 마시오.
>
> 　　　　Cấm xả rác. 쓰레기 투기 금지.
>
> 　　　　Chị cấm em nói dối đấy. 너 언니에게 거짓말하는 거 금지야.

2 **Đừng** **đánh trống lảng** **nữa.** 말 돌리지 마.

— 한국어에는 '삼천포로 빠지다', '낙동강 오리알 신세', '견물생심' 등 재미있고 풍부한 관용구가 있습니다. 베트남어에도 Thành ngữ라고 불리는 관용구가 약 6,000여 개 있습니다. 상황에 맞는 관용구는 효과적이고 명확한 의사전달을 할 뿐만 아니라 재치와 위트를 담아 한층 더 깊이 베트남어를 이해할 수 있게 도와줍니다. 몇 가지 상용 관용구를 살펴보겠습니다.

đánh trống lảng	말을 돌리다, 딴청을 피우다
đâu (đã/sẽ) vào đấy	일이 정리되다, 안정되다
trâu buộc ghét trâu ăn	사촌이 땅을 사면 배가 아프다
ghét nhau như chó với mèo	고양이와 개 사이다, 견원지간
đứng núi này trông núi nọ	남의 떡이 더 커 보인다
được voi đòi tiên được voi đòi Hai bà Trưng	욕심이 많다, 탐욕스럽다, 물에 빠진 거 구해줬더니 보따리까지 내놓으라 한다

3 **Tiện đây,** tớ nói **luôn.** 이참에 나 그냥 한 번에 말할게.

> **Cấu trúc**
>
> **Tiện đây** + 문장
> **Nhân tiện** + 동사1 + 목적어1, 주어 + 동사2 + 목적어2

— tiện은 '편하다'라는 뜻을 가진 형용사입니다. 이 구문은 이루어지기 위해서 수고가 필요한 일을 어떤 기회에 간편하게 처리하는 것을 나타냅니다. '~하는 김에 ~한다'로 해석하면 됩니다.

> **Ví dụ** Tiện đây, xin cho em hỏi một vài điều ạ.
> 이참에 제가 몇 가지 질문을 드릴게요.
>
> Nhân tiện đi công tác ở Việt Nam, tôi định ghé thăm vịnh Hạ Long.
> 베트남 출장 가는 김에 하롱베이에 들러 보려고요
>
> Nhân tiện anh em đoàn tụ, chúng mình cùng nhau chụp ảnh kỷ niệm nhé.
> 형제들이 함께 모인 김에 우리 함께 기념사진 찍어요.

4 **Tiện đây,** tớ nói **luôn.** 이참에 나 그냥 한 번에 말할게.

> **Cấu trúc**
>
> 동사 + **luôn**

— 동사 뒤에 부사 luôn이 오면 다음과 같은 다섯 가지 뜻을 가집니다.

1) 즉시, 당장
   동사 + ngay, liền와 비슷하며 '즉시, 당장' 무엇을 한다는 뜻으로 쓰입니다.

> **Ví dụ** Sau khi học xong, con về nhà luôn nhé. 방과 후에 바로 집으로 오렴.
> A : Cậu có thể cho tớ mượn từ điển Việt- Anh không?
> 너 나한테 베-영 사전을 빌려줄 수 있어?
>
> B : Ừ, nhưng cậu có cần luôn không?
> 응, 그런데 너 지금 당장 필요해?

2) 아예, 완전히
   동사 + hẳn과 비슷하며 일이 진행되는 여러 과정 이후에 '아예, 완전히' 어떤 상태로 안정된 것을 나타냅니다.

> **Ví dụ** Anh Long đã từng sống ở nhiều nước khác nhau, 5 năm trước ở Singapore, 2 năm trước ở Mỹ, còn năm trước tạm trú ở Đức. Tháng này anh ấy về luôn.
> Long 씨는 여러 나라에서 살아봤는데 5년 전에는 싱가포르에, 2년 전에는 미국에 그리고 작년에는 독일에서 잠시 거주했다.
> 이번 달에 그는 완전히 돌아온다.

Tôi làm việc kiểu tự do. đôi khi làm cho công ty này. đôi khi làm cho công ty khác nhưng từ tháng trước. tôi làm việc ở công ty Samsung **luôn**.

나는 프리랜서다. 때때로 이 회사 일을 하고 다른 회사 일을 했지만 지난달부터 나는 아예 삼성에서 일한다.

3) (불필요한 과정을 생략하고) 한 번에

여러 번의 과정을 거쳐야 하는 일을 묶어서 한 번에 할 때도 사용합니다. '한 번에'라고 해석합니다.

> **Ví dụ** Nhưng mà, tiện đây, tớ nói **luôn**. 근데 이참에 그냥 (한 번에) 말할게.
>
> A : Thưa cô, em có hai câu hỏi, bây giờ em xin hỏi một câu và lát nữa em hỏi 1 câu hỏi nữa được không ạ?
> 선생님 저는 두 가지 질문이 있는데 지금 한 질문 드리고 또 조금 이따가 한 질문 더 드려도 될까요?
>
> B : Thế, lát nữa em hỏi **luôn** đi.
> 그러면 잠시 후에 한 번에 질문하렴.
>
> Ở đó đang bán giảm giá mà đồ rất đẹp nên tôi mua ba cái áo **luôn**.
> 거기에서 지금 할인해서 팔고 있는데 옷도 너무 예쁘고 해서 나는 3벌을 (한 번에) 샀다.

4) 그냥, 아예

거스름돈이나 빌려준 어떤 것을 돌려주지 않아도 될 때 사용하고 '그냥, 아예 ~하세요'로 해석합니다.

> **Ví dụ** Em không cần thối tiền, anh giữ **luôn** đi.
> 거스름돈 필요 없어요, 그냥 가지세요.
>
> Em không cần trả sách lại cho chị, em lấy **luôn** đi.
> 너 언니에게 책 다시 돌려줄 필요 없어. 너 그냥 가져도 돼.

5) 종종, 가끔

'종종, 가끔'의 의미를 가지며 한 번이 아니고 여러 번 발생하였지만 하지만 항상은 아닌 것을 나타냅니다.

> **Ví dụ** A : Chị biết chị Lan không?
> 언니, Lan 언니 아세요?
>
> B : Chị Lan thư ký giám đốc hả? Tôi vẫn gặp chị ấy **luôn**.
> 그 사장님 비서 Lan 언니? 나 여전히 (그녀를) 종종 만나.

5 Tớ nhận lời luôn **đấy**. 나는 바로 동의했지.

— 평서문 끝에 đấy가 위치하면 화자가 본인의 의견을 강조하고 상대방이 자신의 말에 집중하게 하기 위해 쓰이며 어떤 좋지 않은 일에 대해 경고를 주거나 사실인 것을 확정하는 의미를 가지고 있습니다.

> **Ví dụ** Trời sắp mưa **đấy**. 비가 곧 올 거야. (조심하라고 경고를 줌)
> Ông giám đốc đang đến **đấy**. 사장님 오고 있어 (조심하라고 경고)
> Đây là nhà thờ Đức Bà **đấy**. 여기가 노트르담 성당이에요. (사실을 확정)
> Tôi thật sự nghiêm túc **đấy**. 나 정말 진지해. (사실을 확정)

6 Tên Hiệp nói đúng đấy! Hiệp 놈이 말한 게 맞아.

— 베트남어에는 호칭, 이름, 명칭 등을 나타내는 명사 앞에 붙여서 친밀함을 나타내거나 관계의 상하를 나타내고 혹은 비하하거나 무시하는 느낌을 전달하는 단어들이 여러 가지 있습니다.

단어	뜻	사용법
Tên	놈, 녀석	남성에게만 사용하며 이름 앞에 붙여 친밀하거나, 무시, 비하하는 의미를 가집니다. Tên Hoàng 호앙 녀석 ＊범죄자, 범인 앞에서 종별사로 사용되기도 합니다. Tên ăn trộm 도둑, Tên ăn cướp 강도
Cái	것	여성에게만 사용하며 이름 앞에 붙여 친밀하거나, 무시, 비하하는 의미를 가집니다. Cái Mai 마이 걔 (그 애) Cái Linh 링 그 여자가
Thằng	놈, 녀석	아들 이거나 아들 뻘(손아래) 남성을 칭하는 대명사로 쓰거나 이름 앞에 붙입니다. (자신의 아들이 아닌 경우는 아들처럼 각별한 사이) 윗사람을 부르면 무시, 비하하는 의미를 가지고 있습니다. Thằng này 이 놈, 이 녀석(자신의 아들이거나 각별한 사이) Thằng Xuân nhà tôi 우리 집 Xuân 녀석 (자신의 아들) Thằng kia (윗사람일 경우) 저 자식이
Con	녀석, 아가씨	딸이거나 딸 뻘(손아래) 여성을 칭하는 대명사로 쓰거나 이름 앞에 붙입니다. (자신의 딸이 아닌 경우는 딸처럼 각별한 사이) 윗사람을 부르면 무시, 비하하는 의미를 가지고 있습니다. Con này 이 녀석, 우리 딸 (자신의 딸이거나 각별한 사이) Con Mai nhà tôi 우리 집 마이 아가씨 (자신의 딸, 며느리)
Bé	귀여운 여자아이	귀여운 손아래 여자 아이를 부르거나 이름 앞에 붙입니다. 애칭으로 사랑스럽고 귀여운 느낌을 줍니다. Bé ấy 그 (여자) 아이 Bé Hà 하 (여자) 어린이
Chú	−돌이	동물 앞에 붙여서 의인화합니다. 귀엽고 친근한 느낌을 담고 있습니다. Chú gấu 곰돌이 Chú hổ 호랭이

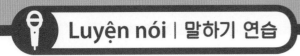

A   Tớ <u>cấm</u> <u>cậu gọi tớ là "Nhùn"</u> đấy.

track 13-03

   ⓐ Mình   bạn đi gặp thằng đó đấy

   ⓑ Anh   em sử dụng máy tính của anh đấy

   ⓒ Bác   cháu đi ra ngoài chiều nay

B   <u>Nhân tiện</u> <u>anh em đoàn tụ</u>, chúng mình cùng nhau chụp ảnh kỷ niệm nhé.

   ⓐ đi chợ   nhờ chị mua giùm một tá trứng gà

   ⓑ gặp cô Thuận   nhờ bạn chuyển giúp mình tài liệu này cho cô ấy

   ⓒ ra ga   em sẽ hỏi chuyến xe thứ nhất khởi hành lúc mấy giờ ạ

C   <u>Sau khi học xong</u>, <u>con về nhà</u> luôn nhé.

   ⓐ Có gì   cứ hỏi chị

   ⓑ Ở rạp có phim mới   mình đi xem

   ⓒ Ăn cơm xong   mình đi nằm

D   <u>Anh Long đã từng sống ở nhiều nước khác nhau, 5 năm trước ở Singapore, 2 năm trước ở Mỹ, còn năm trước thì tạm trú ở Đức. Tháng này anh ấy về</u> luôn.

   ⓐ Chị Linh đã nghi ngờ bạn trai mình ngoại tình nên vài lần nói lời chia tay nhưng khi anh ấy xin lỗi và khóc thì chị tha thứ. Hôm qua, chị ấy tình cờ bắt gặp anh ấy thân mật với một cô gái khác, chị ấy chia tay anh ấy

   ⓑ Công ty KS đầu tư vào Việt Nam nhưng không có hiệu quả nên đóng cửa văn phòng đại diện và về Hàn Quốc

   ⓒ Công việc làm ăn của họ rất có hiệu quả nên họ muốn sống ở Việt Nam

E   <u>Ở đó đang bán giảm giá mà đồ rất đẹp nên tôi mua ba cái áo</u> luôn.

   ⓐ Mẹ tôi sai tôi đi siêu thị mua sữa. Nhân tiện thấy bánh bao ở siêu thị ngon, tôi mua

   ⓑ Em Hiền cần mp3 và từ điển điện tử, hơn nữa muốn đổi điện thoại mới nên tôi nói là em mua điện thoại thông minh

   ⓒ Phở ở đây ngon quá, tôi đang đói nên ăn hai tô

F <u>Trời sắp mưa</u> **đấy.**

    ⓐ Bà giám đốc đang đến

    ⓑ Anh ta là người xấu

    ⓒ Em đùa hơi quá rồi

G <u>Em không cần trả sách lại cho chị, em lấy</u> **luôn đi.**

    ⓐ Chị không cần trả 1.000 đồng, chị cầm

    ⓑ Quyển sách này tôi không dùng nữa, bạn giữ

    ⓒ Cây son đó, bạn không cần trả lại mình, bạn giữ

H <u>Tôi vẫn gặp chị ấy</u> **luôn.**

    ⓐ Mình vẫn đến thư viện đó

    ⓑ Anh vẫn đến công ty này

    ⓒ Tôi vẫn ăn món Việt Nam

I <u>Đây là nhà thờ Đức Bà</u> **đấy.**

    ⓐ Máy vi tính này là hàng mới về

    ⓑ Anh Liêm là trưởng phòng nhân sự

    ⓒ Hôm nay là ngày nhà giáo

A 다음의 대화를 듣고 질문에 답하세요. track 13-04

1 Vì sao người nam cảm thấy ngỡ ngàng?

ⓐ Xuân và Linh ghét nhau như chó với mèo.

ⓑ Xuân và Linh thành một đôi rồi.

ⓒ Linh hẹn hò với Thành.

ⓓ Linh và Thành chia tay.

2 Ghét nhau như chó với mèo có nghĩa gì?

_____

3 Vì sao cả lớp bàn tán về Linh?

_____

B 다음의 고민 상담을 듣고 질문에 답하세요. track 13-05

1 Ý chính của bài này là gì?

ⓐ Chuyện gia đình ⓑ Chuyện học hành

ⓒ Chuyện tình yêu ⓓ Chuyện bạn bè

2 Nghĩa đang gặp vấn để gì?

ⓐ Anh ấy bị thất tình.

ⓑ Anh ấy khó tìm người thích hợp với mình.

ⓒ Anh ấy không đủ điều kiện để gặp ai.

ⓓ Anh ấy bị phản bội.

3 Nghĩa muốn gì?

ⓐ Bắt đầu mối quan hệ mới.

ⓑ Quên người mà mình đã yêu.

ⓒ Thay đổi bản thân.

ⓓ Muốn được nhận lời khuyên từ mọi người .

Luyện viết | 쓰기 연습

01 다음 그림을 보고 cấm을 사용하여 문장을 만드세요.

ⓐ

_____

_____

ⓑ

_____

_____

ⓒ

_____

_____

ⓓ

_____

_____

ⓔ

_____

_____

_____

_____

ⓕ

_____

_____

ⓖ

_____

_____

ⓗ

_____

_____

02 다음 문장을 완성하세요.

ⓐ Nhân tiện gặp anh Sơn _____

ⓑ Nhân tiện qua nhà anh Tư _____

ⓒ Nhân tiện gọi điện đến nhà hàng đó _____

ⓓ Nhân tiện đi trung tâm thương mại _____

ⓔ Nhân tiện đi nhà sách _____

03 다음 문장을 해석하세요.

ⓐ Anh Minh nói là bị đau bụng nên đi vệ sinh một chút nhưng sau đó không thấy anh ấy
quay lại, có lẽ anh ấy đã về văn phòng luôn.

→ _____

ⓑ Khi em đi xe Grab, nếu người tài xế đó thân thiện và lịch sự thì em thường cho tiền thừa
luôn, không nhận tiền thối.

→ _____

ⓒ Bạn Lan muốn uống trà sữa chân trâu, còn bạn Cường muốn ăn gà rán, mình lại muốn
đi mua sắm. Cuối cùng chúng mình quyết định đi trung tâm thương mại luôn.

→ _____

track 13-06

Cách bộc lộ tình cảm không dùng lời

Lắng nghe chân thành

Không chỉ tình yêu mà trong tất cả các mối quan hệ, lắng nghe là một trong những cách đơn giản và hiệu quả nhất để thể hiện sự quan tâm của bạn dành cho một người nào đó. Khi lắng nghe chân thành, bạn sẽ hiểu được những cảm xúc, suy nghĩ của họ và có thể đưa ra lời khuyên cho những băn khoăn họ gặp phải trong cuộc sống. Dù bạn không cảm thấy hứng thú với câu chuyện, đừng xao nhãng hay phớt lờ vì điều đó sẽ làm tổn thương những người yêu thương đang tin tưởng chia sẻ với bạn. Hãy kiên nhẫn lắng nghe vì biết đâu sẽ có lúc bạn cần điều ngược lại.

Chia sẻ

Dù có bận rộn đến đâu bạn vẫn nên dành thời gian cho những người bạn yêu thương. Một cuộc điện thoại hay vài tin nhắn hỏi thăm không tốn của bạn nhiều thời gian, cũng không phải là một việc quá khó khăn. Hãy sắp xếp một cuộc hẹn ăn trưa, cà phê. Nếu bạn có nhiều thời gian hơn vào cuối tuần, hãy tổ chức một buổi tiệc vui vầy bên những người quan trọng nhất với bạn. Khoảng thời gian gặp gỡ dù ngắn hay dài cũng là cơ hội để sẻ chia những chuyện vui, buồn và dự định của mỗi người.

Những món quà đáng yêu

Một món quà thể hiện tình cảm dành cho người thân ở bất kỳ khoảng cách địa lý nào cũng thay lời bạn thể hiện sự quan tâm bạn dành cho họ. Một món quà nhỏ như một bộ quần áo, mỹ phẩm giúp họ trở nên tự tin, xinh đẹp hơn chắc chắn sẽ thật ý nghĩa và làm cho họ vui cả ngày dài. Chỉ cần món quà xuất phát từ lòng quan tâm chân thành của bạn, niềm vui sẽ được nhân lên gấp bội.

Bất ngờ

Ai cũng thích những điều bất ngờ. Nếu bạn chú ý lắng nghe người khác, bạn sẽ khám phá ra nhiều sở thích của họ. Đôi khi, chỉ cần bạn nấu cho họ một món ăn mà họ yêu thích hay mua tặng họ cặp vé đi nghe chương trình ca nhạc mà họ mong đợi, có thể khiến họ vô cùng vui sướng và cảm động.

Làm được những điều nhỏ bé nhưng bất ngờ và ý nghĩa cho người bạn yêu thương chứng tỏ bạn biết lắng nghe, trân trọng người ấy.

Quan tâm

Sự quan tâm của bạn dành cho những chi tiết nhỏ nhất sẽ làm những người thân yêu của bạn cảm thấy thật ấm áp. Dậy sớm hơn mọi ngày 20 phút để chuẩn bị bữa sáng cho họ vì hôm nay họ có một ngày làm việc quan trọng. Hoặc bạn có thể nhắn tin nhắc nhở họ một điều gì đó. Bạn sẽ tạo cho họ cảm giác được yêu thương, chăm sóc đặc biệt bằng những cử chỉ ngọt ngào này.

*Nguồn : Báo mới.com - Đời sống/ Tình yêu và hôn nhân

Hãy trả lời những câu hỏi theo bài đọc này.

 Để thể hiện sự quan tâm của bạn dành cho một người khác, bài báo khuyên bạn nên làm gì?

다른 사람을 위한 당신의 관심을 표현하기 위해서 신문 기사는 당신에게 무엇을 하라고 충고하나요?

 Theo đoạn 1, khi nào bạn có thể hiểu được những cảm xúc, suy nghĩ của những người khác ?

1문단에서 언제 당신이 다른 사람들의 느낌과 생각들을 이해할 수 있다고 했나요?

 Theo đoạn 2, dù bạn rất bận nhưng bạn nên làm gì cho người yêu của bạn?

2문단에서 비록 당신이 바쁘더라도 당신의 사랑하는 사람을 위해서 무엇을 해야 한다고 하나요?

 Theo đoạn 3, khi tặng quà cho người yêu thì nên chọn những quà tặng gì?

3문단에서 사랑하는 사람에게 선물을 할 때 어떤 선물들을 고르는 것이 좋다고 하나요?

 Theo đoạn 4, để tổ chức một sự kiện bất ngờ bạn nên làm gì?

4문단에서 깜짝 이벤트를 하기 위해서 당신은 무엇을 해야 한다고 하나요?

 Theo đoạn 5, cách bộc lộ tình cảm không dùng lời sẽ mang lại cho người thân của bạn điều gì?

5문단에서 말하지 않고도 마음을 표현하는 방법이 당신의 친한 사람들에게 어떤 것을 가져다 준다고 하나요?

말하지 않고도 마음을 표현하는 방법

진심으로 귀를 기울여 듣기

사랑뿐만 아니라 모든 관계에서 경청하는 것은 어떤 사람을 위한 당신의 관심을 표현하기 위한 가장 간단하고 효과적인 방법들 중 하나다. 진심으로 귀를 기울여 들을 때 당신은 그들의 느낌, 생각들을 이해할 수 있을 것이고 삶 속에서 그들이 맞닥뜨린 걱정들에 대해 충고의 말을 제시할 수 있을 것이다. 비록 당신이 이야기에 흥미를 느끼지 못할지라도 딴청 피우고 무시하지 말아야 한다. 왜냐하면 그것은 당신을 믿고 나누는 사랑하는 사람에게 상처를 줄 것이기 때문이다. 참고 경청하라. 왜냐하면 반대로 당신이 그것을 필요할 때가 언제 있을지 모르니까.

마음을 나누기

당신이 얼마나 바쁘더라도 당신은 사랑하는 사람들을 위해 시간을 내야 한다. 한 통의 안부 전화 혹은 몇 마디의 안부 메시지는 당신의 시간을 많이 낭비하지 않을 것이며 또한 그렇게 힘겨운 일도 아니다. 점심 먹고 커피 마시는 약속을 잡아라. 만약 당신이 주말에 시간이 더 많이 있다면 당신에게 가장 중요한 사람들이 모이는 즐거운 파티를 열어라. 만나는 시간이 짧거나 길거나 그것은 또한 각 사람들의 기쁜 일, 슬픈 일 앞으로의 계획들을 나눌 수 있는 기회이다.

사랑스러운 선물들

어떤 지리적인 거리에서도 친한 친구를 위한 마음을 표현하는 선물은 역시 당신의 말을 대신해서 그들을 향한 당신의 관심을 표현한다. 한 벌의 옷, 화장품과 같은 작은 선물 하나가 그들에게 자신감을 얻게 해 주고, 더 예뻐지게 할 것이고 확실히 의미가 있을 것이며 기나긴 하루 동안 그들을 기쁘게 만들 것이다. 단지 당신의 진심 어린, 관심이 담긴 마음에서 출발한 선물이지만 기쁨은 배가 되어 늘어날 것이다.

깜짝 이벤트

누구나 다 깜짝 이벤트를 좋아한다. 만약 당신이 다른 사람의 말을 주의 깊게 듣는다면 당신은 그들의 많은 취향을 알아차릴 것이다. 때로 단지 그들이 좋아하는 음식을 요리해 주거나 그들이 기대하는 음악 프로그램을 들으러 갈 티켓 두 장을 사서 선물하면 그들을 매우 기쁘게 하고 감동시킬 수 있을 것이다. 작디작은 것들을 했지만 (당신이) 사랑하는 사람에게는 깜짝 놀랄 만하고 의미가 깊어 당신이 그 사람을 경청하고 중요시하고 귀하게 여길 줄 안다는 것을 증명해 보인다.

관심

가장 작은 세부 사항에 당신이 기울이는 관심은 사랑하는 이들을 정말 따뜻하고 행복하게 느끼게 할 것이다. 매일 20분 더 일찍 일어나서 그들을 위해 아침을 준비해라. 왜냐하면 오늘 그들은 중요한 일을 하는 하루이기 때문이다. 아니면 그들에게 어떤 것을 상기시키기 위해 문자를 보낼 수 있다. 당신은 이 달콤한 행동들로 그들이 특별한 사랑과 돌봄을 받고 있다고 느끼게 할 것이다.

＊출처 : 새 신문.com - 삶 / 사랑과 결혼

Từ vựng mới | 새로운 어휘

bộc lộ 표현하다 | **lắng nghe** 귀를 기울여 듣다 | **chân thành** 진실한, 진정한 | **cảm xúc** 느낌 | **băn khoăn** 걱정하다, 염려하다 | **xao nhãng** 딴청 피우다, 집중하지 않다 | **phớt lờ** 무시하다 | **tổn thương** 상처받다, 마음이 다치다 | **tin tưởng** 신뢰하다 | **kiên nhẫn** 참다, 견디다 | **gặp gỡ** 만나다 | **khoảng cách** 거리 | **thay lời** 말을 대신하다 | **nhân lên gấp bội** 배가 된다 | **khám phá ra** 알아내다 | **mong đợi** 기대하다 | **vô cùng** 완전히, 매우 | **nhỏ bé** 작디작은 | **chứng tỏ** 증명해 보이다 | **trân trọng** 중요하고 귀하게 여기다 | **ấm áp** 따듯하다 (행복) | **nhắc nhở** 상기시키다 | **chăm sóc** 돌보다 | **ngọt ngào** 달콤한

Bài 14

Lối sống công nghiệp

산업화 시대의
삶의 방식

track 14-01

Do xã hội phát triển, cuộc sống của con người ngày càng được cải thiện. Nhờ có máy móc, con người có thể được giải phóng khỏi những công việc chân tay nặng nhọc, họ có rất nhiều thời gian để giải trí để vui chơi và thư giãn. Song có một nghịch lý là lối sống công nghiệp mang lại một số điều bất lợi như ô nhiễm môi trường, xuất hiện nhiều loại bệnh mới, con người luôn ở trạng thái căng thẳng, nghiện smartphone, nghiện game và giá trị gia đình ngày càng giảm đi, quan hệ giữa các thành viên trong gia đình ngày càng lỏng lẻo.

1 Bạn có thích lối sống công nghiệp không?

당신은 산업화 시대의 삶이 좋습니까?

2 Theo bạn, lối sống công nghiệp có những ưu điểm và nhược điểm gì?

당신의 생각에 산업화 시대의 삶은 어떤 장점과 단점들을 가지고 있나요?

3 Theo bạn, để tránh những nhược điểm của lối sống công nghiệp, chúng ta nên làm gì?

당신은 산업화 시대의 삶의 단점들을 피하기 위해서 우리가 어떻게 해야 한다고 생각하나요?

사회가 발전하면서 인간의 생활은 날이 갈수록 개선되었다. 기계 덕분에 인간은 힘든 손발의 노동에서 해방될 수 있었고 그들은 즐겁게 놀고 편하게 쉬기 위한 여가시간이 매우 많이 있다. 그러나 한 가지 아이러니는 환경오염, 많은 신종 질병의 출현, 사람이 항상 스트레스 받는 상태에 있는 것, 스마트폰 중독, 게임 중독, 가족의 가치가 나날이 감소하고, 가족 구성원 간의 관계가 날이 갈수록 해이해지는 등 산업화 시대의 삶이 몇 가지의 나쁜 점들을 가져왔다는 것이다.

track 14-02 🔘

Ha-eun Này, Tài ơi, đọc bài báo này đi. Bài báo nói về tình trạng ô nhiễm nước ở Ấn độ đấy. Đó là một điển hình ô nhiễm do công nghiệp hoá. Mấy hôm trước, chúng mình đã thảo luận về vấn đề công nghiệp hoá mà. Khi đó bạn nói là những ích lợi do công nghiệp hoá mang lại nhiều hơn thiệt hại, nhưng mình thì lại nghĩ khác nên mình đã tìm tài liệu cụ thể để chứng minh cho bạn thấy.

Tài À, thảo nào mấy ngày nay, bạn ở thư viện mãi. Ừ, để mình xem nào. "Hiện nay, nhiều quốc gia đang phải đối mặt với vấn đề ô nhiễm nước nghiêm trọng, trong đó có Ấn Độ. Trên thực tế, hơn 80% nguồn nước ở Ấn Độ bị ô nhiễm nặng. Nguyên nhân gây ô nhiễm chính là do tốc độ đô thị hóa nhanh và thiếu kiểm soát. Ô nhiễm nước có thể gây ra nhiều ảnh hưởng bất lợi đến sức khỏe của con người và tất cả các sinh vật khi sử dụng nước bị ô nhiễm. Nước ô nhiễm có thể gây ra một số bệnh như tả, lao, kiết lị, vàng da, tiêu chảy. Theo thống kê, khoảng 80% bệnh nhân mắc bệnh dạ dày ở Ấn Độ đều có nguyên nhân từ nguồn nước bị ô nhiễm…" Ôi, vấn đề ô nhiễm môi trường nghiêm trọng quá trời. Bạn làm mình bị sốc đấy. Vấn đề này nan giải thật, liệu người ta có giải quyết nổi không?

Ha-eun May mà bạn đã thấy được vấn đề rồi. Mặc dù lối sống công nghiệp có nhiều ưu điểm nhưng những hậu quả nó mang lại không thể bỏ qua được đâu!

Tài Mình cảm ơn bạn, nhờ bạn mà mình nhận thức đúng được vấn đề môi trường.

Ha-eun Cám ơn gì. Tuần sau "Diễn đàn bảo vệ môi trường thế giới" sẽ được tổ chức ở Seoul. Bạn có thời gian thì chúng mình cùng đi tham dự nhé. Nhân dịp này, bạn có thể nắm tình hình rõ hơn và biết được các giải pháp cho vấn đề môi trường đấy.

Tài Ừ, chắc chắn mình sẽ đến.

1 Hai người đang nói về điều gì?
두 사람은 무엇에 대해 말하고 있나요?

 2 Ở Ấn Độ tỷ lệ nguồn nước bị ô nhiễm nặng là bao nhiêu?
인도에서 심각하게 오염된 수자원의 비율은 얼마인가요?

 3 Ô nhiễm nước có thể gây ra những vấn đề gì?
수질오염은 어떤 문제들을 야기할 수 있나요?

 4 Nước ô nhiễm có thể gây ra những bệnh gì?
오염된 물은 어떤 병들을 야기할 수 있나요?

 5 Quan điểm của Ha-eun về lối sống công nghiệp thế nào?
산업화 시대의 삶에 대한 하은의 관점은 어떠한가요?

 6 Tuần sau có chương trình gì đặc biệt?
다음주에는 어떤 특별한 행사가 있나요?

Từ vựng mới | 새로운 어휘

bài báo 신문 기사 ｜ **ô nhiễm nước** 수질오염 ｜ **điển hình** (典型) 전형 ｜ **công nghiệp hoá** (工業化) 산업화, 공업화 ｜ **thảo luận** (討論) 토론 ｜ **ích lợi** 이익 ｜ **thiệt hại** 손해 ｜ **tài liệu** (資料) 자료 ｜ **đối mặt (với)** ～에 맞서다, 직면하다 ｜ **nguồn nước** 수자원 ｜ **đô thị hoá** (都市化) 도시화 ｜ **bất lợi** 나쁜, 불리한 ｜ **sinh vật** (生物) 생물 ｜ **mắc bệnh** 병에 걸리다 ｜ **(bị) sốc** 충격 (받다) ｜ **nan giải** (難解) 난해하다 ｜ **giải quyết** (解決) 해결하다 ｜ **nhận thức** (認識) 인식하다 ｜ **diễn đàn** 포럼 ｜ **bảo vệ** 보호하다

1 **Khi đó bạn nói là những ích lợi do công nghiệp hoá mang lại nhiều hơn thiệt hại, nhưng mình lại nghĩ khác.**

그때 너는 산업화로 인해 가져온 이익이 손해보다 더 많다고 했는데 나는 또 생각이 달라.

> **Cấu trúc**
>
> **A lại B**
> 주어1 + 동사1/형용사1 + (nhưng) + lại + 동사2/형용사2
> 주어1 + (thì) + 동사1/형용사1 + (nhưng) + 주어2 + (thì) + lại + 동사2/형용사2

— 이 구조는 A와 B가 서로 반대인 것을 강조합니다. 주어가 2개일 때 thì가 각 주어 뒤에 위치하여 대립성을 가지는 주체를 강조하기도 합니다. 해석은 문맥에 맞게 '또'를 추가하면 됩니다. (여기서 '또'는 반대인 것을 강조하는 것이지 반복을 나타내지 않습니다.)

> **Ví dụ** Trước đây chị ấy rất xinh đẹp nhưng sau khi giải phẫu thẩm mỹ lại rất không tự nhiên. 예전에 그 언니는 매우 예뻤지만 성형 수술을 한 후 매우 부자연스럽다.
>
> Anh ấy nói là sẽ đến nhưng lại không đến.
> 그는 오겠다고 말했지만 오지 않았다.
>
> Nhà nọ, chồng thì mê bóng đá. vợ thì lại mê phim.
> 그 집은 남편은 축구에 홀딱 빠졌고 아내는 또 드라마에 빠졌다.
>
> Tôi muốn đi bằng xe lửa, nhưng vé lại hết rồi.
> 나는 기차를 타고 가고 싶었는데 표는 또 다 팔렸다.

2 **Thảo nào bạn ở thư viện mãi.**

그래서 어쩐지 네가 계속 도서관에 있었구나.

> **Cấu trúc**
>
> **Thảo nào** + 문장

— thảo nào는 문장 앞에 위치하여 원래는 원인과 이유를 모르고 있었지만 이제 그 원인, 이유를 알게 되었음을 나타낼 때 사용합니다. thảo nào 뒤에 오는 문장에는 (알게 된 원인, 이유에 따른) 결과가 언급됩니다. 남부에서는 hèn chi, hèn gì를 쓰기도 합니다. '그래서, 어쩐지 그래서, 그 까닭으로 ~한 거구나'라고 해석합니다.

> **Ví dụ** A: Đêm qua anh ấy đột nhiên bị ốm nặng nên phải đi cấp cứu.
> 어젯밤에 그가 갑자기 심하게 아파서 응급실에 갔대.
>
> B: Thảo nào hôm nay tôi không thấy anh ấy đi làm.
> 그래서 어쩐지 내가 오늘 그 사람이 출근하는 것을 못 봤구나.

A : Siêu thị đang có chương trình giảm giá.
마트 지금 세일한대.

B : Thảo nào từ sáng đến giờ đông người lắm.
그래서 어쩐지 아침부터 지금까지 사람이 많구나.

3 Ô nhiễm nước có thể **gây ra** nhiều ảnh hưởng.
수질오염은 많은 영향을 야기할 수 있다.

> ### Cấu trúc
>
> A + **gây (ra)** + B
> 누구/무엇/원인 + **gây (ra)** + 부정적인 결과

— 'A가 B라는 결과를 야기했다, 일으켰다'라는 뜻으로 gây, gây ra는 항상 부정적인 결과를 가져옵니다.
또한 B의 자리에는 명사가 옵니다.

Ví dụ Trận lũ lụt này gây thiệt hại lớn.
홍수는 큰 피해를 야기했다.

Thái độ thản nhiên của kẻ giết người gây phẫn nộ trong cộng đồng xã hội.
살인범의 뻔뻔한 태도는 사회 공동체의 분노를 불러일으켰다.

4 Vấn đề ô nhiễm môi trường nghiêm trọng **quá trời**.
환경오염 문제가 너무나도 심각하네.

> ### Cấu trúc
>
> 형용사/동사 + **quá trời**
> 형용사/동사 + **quá trời quá đất**

— quá trời는 심리 활동을 나타내는 동사 및 형용사 뒤에 위치하여 놀라는 어조로 일반적인 정도나 수준을
넘었음을 나타냅니다. '너무나도 ~하다'로 해석합니다. quá trời quá đất 역시 quá trời와 비슷하지만
더 강한 정도를 나타냅니다.

Ví dụ Một cái áo mà hơn 3 triệu, đắt quá trời.
옷 한 벌이 300만 동을 넘는다니, 너무 심하게 비싸다.

Mấy hôm nay trời nóng quá trời quá đất.
요 며칠 날씨가 더워도 정말 너무 덥다.

5 **Liệu** người ta có giải quyết nổi **không?**
혹시 사람들이 해결해 낼 수 있을까?

> **Cấu trúc**
>
> liệu + 문장 + không?

— 이 문장은 발생할 가능성이 있는 안 좋은 일 또는 어떤 일이 실현 가능한지에 대한 고민과 걱정을 나타내기 위해 사용됩니다. '혹시 ~하려나', '~할 수 있으려나'로 해석합니다.

Ví dụ Dịp tết này, liệu có quán ăn nào ở đây mở cửa không?
설날에 혹시 여기에 어떤 음식점이라도 문을 열려나?

Trời giá rét như vậy, liệu em có thể đi leo núi được không?
날씨가 이렇게 추운데 너 등산 갈 수 있겠어?

6 **Nhờ** bạn **mà** mình nhận thức đúng được vấn đề môi trường. 너 덕분에 내가 환경 문제를 올바로 인식할 수 있네.

> **Cấu trúc**
>
> nhờ + A + mà/nên + 문장
> tại + A + mà/nên + 문장

— 이 구문은 'A 덕분에 ~한다'라는 뜻으로 A에는 명사 혹은 명사 역할을 하는 성분이 주로 위치합니다. A는 항상 긍정적인 원인이나 이유입니다. 이와 반대로 tại는 'A 때문에 ~한다'라는 뜻으로 여기서 A는 항상 부정적인 원인, 이유입니다.

Ví dụ Nhờ anh mà em hoàn thành được việc đó.
오빠 덕분에 제가 그 일을 완성했어요.

Nhờ sự phát triển của công nghệ nên chúng ta có thể hưởng một lối sống vô cùng thoải mái.
기술의 발전 덕분에 우리는 매우 편안한 삶을 누릴 수 있다.

Tại anh ấy mà tôi thi trượt.
그 오빠 때문에 나는 시험에 떨어졌다.

Tại kẹt xe mà tôi đến trễ.
차 막힘 때문에 내가 늦었다.

7 **Nhân dịp** này, bạn có thể nắm tình hình rõ hơn.
이번 기회에 너는 상황을 더 확실하게 캐치할 수 있다.

> **Cấu trúc**
>
> **Nhân dịp** A + 문장
> **Nhân dịp** + 명사, 주어 + 동사 + 목적어
> **Nhân dịp** + 동사1 + 목적어1, 주어 + 동사2 + 목적어2

— 이 구문에서 A는 특별한 기회, 행사, 기념 등이며 이 기회들을 통해서 무엇을 한다는 의미입니다. nhân dịp + A는 문장 뒤에 위치하기도 합니다. 또한 **nhân dịp**이 절 앞에 올 때는 '~하는 김에 ~한다'라는 뜻입니다.

Ví dụ Nhân dịp sinh nhật, tôi tặng vé concert cho bạn tôi.
생일을 맞아 나는 내 친구에게 콘서트 표를 선물했다.

Người dân treo cờ nhân dịp lễ.
국경일을 맞이하여 사람들은 국기를 게양했다.

Nhân dịp đi công tác ở Hà Nội, tôi ghé thăm cô giáo cũ.
하노이 출장 가는 김에 나는 옛 선생님을 찾아 뵈었다.

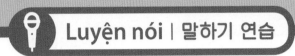

A Khi đó bạn nói là những lợi ích do công nghiệp hoá mang lại nhiều hơn thiệt hại, **nhưng** **mình** **lại** **nghĩ khác.**

track 14-03

ⓐ Anh trai nó học rất giỏi	nó	học kém
ⓑ Món ăn còn quá nhiều	tôi	no rồi
ⓒ Vào mùa này phía Bắc trời rất rét	phía Nam trời	nắng nóng

B Siêu thị đang có chương trình giảm giá. **Thảo nào** từ sáng đến giờ đông người lắm.

ⓐ Hôm nay là ngày ăn hỏi của anh trai Oanh

  hôm nay Oanh trang điểm đẹp và mặc áo dài

ⓑ Nghe nói, chiều nay bão đổ bộ vào đấy

  trên đường vắng người

ⓒ Hôm nay là ngày đầu bán iPhone mới

  người ta xếp hàng dài trước các cửa hàng Apple

C Thái độ thản nhiên của kẻ giết người **gây** phẫn nộ trong cộng đồng xã hội.

ⓐ Bụi siêu nhỏ	các bệnh nguy hiểm
ⓑ Lời nói thiếu suy nghĩ	tổn thương
ⓒ Chiến tranh thế giới thứ hai	thiệt hại lớn về người và tài sản ở các nước châu Âu

D Vấn đề ô nhiễm môi trường nghiêm trọng **quá trời.**

ⓐ Anh ấy khó tính

ⓑ Món ăn ở nhà hàng này dở

ⓒ Bác sĩ đó ẩu

E Vấn đề này nan giải thật **liệu** người ta có thể giải quyết nổi **không?**

ⓐ Bài toán khó như vậy	nó có thể làm được
ⓑ Sương mù dày đặc lắm	máy bay có thể cất cánh được
ⓒ Em làm dở quá	em có bị thầy giáo phê bình

F Nhờ <u>bạn</u> mà <u>mình nhận thức đúng được vấn đề môi trường</u>.

ⓐ anh   em không bị lạc đường

ⓑ cuộc thảo luận này   tôi có thể hiểu được chỗ sai của mình

ⓒ sáng kiến của anh Hoà   cả phòng đã giải quyết được vấn đề đó

G Tại <u>anh ấy</u> mà <u>tôi thi trượt</u>.

ⓐ mỹ phẩm giả   da tôi bị dị ứng

ⓑ quá trình đô thị hoá quá nhanh   môi trường bị ô nhiễm nghiêm trọng

ⓒ hệ thống thoát nước xuống cấp   đường bị ngập mỗi khi trời mưa

H Nhân dịp <u>này, bạn có thể nắm tình hình rõ hơn và biết được các giải pháp</u>
<u>cho vấn đề môi trường đấy</u>.

ⓐ tết nguyên đán 2018 trên 600 phạm nhân được giảm án

ⓑ đi Đà Lạt tôi ghé thăm làng dân tộc thiểu số

ⓒ tết trung thu ứng dụng Uber tặng 50.000 mã khuyến mãi cho khách hàng

Nghe | 듣기

A 다음을 대화를 듣고 질문에 답하세요.   track 14-04

1 Vì sao người nữ mệt đến mức đang họp mà ngáp nhiều lần?

ⓐ Vì cô ấy thiếu ngủ.

ⓑ Vì cô ấy chán khi họp.

ⓒ Vì hôm qua cô ấy thức khuya.

ⓑ Vì cô ấy chán khi họp.

2 Theo bài này, cuộc sống của con người hiện đại như thế nào?

ⓐ Khá nhàn, có nhiều thời gian rảnh.

ⓑ Luôn thiếu thời gian vì phải tập trung làm việc, kiếm sống.

ⓒ Luôn luôn bị căng thẳng, chán nản.

ⓓ Không có lối thoát ra nên làm cho người ta mệt mỏi.

3 Người nữ nghĩ thế nào về lối sống công nghiệp?

ⓐ Một điều rất là đương nhiên và tốt.

ⓑ Một điều xa xỉ đối với người hiện đại.

ⓒ Một điều rất nghịch lý vì có hai mặt.

ⓓ Một điều phải vượt qua trong cuộc sống.

B 다음 패스트푸드에 대한 글을 듣고 질문에 답하세요.   track 14-05

1 Vì sao nhiều thực khách yêu thích thức ăn nhanh?

_____

2 Nhược điểm của thức ăn nhanh là gì?

_____

3 Theo bài này, chúng ta nên ăn thức ăn nhanh khi nào?

_____

Luyện viết | 쓰기 연습

01 다음 문장을 완성하세요.

    ⓐ Mẹ cô ấy thì rất đẹp nhưng cô ấy lại _____

    ⓑ Mùa đông năm trước thì ấm và dễ chịu nhưng mùa đông năm nay lại _____

_____

    ⓒ Tôi thì thích xem phim tình cảm nhưng bạn gái tôi lại _____

    ⓓ Tôi rất vui tính, hướng ngoại, thích giao lưu với mọi người nhưng chồng tôi lại _____

_____

    ⓔ Hôm qua trên đường ít xe nên thoải mái nhưng hôm nay lại _____

02 다음 문장을 완성하세요.

    ⓐ Anh Đức sắp lấy vợ. Thảo nào _____

    ⓑ Hôm qua tôi thức khuya để làm bài tập. Thảo nào _____

    ⓒ Cái ghế này bị hỏng rồi. Thảo nào _____

    ⓓ Giá thuê nhà ở khu vực đó rất cao. Thảo nào _____

    ⓔ Công việc ở công ty đó rất căng . Thảo nào _____

03 다음 문장을 해석하세요.

ⓐ Anh ấy là người gây tai nạn.

→ _____

ⓑ Có một số nguyên nhân gây đau bụng.

→ _____

ⓒ Lũ lụt và hạn hán gây nhiều thiệt hại cho người dân ở khu vực này.

→ _____

ⓓ Món ăn có nhiều dầu có thể gây ra tiêu chảy.

→ _____

ⓔ Động đất có khả năng gây sóng thần.

→ _____

04 다음 빈칸에 알맞은 형용사를 넣으세요.

ⓐ Phía trước nhà tôi là một con đại lộ, mỗi buổi sáng _____ quá trời.

ⓑ Cô ấy ăn diện lắm. _____ quá trời.

ⓒ Bài toán trong kỳ thi lần này _____ quá trời.

ⓓ Tôi giải thích mãi mà nó vẫn chưa hiểu. Nó _____ quá trời.

ⓔ Các toà nhà chọc trời tráng lệ ở thành phố Hồ Chí Minh _____ quá trời.

ⓕ Phòng này hướng tây, hơn nữa lại có cửa sổ rất to. Mỗi buổi chiều _____ quá trời.

05 다음 문장을 완성하세요.

ⓐ Nghe nói hôm nay bão đổ bộ vào đất liền. Liệu em _____ không?

ⓑ Lần này là lần đầu tôi đi Miến Điện hơn nữa, tôi lại đi một mình. Liệu tôi

_____ không?

ⓒ Chiều nay có trận giao hữu với đội tuyển Brazil. Liệu đội tuyển Việt Nam

_____ không?

ⓓ Bài viết này đã dài lại khó. Liệu mình _____ không?

ⓔ Con sông này rất sâu, hơn nữa lại có gió to. Liệu anh ấy _____ không?

06 상황을 읽고 다음 문장을 완성하세요

ⓐ Tôi bị lạc đường nhưng một người đi đường chỉ đường cho tôi nên tôi đã tìm được đến nơi.

→ "Nhờ anh ấy mà _____

ⓑ Chị Hà suýt quên điện thoại ở nhà, nhưng mẹ chị ấy nhắc chị ấy mang theo điện thoại.

→ "Nhờ mẹ mà _____

ⓒ Anh Long đang dịch một bài báo nhưng có một số từ không hiểu. Anh Cường giải thích cho anh Long nghĩa của các từ đó nên anh Long dịch xong.

→ "Nhờ Cường mà _____

ⓓ Em Nga định mua máy tính Apple mới, nhưng không đủ tiền. Anh trai Nga cho em ấy
mượn tiền nên em ấy đã mua được.

→ "Nhờ anh mà _____

ⓔ Hôm nay anh Lâm sẽ đi dự phỏng vấn nhưng không có áo vest. Anh Hoà cho anh Lâm
mượn áo vest của mình. Anh Lâm đã để lại ấn tượng tốt cho trưởng phòng nhân sự nên
được trúng tuyển.

→ "Nhờ anh Hoà mà _____

07 다음 문장을 해석하세요.

ⓐ Tại bạn mà mình bị ngã.

→ _____

ⓑ Tại con hư mà bố mẹ đau khổ.

→ _____

ⓒ Tại anh mà em khóc nhiều.

→ _____

ⓓ Tại thằng Xuân mà đội trường tôi thua trong trận bóng đá hôm qua.

→ _____

ⓔ Tại con mèo này mà tôi tỉnh giấc.

→ _____

Những năm gần đây, cùng với sự phát triển của xã hội, công nghệ thông tin nói chung, các trang mạng xã hội nói riêng phát triển rất mạnh, nó đã và đang ảnh hưởng rất lớn (cả tích cực và tiêu cực) đến mọi hoạt động và sinh hoạt của con người, nhất là giới trẻ. Với đặc điểm nổi trội là tính kết nối nhanh, chia sẻ rộng, chỉ cần một chiếc điện thoại thông minh hay một máy tính có kết nối Internet, chúng ta có thể truy cập và tham gia vào rất nhiều trang mạng như: Facebook, Zalo, Youtube, Twitter… trong đó, phổ biến nhất là Facebook. Mặc dù mục đích, cách thức, mức độ tham gia các trang mạng xã hội của mỗi người khác nhau nhưng có một điểm chung đó là mọi người đều xem nó như là một phần không thể thiếu trong đời sống tinh thần của mình.

Thực tế các trang mạng xã hội đem lại rất nhiều tiện ích cho người sử dụng, vì tốc độ thông tin rất nhanh, nội dung phong phú, đa dạng. Nếu biết sử dụng hợp lý thì nó mang lại hiệu quả lớn cả trong học tập, công tác, sinh hoạt lẫn đời sống xã hội cho thanh niên, ngược lại nó có thể gây ra nhiều hệ lụy không tốt. Đặc điểm nổi trội của các trang mạng xã hội là thông tin nhanh, nhiều, nhưng lại là những thông tin tràn lan, hỗn loạn, đôi khi vô bổ, nói mà không phải chịu trách nhiệm, không ai kiểm chứng.

Điều quan tâm lo ngại nhất hiện nay là nhiều thông tin trên mạng xã hội hàm chứa nội dung xấu, độc, với mục đích dụ dỗ, lôi kéo người tham gia như: phim ảnh khiêu dâm, bạo lực, chia rẽ đoàn kết dân tộc. Với đặc tính hấp dẫn, lôi cuốn của mình, các trang mạng xã hội rất dễ làm cho người tham gia bị sa đà vào "biển thông tin" hỗn loạn đó, làm cho họ sao nhãng việc học hành, giảm năng suất lao động, tinh thần uể oải, đắm chìm vào thế giới ảo trong đời sống thực. Đây chính là tác nhân làm ảnh hưởng nghiêm trọng đến sức khỏe, tâm sinh lý và việc hình thành, phát triển nhân cách, lối sống tốt đẹp của con người, nhất là giới trẻ.

Để hạn chế ảnh hưởng tiêu cực của các trang mạng xã hội, gia đình, nhà trường, chính quyền địa phương phải giáo dục, nuôi dưỡng, phát triển, hoàn thiện nhân cách và lối sống tốt đẹp của con người, nhất là giới trẻ hiện nay.

* **Nguồn : Tuyên giáo**

Theo bài này, các trang mạng xã hội có những đặc điểm nổi trội gì?

이 글에 따르면 소셜 네트워크들은 어떤 우월한 특징이 있나요?

 Người ta thường truy cập và tham gia vào những trang mạng nào?

사람들은 어떤 소셜 네트워크에 주로 접속하고 참여하나요?

 Ưu điểm của các trang mạng xã hội là gì?

소셜 네트워크의 장점은 무엇인가요?

 Hiện nay, điều quan tâm lo ngại nhất về các trang mạng xã hội là gì?

요즘에 소셜 네트워크에 대해서 제일 걱정스럽고 관심을 가질 만한 것은 무엇인가요?

 Để hạn chế ảnh hưởng tiêu cực của các trang mạng xã hội, chúng ta phải làm gì?

소셜 네트워크의 부정적인 영향을 제한하기 위해서 우리는 무엇을 해야만 하나요?

최근 몇 년간 사회의 발전과 더불어 거시적으로 IT, 미시적으로 소셜 네트워크가 매우 강하게 발전했다. 그것은 사람들의, 특히 젊은이들의 모든 활동과 생활에 (긍정적이고 부정적인) 매우 큰 영향을 끼쳤고, 끼치고 있다. 빠른 연결성과 광범위한 공유라는 우월한 특징과 더불어, 단지 인터넷이 연결된 스마트폰 한 대 혹은 컴퓨터 한 대만 있으면 우리는 페이스북, 잘로, 유튜브, 트위터 등과 같은 많은 소셜 네트워크에 접속하고 참여할 수 있다. 그 중에 가장 보편적인 것은 페이스북이다. 비록 각각의 사람들의 소셜 네트워크에 참여하는 목적, 방식, 정도는 서로 다르지만 한 가지 공통점은 모든 사람들이 그것을 자신의 정신적인 삶의 필수 불가결한 한 가지 부분으로 여긴다는 것이다.

실제로 소셜 네트워크는 사용자에게 수많은 편의성을 가져온다. 왜냐하면 정보 속도가 매우 빠르고 내용이 풍부하고 다양하기 때문이다. 만약 합리적으로 사용할 줄 알면 그것은 청년들에게 학습, 업무, 생활 및 사회생활에 큰 효과를 가져온다. 하지만 반대로 그것은 안 좋은 많은 속박을 초래할 수 있다. 소셜 네트워크의 우월한 특징이 빠르고 많은 정보라면 또한 만연하고 혼란스럽고, 때로는 쓸모 없고, 말하고 나서 책임을 지지 않아도 되고, 검증하는 사람이 없다는 것도 소셜 네트워크의 두드러지는 특징이다.

오늘날 가장 걱정스럽고 관심을 가질 만한 점은, 소셜 네트워크의 많은 정보가 예를 들어 선정적이고 폭력적이며 민족 간의 단결을 분리시키는 내용을 담고 있는 영화와 같이 나쁘고 유해하며 사용자들을 유혹하고 꾀어내는 목적을 가지고 있다는 것이다. 매력적이고 (사람들을) 끌어들이는 특징과 더불어 소셜 네트워크는 사용자를 매우 쉽게 그 혼란스러운 '정보에 바다'에 떨어지게 하여, 그들을 학업에 관심 없게 만들고 노동 효율을 감소시키며, 멍한 정신을 가지게 하고 현실 생활에서 가상 세계에 가라앉게 한다. 이것은 바로 인간의, 특히 젊은이들의 건강, 정신 그리고 인격 형성과 발전 및 건전한 삶에 심각한 영향을 주는 요인이다.

소셜 네트워크의 부정적인 영향을 제한하기 위해서 가정과 학교, 지방 정부는 사람의, 특히 오늘날 젊은이의 인격과 아름다운 삶을 교육하고 기르며 발전시키고 완성시켜야 한다.

＊출처 : Tuyên giáo

Từ vựng mới │ 새로운 어휘

công nghệ thông tin IT │ **trang mạng xã hội** 소셜 네트워크 │ **nổi trội** 우월한, 두드러지는 │ **kết nối** 연결 │ **truy cập** 접속 │ **cách thức** 방식 │ **tinh thần** (精神) 정신 │ **tiện ích** 편의성, 편리함 │ **ngược lại** 반대로 │ **hệ lụy** 속박 │ **tràn lan** 만연한 │ **hỗn loạn** 혼란스러운 │ **vô bổ** 쓸데없는 │ **trách nhiệm** 책임 │ **kiểm chứng** 검증하다 │ **hàm chứa** 포함하다, 함유하다, 담다 │ **độc** (毒) 독성 │ **dụ dỗ** 유혹하다 │ **lôi kéo** 꾀어내다 │ **khiêu dâm** 선정적인 │ **lôi cuốn** 매혹하다 │ **sa đà** 떨어지다 │ **năng suất lao động** 노동 효율 │ **uể oải** 멍한, 우둔한, 나태한 │ **đắm chìm** 가라앉다 │ **ảo** 가상의 │ **tác nhân** 요인 │ **tâm sinh lý** 정신 │ **nhân cách** (人格) 인격 │ **hạn chế** 제한하다 │ **nuôi dưỡng** 돌보다, 기르다

Bài 15

Giao thông

교통

track 15-01

Đã từ rất lâu rồi, giao thông tại các thành phố lớn Việt Nam như Hà Nội hay TP.Hồ Chí Minh, đặc biệt là tình trạng ùn tắc giao thông tại các thành phố này luôn là vấn đề nhức nhối đối với cả người dân địa phương lẫn du khách. Có nhiều nguyên nhân dẫn đến tình trạng giao thông như vậy. Thứ nhất là ý thức chấp hành luật giao thông của những người tham gia giao thông vẫn còn kém, họ thường vi phạm luật giao thông, hệ thống đường sá được quy hoạch không đồng bộ. Lượng xe tăng mạnh trong khi các con đường cũ khó mở mang còn các con đường mới thì được xây dựng rất chậm chạp v.v…

Chính quyền đã đưa ra nhiều biện pháp để khắc phục tình trạng này nhưng xem ra nó vẫn chưa được cải thiện nhiều.

1 Bạn có ý kiến gì về tình hình giao thông ở Việt Nam?

당신은 베트남 교통 상황에 대해 어떤 의견이 있나요?

2 Theo bạn, nguyên nhân nào khiến tình hình giao thông tại các thành phố lớn ở Việt Nam ngày càng trở nên phức tạp như vậy?

당신은 베트남의 대도시들에서 교통 상황을 나날이 이렇게 복잡해지게 하는 데 어떤 원인이 있다고 생각하나요?

3 Ở nước bạn, tình hình giao thông ở các thành phố lớn như thế nào?

당신의 나라에서는 대도시의 교통 상황은 어떠한가요?

4 Để khắc phục tình trạng ùn tắc giao thông, chính phủ nước bạn đã đưa ra những giải pháp nào?

교통 체증 사태를 극복하기 위해서 당신의 나라의 정부는 어떤 해결책을 제시했나요?

매우 오래 전부터 하노이와 호치민 시와 같은 베트남 대도시에서의 교통은 특히, 이 도시들의 교통 체증 사태는 항상 지역 주민들과 여행객들에게 골치를 앓는 문제였다. 이와 같은 교통 사태를 야기하는 원인들은 많이 있는데, 첫 번째로는 교통에 참여하는 사람들의 교통 법규 준수 의식이 아직 부족해서 그들은 자주 교통 법규를 위반하며 도로 체계가 통합적으로 구획되지 않았기 때문이다. 차량은 강하게 증가하는 반면 기존 도로는 확장이 어렵고 새 도로는 매우 더디게 건설된다. 시 정부는 이 사태를 극복하기 위한 해결책을 많이 내놓았지만 보아하니 아직 많이 개선되지는 않은 것 같다.

track 15-02

Ha-min	Ôi, trời ơi. Có chuyện gì mà kẹt xe thế nhỉ! Xuất phát từ 7 giờ 40, đã 8 giờ 40 rồi mà vẫn chưa vào đến trung tâm thành phố! Thà đi bộ còn hơn "bị nhốt" trong xe hơn một tiếng như vậy. Anh ơi, chạy nhanh hơn một chút được không? Hay là đi theo đường khác được không, anh?
Tài xế	Ở Sài Gòn, vào giờ cao điểm, đi đường nào cũng khổ. Chị thông cảm nhé. Qua đường này rồi có đường hai chiều nên chắc đi thoải mái hơn.
Ha-min	Mỗi khi bị kẹt xe như vậy, chán ơi là chán. Giá tôi có cánh…
Tài xế	Hay lắm. Giá xe này có thể bay được thì sẽ không bao giờ gặp kẹt xe. Tôi đã lái xe ở đây được 12 năm rồi, nhưng tình trạng này ngày một nghiêm trọng. Lượng xe ô tô tăng lên rất nhanh trong khi các tuyến đường được mở rộng và xây dựng rất chậm.
Ha-min	Ôi, khổ thân anh. Thế, ở Thành phố Hồ Chí Minh, người ta có những biện pháp nào để khắc phục ùn tắc giao thông?
Tài xế	Chính phủ đang rất cố gắng để cải thiện tình hình giao thông ở Việt Nam. Về cơ sở hạ tầng, chính phủ làm nhiều đường mới, cải tạo và mở rộng các con đường cũ, trang bị hệ thống đèn giao thông và biển báo giao thông. Nhưng theo anh thì điều quan trọng nhất là ý thức của những người tham gia giao thông. Nếu người ta tuân thủ luật giao thông thì tình trạng này đỡ hơn nhiều.
Ha-min	Mong rằng người ta quan tâm nhiều đến vấn đề giao thông. Ủa, anh nhìn kìa, phía trước có tai nạn giao thông. Cảnh sát điều khiển cho từng xe một đi qua nên chắc là sắp đi được rồi.

 Ở Sài Gòn, vào giờ cao điểm, tình hình giao thông như thế nào?
사이공에서는 러시아워에 교통 상황이 어떠한가요?

 Mỗi khi bị kẹt xe, Ha-min cảm thấy thế nào?
매번 차 막힘을 당할 때마다 하민이는 어떻게 느끼나요?

 Người tài xế đã lái xe ở đây được bao lâu rồi?
기사님은 여기에서 운전한 지 오래되었나요?

4 Để giải quyết vấn đề giao thông, chính phủ Việt Nam đang làm gì?

교통 문제를 해결하기 위해서 베트남 정부는 무엇을 하고 있나요?

 5 Theo người tài xế, để giải quyết vấn đề này điều quan trọng nhất là gì?

기사님에 따르면 이 문제를 해결하기 위해서 제일 중요한 것은 무엇인가요?

Từ vựng mới | 새로운 어휘

xuất phát (出發) 출발하다 | **nhốt** (새장, 우리 등에) 가두다 | **giờ cao điểm** 러시아워 | **khổ** 고생하는, 어려운 | **đường hai chiều** 양방 통행 길 | **kẹt xe** 길이 막히는 | **cánh** 날개 | **bay** 날다 | **tình trạng** 사태 | **nghiêm trọng** 심각한 | **lượng** (量) 양, 수량 | **mở rộng** 확장하다 | **xây dựng** 건설하다 | **khổ thân** 고생하다 | **biện pháp** 해결 방안 | **khắc phục** (克服) 극복하다 | **ùn tắc giao thông** 교통 체증 | **cải thiện** (改善) 개선하다 | **cơ sở hạ tầng** 인프라 | **cải tạo** (改造) 개조하다 | **trang bị** 설치하다 | **đèn giao thông** 교통 신호등 | **biển báo** 표지판 | **tuân thủ** 준수하다 | **luật** 법률 | **tai nạn giao thông** 교통사고

1 Có chuyện **gì mà** kẹt xe **thế**!
무슨 일이길래 이렇게 차가 막히냐!

> **Cấu trúc**
>
> 동사 + **gì mà** + 형용사 + **thế**!
> 동사 + **đâu**

— 이 구문은 화자가 어떤 일에 대한 자신의 느낌이나 평가를 전달할 때 사용됩니다. '~하는데 이렇게 ~해 보여!'라고 해석합니다.

> **Ví dụ** Chị đi đâu mà đẹp thế.
> 언니 어디 가는데 이렇게 예뻐요!
>
> Bà xách gì mà nặng thế! Để cháu xách giúp cho.
> 할머니 뭘 들고 계시길래 그리 무거워 보여요. 제가 들어 드릴게요.

2 **Đã** 8 giờ 40 **mà vẫn chưa** vào trung tâm thành phố!
벌써 8시 40분이 됐는데도 아직 시내도 못 들어갔어.

> **Cấu trúc**
>
> **đã** + 시간 명사 + **mà vẫn chưa** + 동사

— đã가 시간 명사 앞에 쓰이면 이 시간이 화자의 느낌이나 생각에는 늦은 것을 나타냅니다. '벌써 ~가 되었는데 아직도 ~안 했다'로 해석합니다.

> **Ví dụ** Đã 30 tết mà tôi vẫn chưa dọn dẹp, trang trí xong nhà cửa.
> 벌써 음력 30일 설인데 나는 아직도 집 청소와 장식을 끝내지 못했다.
>
> Anh ấy đã 40 tuổi mà vẫn chưa lập gia đình.
> 그는 벌써 40살인데 아직도 결혼하지 않았다.

3 Thà đi bộ **còn hơn** bị nhốt trong xe hơn một tiếng như vậy. 이렇게 한 시간 이상 차에 "갇혀"있는 거보다 차라리 걸어가는 게 낫겠네.

> **Cấu trúc**
>
> Thà A còn hơn B

— 이 구문은 'B하는 것보다 A하는 것이 차라리 낫다'라는 뜻으로 A와 B 둘 다 유쾌하거나 좋은 일이 아니지만 화자의 생각에서 덜 나쁜 것을 고르겠다고 할 때 사용됩니다. 주로 화자가 B의 일을 싫어하는 것을 강조하기 위해서 사용됩니다.

> **Ví dụ** Thà ở nhà còn hơn đi chơi khi trời mưa.
> 비 올 때 놀러 가느니 차라리 집에 있을래.
>
> Thà sống một mình còn hơn lấy anh ấy.
> 그 남자랑 결혼하느니 차라리 혼자 살겠어.

4 Chán ơi là chán! 짜증나기도 짜증이 나요!

> **Cấu trúc**
>
> 형용사 + **ơi là** + 형용사

— 말하는 사람이 성질이나 상태의 정도가 높음을 강조하기 위해서 사용되며 여기서 형용사는 동일한 형용사가 반복이 됩니다. '~하기도 (정말) ~하네!'로 해석합니다.

> **Ví dụ** Hôm nay trời nóng ơi là nóng!
> 오늘 날씨가 덥기도 덥네!
>
> Nhìn mặt anh ấy, tôi tức ơi là tức!
> 그 사람의 얼굴을 보니까 나는 화가 나기도 정말 화가 났다.

5 Giá xe này có thể bay được **thì** sẽ không bao giờ gặp kẹt xe. 만약 이 차가 날 수 있다면 절대로 길 막힘을 안 만날 텐데.

> **Cấu trúc**
>
> **giá A thì B**
> **giá** + 주어1 + 동사1 + 목적어1 + **thì** + 주어2 + 동사2 + 목적어2
> **giá mà**   형용사1   형용사2
> **giá như**

— 이 구문은 'nếu A thì B'처럼 조건과 결과를 나타내지만 조건이 현실에서 이루어질 가능성이 희박하거나 또는 과거에 이루지 못한 일에 대한 아쉬움을 표현할 때 사용합니다. '만약 ~한다면 ~한다' 혹은 '만약 ~되었더라면, 했었더라면 ~했을 텐데'로 해석합니다.

> **Ví dụ** Giá như tôi là tổng thống thì tôi sẽ quan tâm nhiều đến những người nghèo.
> 내가 만약 대통령이라면 나는 가난한 사람들에게 많이 관심을 가질 것이다.
>
> Giá mà anh ấy nghe lời tôi thì chuyện đó đã không xảy ra.
> 만약 그가 내 말을 들었더라면 그 일은 일어나지 않았을 텐데.
>
> Giá tôi biết trước điều đó thì tôi đã không chia tay với anh ấy.
> 만약 그 일을 미리 알았더라면 나는 그 사람과 헤어지지 않았을 텐데.

6 Lượng xe ô tô tăng lên rất nhanh **trong khi** các tuyến đường được mở rộng và xây dựng rất chậm. 자동차 차량 증가는 매우 빠른 반면 도로 확장과 건설은 매우 느려요.

> **Cấu trúc**
>
> **A + trong khi + B**
> 주어1 + 동사1 + 목적어1 + **trong khi** + 주어2 + 동사2 + 목적어2

— 이 구문은 A의 내용과 B의 내용이 비례하고 서로 비슷할 거라는 기대와는 달리 A의 내용과 B의 내용이 서로 반대이고 반비례함을 나타냅니다. 'A하는 반면에/와중에 B한다, B하는 반면에/와중에 A한다'로 해석합니다.

> **Ví dụ** Bạn gái tôi không đả động gì đến chuyện kết hôn trong khi tôi thì muốn ổn định.
> 나는 안정되고 싶은 반면 내 여자 친구는 결혼 이야기를 꺼내지 않아요.
>
> Nhu cầu mua xe ngày càng tăng lên trong khi ý thức người tham gia giao thông vẫn còn thấp. 사람들의 교통 의식은 여전히 낮은데 차를 구매하려는 수요는 나날이 늘어난다.

7 Cảnh sát điều khiển cho **từng** xe một đi qua nên chắc sắp đi được rồi.
경찰이 한 대씩 지나가게 조절하고 있으니 아마 곧 갈 수 있을 거 같네요.

— từng은 동사와 명사 앞에 쓰여 각각 다른 뜻을 나타냅니다.

1) từng + 동사

từng이 동사 앞에 위치하면 경험을 나타냅니다. đã와 함께 'đã từng + 동사' 형태로 많이 쓰입니다. 또한 경험을 강조하는 의미도 함께 가지고 있습니다.

> **Ví dụ** Tôi đã từng đi Sapa khi trời có tuyết. Đẹp tuyệt!
> 나는 눈이 올 때 사파에 가 봤어요. 환상적으로 아름답더군요!
>
> Bạn ấy từng làm cho một công ty nước ngoài, nhưng hiện nay không còn làm việc ở đó nữa.
> 그 친구는 외국 회사에서 일해 본 적이 있어요. 하지만 지금은 더 이상 그곳에서 일하지 않죠.

2) từng + 명사/종별사

từng이 명사 앞에 쓰이면 수량 1을 나타내고 '매, 각'으로 해석합니다.

> **Ví dụ** Món ăn Việt Nam rất đa dạng và phong phú theo từng vùng miền.
> 베트남 음식은 각 지방들에 따라서 다양하고 풍부합니다.

'từng + 명사 + một' 형태로 명사 뒤에 'một'과 함께 쓰여 차례를 강조하고 '한 ~씩'으로 해석합니다.

> **Ví dụ** Bác sĩ khám cho từng người một.
> 의사 선생님께서 한 명씩 진찰해 주신다.
>
> Anh ấy bắt tay từng người một.
> 그는 한 사람씩 악수를 했다.

A <u>Chị đi đâu</u> mà <u>đẹp</u> thế!

track 15-03

    ⓐ Anh ăn gì   ngon

    ⓑ Em xem gì   vui

    ⓒ Bạn đi đâu   vội

B Đã <u>8 giờ 40</u> mà **vẫn chưa** <u>vào trung tâm thành phố</u>!

    ⓐ 11 giờ đêm nhưng em ấy   về nhà.

    ⓑ 6 giờ tối nhưng cuộc họp   kết thúc.

    ⓒ 40 phút rồi nhưng món ăn   lên.

C Thà <u>đi bộ</u> còn hơn <u>bị nhốt trong xe hơn một tiếng như vậy</u>.

    ⓐ đói   ăn thịt chuột

    ⓑ chết vinh   sống nhục

    ⓒ muộn   không bao giờ

D <u>Nhìn mặt anh ấy</u>, <u>tôi tức</u> ơi là <u>tức</u>!

    ⓐ Cảnh hoàng hôn trên sông Hương   đẹp   đẹp

    ⓑ Vào giờ cao điểm   đường tắc   tắc

    ⓒ Cửa hàng bán bánh mì đó   giá cao   cao

E Giá <u>tôi có cánh</u> thì <u>tôi bay ra khỏi chỗ này</u>.

    ⓐ như tôi có một cô em gái   tôi sẽ luôn tâm sự với nó

    ⓑ mà tôi không lấy anh ta   tôi đã hạnh phúc hơn

    ⓒ như tôi đẹp như chị ấy   anh ấy đã không bỏ tôi mà đi

F <u>Lượng xe ô tô tăng lên rất nhanh</u>, **trong khi** <u>các tuyến đường được mở rộng</u>
    <u>và xây dựng rất chậm</u>.

    ⓐ Mức tăng trưởng GDP quý 3 năm 2017 đạt 6,2%   mục tiêu là đến 7,2%

    ⓑ Vào dịp tết số lượng xe chở hành khách rất ít   nhu cầu rất cao

    ⓒ Nhu cầu mua nhà đất ngày càng tăng   quỹ đất không tăng

G   <u>Tôi</u> **đã từng** <u>đi Sapa</u> khi trời có tuyết. Đẹp tuyệt!

    ⓐ Anh ấy   sống ở Paris trong khoảng 3 năm nên nói được một ít tiếng Pháp.

    ⓑ Chị Quỳnh   khóc rất nhiều vì anh Liêm.

    ⓒ Thầy Phong   dạy ở trường đại học ngoại ngữ Hàn Quốc.

H   <u>Anh ấy bắt tay</u> **từng** <u>người</u> một.

    ⓐ Trước khi chia tay bà tôi ôm   đứa cháu

    ⓑ Vào phòng học thày hiệu trưởng bắt đầu hỏi   sinh viên

    ⓒ Tôi muốn được phục vụ   món

A 다음 신문 기사를 듣고 질문에 답하세요.   track 15-04

1 Bài báo nói về điều gì?

_____

2 Ô nhiễm môi trường giao thông là ô nhiễm gì?

_____

3 Lượng xe máy chiếm bao nhiêu phần trăm so với tổng dân số?

_____

B 다음을 듣고 질문에 답하세요.   track 15-05

1 Bài viết này đề cập đến vấn đề gì?

_____

2 Hệ thống giao thông của Hàn Quốc được đánh giá thế nào?

_____

3 Khi truy cập website của ITS, người ta có thể kiểm tra được những gì?

_____

4 Thông qua ứng dụng "Subway Navigation" và "Seoul Bus", người dùng có thể biết được những gì?

_____

01 다음 문장을 완성하세요.

ⓐ Thà đi một mình còn hơn _____

ⓑ Thà sống một mình cả đời còn hơn _____

ⓒ Thà không bắt đầu làm còn hơn _____

ⓓ Thà bị cô giáo phê bình còn hơn _____

ⓔ Thà bị phạt còn hơn _____

02 다음 빈칸에 알맞은 형용사를 넣으세요.

ⓐ Bộ phim này _____ ơi là _____

ⓑ Tính anh ấy _____ ơi là _____

ⓒ Hôm nay âm 15 độ C. _____ ơi là _____

ⓓ Anh ta lại nói dối tôi. _____ ơi là _____

ⓔ Cô Minh trong bộ áo cưới _____ ơi là _____

03 다음 문장을 완성하세요.

ⓐ Giá mà tôi ôn kỹ thì _____

ⓑ Giá như tôi không nói dối mẹ tôi thì _____

ⓒ Giá mà tôi không mua cái túi xách đó thì _____

ⓓ Giá em là anh thì _____

ⓔ Giá như anh là phụ nữ thì _____

ⓕ Giá như tôi là tổng thống Mỹ thì _____

04 다음 빈칸에 khi, trước khi, sau khi, trong khi 중에 적합한 것을 골라 넣으세요.

ⓐ _____ em Lan làm bài thì chị gái Lan xem tivi.

ⓑ Em định sang Mỹ du học _____ ra trường.

ⓒ Con nên tắm sơ _____ vào hồ bơi.

ⓓ _____ ngủ, tôi thường nằm mơ.

ⓔ Tỷ giá đô la Mỹ xuống đến mức thấp nhất kể từ tháng 10 năm ngoái, so với các đồng

ngoại tệ khác, _____ đó euro lại tăng mạnh.

track 15-06

Giao thông đô thị tại Việt Nam đang là một vấn đề bức xúc lớn của cả xã hội. Để giải quyết vấn đề giao thông ở Việt Nam, chúng ta nên tìm hiểu những kinh nghiệm của một số nước khác trên thế giới.

Thứ nhất, Malaysia, cấm xe cá nhân vào trung tâm thành phố trong giờ cao điểm và áp dụng các khoản phí đối với xe riêng; Thái Lan mở rộng đường sá, phát triển hệ thống đường trên cao; HongKong và Singapore tăng cường nâng cấp hệ thống giao thông công cộng, đầu tư cho mạng lưới vận tải hành khách công cộng như xe buýt, tàu điện mặt đất, đường sắt trên cao, hay tàu điện ngầm, hạn chế tối đa việc sử dụng phương tiện cá nhân. Tất cả những điều đó được xem là phương thức thích hợp nhất với điều kiện của Việt Nam.

Tại Pháp, tỷ lệ người Pháp sử dụng xe hơi cá nhân dù cao nhưng đang có xu hướng giảm dần. Các phương tiện giao thông công cộng tăng đều hàng năm từ 5 - 6%. Vận tải công cộng ngày càng thu hút nhiều người nhờ dịch vụ luôn được cải thiện và giá cả hấp dẫn. Người dân sẵn sàng chuyển từ xe hơi riêng sang sử dụng phương tiện giao thông công cộng, khi các nhà cung cấp dịch vụ bảo đảm được 3 tiêu chí: nhanh chóng, đúng giờ và tần suất hoạt động cao. Việc thay thế xe hơi cá nhân bằng các phương tiện giao thông công cộng khác là xu hướng tất yếu.

Nguồn gốc : Cảnh sát nhân dân

1 Trong bài này, nói về kinh nghiệm giải quyết vấn đề giao thông của những nước nào?
이 글에서 어떤 국가들의 교통 문제 해결 경험에 대해서 말하고 있나요?

2 Malaysia đã làm gì để giải quyết vấn đề giao thông? Còn Thái Lan và Hồng Kong, Singapore thì sao?
말레이시아는 교통 문제를 해결하기 위해서 무엇을 하였나요? 그리고 태국과 홍콩, 싱가포르는 어떠한가요?

3 Theo bài này, phương thức thích hợp nhất với điều kiện của Việt Nam là gì?
이 글에 따르면 베트남의 조건에 가장 적합한 방식은 무엇인가요?

4 Ở Pháp, các phương tiện giao thông công cộng tăng như thế nào?

프랑스에서 대중교통 수단들은 어떻게 증가하고 있나요?

 5 Ở Pháp, vì sao vận tải công cộng ngày càng thu hút nhiều người?

프랑스에서 왜 대중운송이 나날이 많은 사람을 매료시키고 있나요?

 6 Khi nào người dân sẵn sàng chuyển từ xe hơi riêng sang sử dụng phương tiện giao thông công cộng?

언제 주민들은 자가용에서 대중교통 수단 이용으로 옮길 준비가 되어 있나요?

 7 Hiệu quả của các dịch vụ giao thông công cộng như thế nào?

대중교통 서비스의 효과는 어떠한가요?

베트남의 도시 교통은 현재 사회 전체의 울화통이 터지는 큰 문제이다. 베트남의 교통 문제를 해결하기 위해서 우리는 세계의 다른 몇몇 국가들의 경험을 알아봐야 한다.

첫 번째로 말레이시아는 러시아워에 자가용의 시내 진입을 금지했고 개인 차에 대해 수수료를 적용한다. 태국은 도로를 확장하고 고가철도 시스템을 발전시켰다. 홍콩과 싱가포르는 대중교통 시스템을 강화시키고 업그레이드했으며 버스, 지상철, 고가철도 혹은 지하철 등의 공공 승객 운송 네트워크에 투자했고 개인 교통수단 사용을 최대로 제한했다. 이 모든 것들이 다 베트남의 조건에 가장 적합한 방식으로 여겨진다.

프랑스에서는 비록 개인 자가용을 이용하는 비율이 높지만 현재 점점 감소하는 추세이다. 각 대중교통 수단(비율)은 매년 5-6%로 고르게 증가한다. 대중 운송이 나날이 많은 사람들을 매료시키는 것은 항상 개선되는 서비스와 매력적인 가격 덕분이다. 서비스 제공자가 '빠르고, 시간을 지키며, 차편이 많다' 이 세 가지를 보장할 때 주민들은 자가용에서 대중교통 이용으로 옮길 준비가 되어있다. 개인 자동차를 대중교통으로 대체하는 것은 필수적인 추세이다.

＊출처 : 인민경찰

Từ vựng mới | 새로운 어휘

đô thị (都市) 도시 | **bức xúc** 울화통이 터지는, 다급한 | **cá nhân** (個人) 개인 | **áp dụng** 적용하다 | **khoản phí** 비용, 수수료 | **đường sá** 도로 | **tăng cường** 강화시키다 | **nâng cấp** 업그레이드 | **mạng lưới** 네트워크 | **vận tải** 운송 | **tàu điện mặt đất** 지상철 | **đường sắt trên cao** 고가철도 | **hạn chế** 제한하다 | **tối đa** (最大) 최대 | **phương thức** (方式) 방식 | **xu hướng** 추세 | **đều** 고른, 균등한 | **sẵn sàng** 준비하다 | **chuyển từ A sang B** A에서 B로 옮기다 | **cung cấp** 공급하다 | **bảo đảm** 보장하다 | **tiêu chí** 지표, 요소 | **thay thế A bằng B** A를 B로 대체하다 | **tất yếu** 필수적인, 필요한

달랏

달랏은 고원지대에 위치하고 있으며 1년 내내 18~23도 사이를 유지하여 항상 가을과 같이 쾌적하다. 달랏은 '꽃의 도시'라고도 알려져 있으며 매년 개최되는 달랏 꽃 축제는 달랏 지역을 대표하는 최대 문화관광 축제이다. 달랏은 베트남 최고의 커피 재배지로 유명하며 '크레이지 하우스'라는 독특한 건축물도 관광객들이 많이 찾는 관광 명소이다. 또한 달랏은 베트남 자국민 신혼여행지 1순위 지역일 뿐만 아니라 여러 국가에서 신혼여행지로 찾는 명소이기도 하다.

Thời tiết và khí hậu

날씨와 기후

track 16-01

Việt Nam có khí hậu nhiệt đới gió mùa, quanh năm nóng, ẩm, mưa nhiều. Cả lãnh thổ Việt Nam nằm trong vùng nhiệt đới, đồng thời cũng nằm ở phía đông nam của phần lục địa châu Á, giáp với biển Đông nên chịu ảnh hưởng trực tiếp của gió mậu dịch tức là một loại gió thường thổi ở các vùng vĩ độ thấp.

Việt Nam có 4 miền khí hậu chủ yếu, bao gồm: miền khí hậu phía Bắc, miền khí hậu phía Nam, miền khí hậu Trung và Nam Bộ và miền khí hậu biển Đông.

1 Nước bạn nằm trong vùng khí hậu nào? Khí hậu đó có đặc điểm gì?

당신의 나라는 어떤 기후 지역에 위치하나요? 그 기후는 어떤 특징을 가지고 있나요?

2 Nước bạn có mấy mùa một năm?

당신의 나라는 1년에 몇 계절이 있나요?

3 Bạn có thường xem bản tin dự báo thời tiết không?

당신은 자주 일기예보 뉴스를 보나요?

4 Ở nước bạn, thời tiết có ảnh hưởng nhiều đến cuộc sống sinh hoạt của người dân không?

당신의 나라에서 날씨는 주민들의 삶과 생활에 많은 영향을 주나요?

베트남은 열대 계절풍 기후로 연중 무덥고 다습하며 비가 많이 내린다. 베트남 전체 영토는 열대 지역에 위치하며 동시에 아시아 대륙의 동남쪽에 놓여 있어 동해와 접한다. 그래서 저위도 지방에서 주로 부는 바람의 일종인 무역풍의 직접적인 영향을 받는다. 베트남은 주요 기후 지역이 4부분으로 구성되는데: 북부 기후 지역, 남부 기후 지역, 중남부 기후 지역과 동해 기후 지역이다.

track 16-02

Hoàng	Trời âm u quá, nghe nói là ở biển Đông sắp có bão.
Yu-jin	Ủa, lại có bão à? Càng ngày thời tiết càng lạ thật đấy. Theo em biết, tháng này có bão là chuyện bất thường, phải không anh?
Hoàng	Chính xác, thật kỳ lạ. Cuối tháng 12 vừa qua, trời mưa kéo dài 10 ngày liền như mùa mưa. Thường tháng 12 ở phía nam thì đã bắt đầu mùa khô rồi, đó là hiện tượng thời tiết bất thường.
Yu-jin	Đúng. Gần đây thời tiết thay đổi nhanh đến mức làm nhiều người ngạc nhiên. Ngày thì nhiệt độ xuống dưới 22 độ, ngày khác thì lại nóng lên đến 32 độ. Thế, thời tiết Hà Nội thì sao? So với TP.HCM thì thời tiết ở Hà Nội dễ chịu hơn nhiều, phải không?
Hoàng	Không, khí hậu Hà Nội khắc nghiệt lắm. Hà Nội có 4 mùa, nhưng mùa hè và mùa đông rất dài. Từ tháng 5 đến tháng 9 là mùa hè, vào mùa này trời mưa nhiều lắm nên rất ẩm thấp. Tường nhà dễ bị nấm mốc. Còn mùa đông thì kéo dài từ tháng 11 đến hết tháng 3, đặc biệt là, tháng 1 lạnh lắm. Đó là thời kì khô hanh, có những ngày giá rét, những ngày rét thấu xương. Tháng 2 mới đỡ giá. Thời tiết là lý do chính khiến anh chuyển vào Nam sinh sống. Mặc dù anh sinh ra và lớn lên ở ngoài Bắc, nhưng khí hậu ấm áp ở trong Nam làm cho mình dễ sống hơn nhiều.
Yu-jin	À, thế à? Em cũng vậy. Hễ đến mùa đông là em xếp hành lý đến Việt Nam. Từ mấy năm trước, vào mùa đông Hàn Quốc rét buốt đến nỗi tất cả mọi người đều không dám đi ra đường. Trước đây, vào mùa đông ở Hàn Quốc cứ 3 ngày lạnh thì 4 ngày ấm lên, nhưng hiện nay thì khác hẳn, cứ 3 ngày lạnh thì 7 ngày cực kỳ giá rét, có nhiều ngày nhiệt độ rơi xuống dưới âm 10 độ do chịu ảnh hưởng của không khí lạnh từ Siberia. Em không chịu nổi nên cứ phải đến Việt Nam để tránh cái lạnh.
Hoàng	Ủa, vào mùa đông Hàn Quốc lạnh như vậy à? Anh dự định đi du lịch ở Hàn Quốc vào mùa đông, anh có nên thay đổi lịch trình không em?
Yu-jin	Theo em, anh nên đi du lịch ở Hàn Quốc vào mùa xuân, đặc biệt vào tháng 5 là tốt nhất. Vào tháng 3, đến mùa xuân, trời đỡ lạnh nhưng do gió thổi từ Tây sang Đông ảnh hưởng tới Hàn Quốc nên không khí rất ô nhiễm, đặc biệt gió thổi mang theo bụi siêu nhỏ từ Trung Quốc đến, nguy hiểm lắm. Tháng 5, trong không khí mới không có bụi đó.
Hoàng	Ôi, Hàn Quốc cũng có nhiều vấn đề về khí hậu nhỉ.

1 Theo Yu-jin, thời tiết càng ngày càng thế nào?
유진은 날씨가 날이 갈수록 어떻다고 생각하나요?

 2 Gần đây thời tiết thay đổi có nhanh không?
최근에 날씨는 빨리 변하나요?

 3 *Hãy nói về khí hậu Hà Nội.*
하노이 기후에 대해 말해 보세요.

 4 Lý do chính Hoàng chuyển vào Nam sinh sống là gì?
Hoàng이 남쪽으로 이주하여 생활하는 주된 이유는 무엇인가요?

 5 Trước đây, thời tiết mùa đông ở Hàn Quốc thế nào? Còn hiện nay thì sao?
예전에 한국에 겨울 날씨는 어떠한가요? 그리고 현재는 어떠한가요?

 6 Theo Yu-jin, tháng nào là thời gian tốt nhất để đi du lịch Hàn Quốc? Vì sao?
유진에게는 어떤 달이 한국을 여행하기에 제일 좋은 시간인가요? 이유는 무엇인가요?

 7 Theo bài này, Hàn Quốc có những vấn đề khí hậu nào?
이 글에 따르면 한국은 어떤 기후 문제들이 있나요?

 Từ vựng mới │ 새로운 어휘

bão 태풍 │ **bất thường** 이상, 정상이 아닌 │ **chính xác** (正確) 정확한 │ **kỳ lạ** 이상한, 기묘한 │ **kéo dài** 이어지다, 지속되다 │ **liền** 연이어 │ **hiện tượng** (現像) 현상 │ **thay đổi** 바뀌다, 변화하다 │ **quen** 익숙하다 │ **dễ chịu** 참기 쉽다 │ **khắc nghiệt** 혹독한 │ **ẩm thấp** 축축한 │ **âm u** 흐린, 구름 낀 │ **nấm mốc** 곰팡이 │ **khô hanh** 춥고 건조한 │ **giá rét** 혹한의, 매우 추운 │ **chuyển** 옮기다, 이전하다 │ **ấm áp** 따듯한 │ **xếp** (짐을) 싸다, 배열하다 │ **hành lý** 짐 │ **rét buốt** 시리게 추운 │ **rơi** 떨어지다 │ **chịu ảnh hưởng** (của~) ~의 영향을 받다 │ **tránh** 피하다 │ **dự định** (豫定) 예정 │ **lịch trình** 스케줄, 일정 │ **gió** 바람 │ **thổi** 불다 │ **ảnh hưởng** (影向) (tới/đến) 영향을 끼치다 │ **bụi siêu nhỏ** 미세먼지 │ **nguy hiểm** (危險) 위험한

1 Càng ngày thời tiết càng lạ thật đấy.

갈수록 날씨가 정말 이상해져요.

> **Cấu trúc**
>
> 주어 + **càng ngày càng** + 형용사/동사
> **Càng ngày** + 주어 + **càng** + 형용사/동사

— 이 구문은 형용사와 심리 상태, 감정을 나타내는 동사(thích, yêu, ghét 등)와 함께 쓰여 시간이 갈수록 변화하는 것을 나타냅니다. '(날이) 갈수록/점점 ~한다'로 해석합니다.

Ví dụ Vì sao giới trẻ ngày càng thích du lịch cùng bố mẹ?
왜 젊은이들은 점점 부모님과 함께 여행을 가는 것을 좋아하는가?

Tình hình kinh tế thế giới càng ngày càng ảm đạm.
세계 경제는 날이 갈수록 암담해진다.

Việc đào tiền ảo Bitcoin ngày càng khó.
비트코인 가상 화폐 채굴은 날이 갈수록 어려워진다.

Rét đậm suốt 10 ngày, càng ngày nhiệt độ càng thấp.
10일 내내 추위가 짙고 기온은 갈수록 낮아진다.

2 Gần đây thời tiết thay đổi nhanh **đến mức** làm nhiều người ngạc nhiên.

요즘에 날씨가 많은 사람들을 놀라게 할 정도로 빠르게 바뀌는 거 같아요.

> **Cấu trúc**
>
> A **đến mức/đến nỗi** B
> 주어1 + 동사1 + 부사 + **đến mức/đến nỗi** + 주어2 + 동사2
>   형용사1   •   형용사2

— đến mức과 đến nỗi는 A, B 두 절을 연결하면서 주절인 A에서 말하는 수준 및 정도(형용사 및 부사)를 B로 강조합니다. 간단히 말해서 'B할 만큼 ~하다'라고 이해하면 됩니다. A절에서 형용사나 부사는 rất, quá, lắm 등과 같은 정도 부사와 함께 쓰이지 않아야 합니다.

Ví dụ Dạo này, tôi bận đến nỗi không mở mắt ra được.
요즘 나는 눈코 뜰 새 없이 바쁘다.

Bài tập này khó đến mức thầy giáo cũng không thể làm được ngay.
이 문제는 선생님께서도 바로 풀지 못할 만큼 어렵다.

3 Một hôm khác thì lại **nóng lên** đến 32 độ.

다른 날은 또 32도까지 더워지고.

> **Cấu trúc**
>
> 형용사 + **ra, lên, đi, lại**

— 형용사 뒤에 ra, lên, đi, lại가 위치하면 상태 및 성질의 증가, 감소 및 변화를 나타냅니다.

1) ra, lên은 주로 긍정적인 형용사와 결합하여 상태 및 성질이 긍정적인 방향으로 변하거나 수량, 크기, 속도 등이 증가하는 것을 나타냅니다.

긍정적인 변화

đẹp/xinh – đẹp ra, đẹp lên, xinh ra, xinh lên	예뻐지다, 미모에 물이 오르다
khoẻ – khoẻ ra, khoẻ lên	건강해지다
béo – béo ra, béo lên	살이 오르다, 통통해지다
trẻ – trẻ ra	젊어 보이다, 젊어지다
trắng – trắng ra, trắng lên	(피부가) 하얘지다, 뽀얘지다
khôn – khôn ra, khôn lên	지혜로워지다

수량, 크기, 속도 등의 증가

nóng – nóng lên	더워지다
to/lớn – to ra, to lên	커지다 / lớn lên 자라다, 성장하다, 커지다(남부)
nhanh – nhanh lên	빨라지다
giàu – giàu lên	부유해지다

2) đi, lại는 주로 부정적인 형용사와 결합하여 상태 및 성질이 부정적인 방향으로 변하거나, 수량, 크기, 속도 등이 감소하는 것을 나타냅니다.

부정적인 변화

xấu – xấu đi	못생겨지다, 추해지다
gầy – gầy đi	삐쩍 말라가다
yếu – yếu đi	연약해지다, 약해지다
đen – đen đi	(피부가) 까매지다
nghèo – nghèo đi	가난해지다

수량, 크기, 속도 등의 감소

chậm – chậm lại	느려지다. (속도가) 줄어들다
ít – ít đi, ít lại	(양이) 적어지다. 감소하다
nhỏ – nhỏ lại, nhỏ đi	(크기가) 작아지다

Ví dụ Cô ấy trẻ ra. 그녀는 젊어졌다.

Sau một thời gian nằm viện, nghỉ ngơi, anh ấy khoẻ lên.
한동안 병원에 입원하여 푹 쉰 후에 그는 건강해졌다.

Cách làm mũi nhỏ lại tự nhiên.
자연스럽게 코가 작아지게 하는 방법.

Bà Ngọc bị bệnh nặng, ngày càng yếu đi.
Ngọc 할머니는 중병에 걸리셔서 점점 쇠약해지신다.

— 앞서 배운 'càng ngày càng' 구문과도 자주 함께 쓰입니다.

Ví dụ Em Trang càng ngày càng đẹp ra. Trang은 날이 갈수록 예뻐진다.

Càng ngày người ta càng khôn lên.
날이 갈수록 사람들은 사리에 밝아진다.

Dạo này, nó ăn kiêng. Càng ngày nó càng gầy đi.
요즘에 그 애는 다이어트를 해서 날이 갈수록 말라간다.

Do ô nhiễm môi trường, số lượng du khách đến vùng này ngày càng ít đi.
환경오염으로 인해 이 지역에 오는 관광객의 수가 나날이 감소한다.

4 Tháng 2 mới đỡ giá. 2월 되어야지 비로소 추위가 좀 덜해져.

> **Cấu trúc**
>
> **đỡ** + 형용사/동사

— đỡ는 부정적인 의미의 형용사 및 동사와 결합하여 그 수준이나 정도가 어느 정도 감소한 것을 나타냅니다.
단 그 상태나 성질이 아직 완전히 사라진 것은 아닙니다. '덜 ~하다'로 해석합니다.

nóng – đỡ nóng	덜 덥다
lạnh/giá – đỡ lạnh, đỡ giá	덜 춥다
buồn – đỡ buồn	덜 슬프다, 덜 따분하다
mệt – đỡ mệt	덜 피곤하다
đau – đỡ đau	통증이 덜하다, 덜 아프다

— 실제로 회화에서 쓰일 때는 'cho + đỡ + 형용사'의 형태로 '덜 ~하도록 ~한다'로 많이 사용됩니다. 또한, 화자와 청자가 이미 무엇에 대해서 이야기하는지 알고 있을 경우 형용사를 생략하기도 합니다.

Ví dụ Chúng mình đi dạo một vòng cho đỡ buồn nhé.
우리 좀 기분이 나아지게 한 바퀴 산책하러 가자.

Em mặc áo ấm vào cho đỡ lạnh.
동생아, 덜 춥도록 따뜻한 옷을 입어.

Chị đã khỏi bệnh chưa? – Chị chưa khỏi hẳn, nhưng đỡ hơn rồi.
언니 병이 다 나았어요? – 언니는 아직 완전히 다 낫지 않았지만 (아픈 것이) 덜해졌어.

5 Hễ đến mùa đông là em xếp hành lý đến Việt Nam.
겨울만 오면 저는 짐을 싸서 베트남에 와요.

> **Cấu trúc**
>
> Hễ A là/thì B
> Hễ + 주어1 + 동사1 + là/thì + 주어2 + 동사2
> Hễ + 동사1 + là/thì + 주어 + 동사2

— 이 구문은 A와 B의 관계가 규칙적이고 빈번하게 발생하는 조건과 결과 관계인 것을 나타냅니다. 'A하기만 하면 B한다'로 해석합니다.

Ví dụ Hễ trời mưa là đường bị ngập nước.
비가 오기만 하면 길이 침수된다.

Hễ đọc sách thì nó ngủ gật.
그 애는 책을 읽기만 하면 꾸벅꾸벅 존다.

Hễ nhắc Tào Tháo là Tào Tháo đến.
조조(삼국지)를 언급하기만 하면 조조가 온다. (호랑이도 제 말하면 온다.)

6 **Hiện nay thì khác hẳn.** 요즘에는 완전히 달라요.

> **Cấu trúc**
>
> 형용사/동사 + **hẳn**
> **hẳn** + 명사

1) hẳn의 부사적 용법

hẳn은 서술어 뒤 혹은 문장 제일 끝에 와서 '확실하고 분명하고, 완전히'라는 의미로 사용되며 같이 사용된 동사나 형용사를 강조합니다. 또한 chưa과 함께 쓰여 '아직 완전히 ~한 것은 아니다'라고 해석합니다.

Ví dụ Hôm nay. tôi bận quá nên quên hẳn cuộc hẹn với bạn tôi.
오늘 나는 너무 바빠서 내 친구와의 약속을 완전히 잊어버렸다.

Thời tiết ở Hà Nội và Sài Gòn khác hẳn nhau.
하노이 날씨와 사이공 날씨는 완전히 다르다.

Trời chưa tạnh hẳn.
아직 비가 완전히 그치지 않았다.

Tôi bị cúm từ tuần trước. vẫn chưa khỏi hẳn.
지난 주부터 독감에 걸렸는데 아직 완전히 낫지 않았다.

2) hẳn 명사 강조 용법

hẳn이 명사 앞에 위치하면 자신의 목적을 이루기 위해 어떤 중요하고 큰 것을 다 쏟아부은 것을 강조합니다.

Ví dụ Anh ấy dành hẳn một tháng lương để làm từ thiện.
그는 불우이웃을 돕는 데(자선을 베푸는 데) 한 달 월급을 다 쏟아부었다.

Cô ấy dành hẳn hai năm để học tiếng Việt.
그녀는 베트남어 공부를 위해 2년이란 시간을 모두 쏟아부었다.

Luyện nói | 말하기 연습

A Càng ngày <u>thời tiết</u> càng <u>lạ thật</u>.

(track 16-03)

   ⓐ thành phố Đà Nẵng   đẹp

   ⓑ em   yêu chồng nhiều hơn

   ⓒ tôi   thấy cô đơn

B <u>Tình hình kinh tế thế giới</u> càng ngày càng <u>ảm đạm</u>.

   ⓐ Chuyên gia công nghệ thông tin   có giá

   ⓑ Việc vi phạm bản quyền   tinh vi

   ⓒ Tỷ lệ sinh trên toàn cầu   thấp

C <u>Việc đào tiền ảo Bitcoin</u> ngày càng <u>khó</u>.

   ⓐ Để tránh cho cơ thể   yếu đi chúng ta nên tập thể dục mỗi ngày

   ⓑ Từ khi tôi sống ở Việt Nam, da tôi   đen đi

   ⓒ Sau khi lấy vợ, anh ấy   đẹp trai ra

D <u>Chúng mình đi dạo một vòng cho</u> **đỡ** <u>buồn nhé</u>.

   ⓐ Em ngồi nghỉ một chút cho   mệt nhé

   ⓑ Mỗi ngày em viết thư cho anh cho   nhớ nhé

   ⓒ Con luôn cố gắng giúp đỡ mẹ cho mẹ   vất vả

E <u>Hễ</u> <u>đến mùa đông</u> <u>là</u> <u>em xếp hành lý đến Việt Nam</u>.

   ⓐ chị ấy đi   anh ấy đến

   ⓑ đến mùa đông   mình bị cảm lạnh

   ⓒ hai người gặp nhau   họ cãi nhau

F   Hiện nay thì khác **hẳn.**

    ⓐ Sau khi trang điểm, cô Linh đẹp

    ⓑ Vì hạn hán, rau quả đắt

    ⓒ Nếu uống rượu, cô ấy trở thành người khác

G   Cô ấy dành **hẳn** hai năm để học tiếng Việt.

    ⓐ Vì sắp thi cuối kỳ nên các học sinh dành   10 tiếng mỗi ngày để học thi

    ⓑ Để mua một chiếc áo, cô ta tốn   1 tháng lương

    ⓒ Chính quyền thành phố đầu tư   50 triệu đô la vào dự án này

A 다음은 VTV 채널의 일기예보입니다. 일기예보를 듣고 질문에 답하세요. ⓣrack 16-04 💿

1 Bản tin thời tiết này đang dự báo cho ngày nào?

ⓐ Ngày 29 tết
ⓑ Ngày 30 tết
ⓒ Mùng 1 tết
ⓓ Mùng 2 tết

2 Theo bản tin này, nhiệt độ cao nhất ở thủ đô Hà Nội và các thành phố khác ở miền bắc là bao nhiêu độ?

ⓐ Từ 19-23 độ
ⓑ Từ 23-27 độ
ⓒ Từ 30-33 độ
ⓓ Không đề cập

3 Theo dự báo, thời tiết ở Nha Trang thế nào?

ⓐ Nắng vừa phải và không khí thoáng đãng.
ⓑ Không hề thấy nóng.
ⓒ Hoàn toàn nắng ráo.
ⓓ Trạng thái tạnh ráo.

B 다음은 VTV의 태풍 관련 일기예보입니다. 듣고 질문에 답하세요. ⓣrack 16-05 💿

1 Theo bản tin dự báo thời tiết, tối nay bão Sanba đi vào vùng nào?

ⓐ Vùng biển đông bắc của biển Đông
ⓑ Vùng biển đông nam của biển Đông
ⓒ Vùng biển huyện đảo Trường Sa
ⓓ Vùng biển các huyện đảo Phú Quốc

2 Khi nào bão Sanba suy yếu dần thành áp thấp nhiệt đới?

ⓐ Khoảng 24 giờ sau
ⓑ Khoảng 36 giờ sau
ⓒ Khoảng 48-72 giờ sau
ⓓ Khoảng 96 giờ sau

3 Theo bản tin dự báo này, thời tiết ở vùng biển huyện đảo Phú Quốc Thổ Chu thế nào?

ⓐ Tạnh ráo, hết mưa.
ⓑ Ít mưa, gió cấp 4 và tầm nhìn xa trên 10 km.
ⓒ Gió giật cấp 11, biển động mạnh.
ⓓ Mưa bão gió mạnh dần lên cấp 6-7

01 다음 문장을 완성하세요.

ⓐ Hàng này tốt đến nỗi _____

ⓑ Hôm nay nóng đến mức _____

ⓒ Anh ta lười đến nỗi _____

ⓓ Phim này hay đến mức _____

ⓔ Nhà hàng này đông khách đến nỗi _____

ⓕ Em Ngọc nổi tiếng đến nỗi _____

ⓖ Đôi khi cuộc sống của tôi mệt mỏi đến nỗi _____

02 다음 문장을 완성하세요.

ⓐ Người Việt di cư sang Mỹ càng ngày càng _____

ⓑ Bài học này càng ngày càng _____

ⓒ Trình độ bóng đá Hàn Quốc càng ngày càng _____

ⓓ Trẻ em bị dị ứng thực phẩm càng ngày càng _____

ⓔ Nhu cầu học tiếng Trung Quốc ở Hàn Quốc càng ngày càng _____

ⓕ Sự nghiệp ngày càng _____

ⓖ Sao tình yêu của anh ngày càng _____ vậy?

03 다음 문장들을 읽고 맞는 문장에 Đ, 틀린 문장에 S를 쓰고 틀린 부분을 바르게 고치세요.

ⓐ Ra nước ngoài sống nghèo lên hay giàu đi? (   )

ⓑ Con nhanh lên, đã 7:30 rồi. (   )

ⓒ Tóc sẽ dài ra. Em đừng lo. (   )

ⓓ Da tôi sáng đi sau 1 tháng sử dụng mỹ phẩm Hàn Quốc. (   )

ⓔ Hiện nay, nhiệt độ trái đất ngày càng nóng lên. (   )

ⓕ Nếu sử dụng kem làm trắng da thì da có thật sự trắng đi không? (   )

ⓖ Vòng bụng to ra, vòng đời ngắn lại. (   )

04 다음 빈칸에 알맞은 형용사나 동사를 넣으세요.

ⓐ Theo dự báo thời tiết, nhiệt độ sẽ tăng lên một chút, trời đỡ _____

ⓑ Em vẫn đau lắm à? Dạ, không. Em đỡ _____ rồi.

ⓒ Vào những ngày giá rét, tôi thường uống cà phê nóng cho đỡ _____

ⓓ Trong khi em đợi chị, em chơi game trên điện thoại di động cho đỡ _____ đi.

ⓔ Anh nên bắt tắc xi đi cho đỡ _____

ⓕ Chúng ta ngồi nghỉ một chút cho đỡ _____

ⓖ Con uống nước mát cho đỡ _____

05 다음 문장을 완성하세요.

ⓐ Hễ đi chơi với bạn bè là em trai tôi _____

ⓑ Hễ uống rượu là nó _____

ⓒ Hễ xem phim tình cảm là mẹ tôi _____

ⓓ Hễ tôi nói một điều bí mật cho chị Quỳnh là mọi người _____

ⓔ Hễ mở máy tính là nó _____

ⓕ Hễ uống sữa là tôi _____

ⓖ Hễ mùa xuân thì tôi _____

track 16-06

Các nhà khoa học cảnh báo, biến đổi khí hậu có thể hủy diệt loài người vào cuối thế kỷ 21. Cụ thể, các nhà khoa học Mỹ cho rằng, nhiệt độ toàn cầu tăng hơn 3 độ C có thể gây ra nhiều hậu quả "thảm khốc" liên quan tới các thảm họa tự nhiên khó kiểm soát.

Trong Hội nghị Paris của Liên Hiệp Quốc năm 2015 về biến đổi khí hậu, các quốc gia thống nhất sẽ giữ mức tăng nhiệt độ trung bình toàn cầu không quá 2 độ C so với thời kỳ Tiền công nghiệp (khoảng năm 1750).

Tuy nhiên, theo các nhà khoa học, ngay cả khi đạt được mục tiêu đó, mức tăng nhiệt độ toàn cầu 1,5 độ C vẫn được coi là nguy hiểm, gây nhiều thiệt hại cho con người và tự nhiên.

Theo đó, với việc gia tăng 3 độ C, thảm họa tự nhiên sẽ ở mức không thể kiểm soát. Còn nếu tăng tới 5 độ C, hậu quả mà con người và hệ sinh thái tự nhiên phải hứng chịu là không thể đoán trước được.

Để đối phó và ngăn chặn những mối đe dọa nghiêm trọng này, Giáo sư Ramanathan và cộng sự là Yunyang Xu đã đề ra 3 giải pháp chiến lược: thứ nhất là giảm tiêu thụ nhiên liệu hóa thạch; thứ hai là kiểm soát phát thải các chất gây ô nhiễm không khí như khí methane và HFCs; thứ ba là cô lập và tách biệt CO_2 khỏi không khí.

Thực hiện đồng thời cả 3 giải pháp chính là cách giúp các quốc gia trên thế giới đạt được mục tiêu "không tưởng" của Liên Hợp Quốc đề ra tại Hội nghị Paris vào tháng 11/2015.

Con người cần phải hành động để giải cứu Trái Đất cũng như hạn chế ảnh hưởng khủng khiếp của biến đổi khí hậu đối với nhân loại trong tương lai.

＊Nguồn gốc: SSOHA-khám phá

 Theo bài này, các nhà khoa học cảnh báo về điều gì?
이 글에 따르면 과학자들은 어떤 것에 대해 경고하나요?

 Nhiệt độ toàn cầu tăng hơn 3 độ C thì gây ra những hậu quả gì?
지구의 온도가 3도 이상 증가하면 어떤 결과들을 초래하나요?

 Trong Hội Nghị Paris năm 2015, các quốc gia thống nhất mức tăng nhiệt độ trung bình toàn cầu là mấy độ?
2015년에 파리 협정에서 각국은 지구 평균 온도 증가 수준을 몇 도로 정했나요?

4 Theo các nhà khoa học, mức tăng nhiệt độ toàn cầu mấy độ sẽ được coi là nguy hiểm?

과학자들에 따르면 지구 온도 증가 수준이 몇 도일 때 위험하다고 여겨지게 되나요?

 5 Để đối phó và ngăn chặn tình trạng này, giáo sư Ramanathan và cộng sự là Yunyang Xu đã đề ra những giải pháp chiến lược nào?

이 사태에 대응하고 막기 위해서 Ramanathan 교수와 협력자인 Yunyang Xu는 어떤 전략적인 솔루션들을 제출했나요?

과학자들은 기후 변화가 21세기 말에 인류를 멸망시킬 수 있다고 경고한다. 구체적으로 미국의 과학자들에 따르면 지구 온도가 3℃증가하면 제어하기 힘든 천재지변과 관련된 '참혹한' 결과를 야기할 수 있다고 한다.

2015년 UN의 기후 변화에 관한 파리협정에서 각국은 지구의 평균 온도 증가 수준을 전(前) 산업화 시대(약 1750년)에 비해 2℃ 이상 넘기 않게 유지하는 것에 동의했다.

하지만, 과학자들에 따르면 심지어 그 목표를 달성했을 때조차도, 지구 온도 증가 수준이 1.5℃이더라도 여전히 위험한 수준으로 여겨지며 자연과 인간에게 많은 손해를 야기할 것이라고 한다.

따라서 3℃가 증가하면 천재지변은 제어할 수 없는 수준일 것이다. 그리고 만약 5℃까지 증가하면 인류와 자연 생태계가 감수해야 하는 결과는 미리 예상할 수 없다.

이 심각한 위험들을 대응하고 막기 위해서 라마탄 교수와 협력자인 윤양 쑤는 3가지 전략적인 해법을 제출했다. 첫 번째로 화석 연료의 소비를 줄이고, 두 번째 메탄가스 및 HFCs등과 같은 공기오염을 야기하는 물질의 배출을 조절하고 세 번째로는 이산화탄소를 공기에서 고립시키고 분리하는 것이다. 세 가지 해결 방법을 동시에 실현하는 것이 바로 2015년 11월 파리 협정에서 연합국이 제시한 '생각지 못할' 목표를 세계 각국이 달성하도록 하는 것이다.

인류는 지구를 구하고 미래의 인류에 대한 기후 변화의 끔찍한 영향을 제한하기 위해 행동에 나서야 할 필요가 있다.

＊출처 : SSOHA- 디스커버리

Từ vựng mới | 새로운 어휘

nha khoa học 과학자 | **cảnh báo** 경고하다, 경보하다 | **biến đổi khí hậu** 기후 변화 | **hủy diệt** 멸종 | **loài người** 인류 | **cụ thể** (具體) 구체적으로 | **toàn cầu** 지구 | **hậu quả** 나쁜 결과 | **hệ sinh thái** 생태계 | **hứng chịu** (위에서 내려오는 것, 부정적인 것을) 받다, 견뎌내다 | **thảm khốc** 참혹한 | **thảm hoạ tự nhiên** 천재지변 | **kiểm soát** 제어하다, 조절하다 | **Hội nghị Paris** 파리협정 | **thời kỳ Tiền công nghiệp** 전(前) 산업화 시대 | **ngay cả** 심지어 ~조차도 | **đoán trước** 미리 예상하다 | **ứng phó** 대응하다 | **ngăn chặn** 막다 | **mối đe doạ** 위협 | **đề ra** 제출하다 | **giải pháp** (解法) 해법, 해결 방안 | **chiến lược** (戰略) 전략적인 | **tiêu thụ** 소비 | **phát thải** 배출 | **cô lập** (孤立) 고립시키다 | **tách biệt** 분리하다 | **Liên Hợp Quốc** 연합국, UN | **giải cứu** 구하다, 구해내다 | **hạn chế** 제한하다 | **khủng khiếp** 끔찍한

푸꾸옥

푸꾸옥은 베트남 서남부에 있는 베트남에서 제일 큰 섬으로 아름다운 해변을 갖춘 휴양지이다. 대표 특산품으로는 베트남의 대표적인 전통소스인 '느억맘'이 있다. 베트남에서 생산되는 느억맘 중 푸꾸옥에서 만들어진 느억맘이 가장 품질이 뛰어나기로 유명하다. 또한 아시아에서 가장 큰 규모를 자랑하고 세계에서는 케냐 다음으로 큰 사파리인 '빈펄사파리'도 다양한 볼거리 중 하나이다.

Bài 17

Nghệ thuật dân gian Việt Nam

베트남 민간 예술

track 17-01

Việt Nam là nước có các loại hình nghệ thuật dân gian rất đa dạng và phong phú. Từ lâu, ở Việt Nam các loại hình nghệ thuật dân gian như Múa rối nước, Chèo, Hát quan họ, v.v…. đã nảy nở và phát triển ở các miền khác nhau. Các loại hình nghệ thuật dân gian này đều phản ánh đặc trưng của một nền văn hoá lúa nước nhưng mỗi loại hình vẫn mang đậm sắc thái của từng vùng miền nên thu hút nhiều khán giả trong và ngoài nước. Khi được xem một buổi biểu diễn của các loại hình nghệ thuật dân gian này thì bạn có thể hiểu biết sâu sắc hơn về con người và văn hoá Việt Nam.

1 Việt Nam có những loại hình nghệ thuật dân gian đặc sắc nào?
베트남에는 어떤 특색을 가진 민간 예술들이 있나요?

2 Đặc điểm của các loại hình nghệ thuật dân gian Việt Nam là gì?
각종 베트남 민간 예술의 특징은 무엇인가요?

3 Ở nước bạn, có những loại hình nghệ thuật dân gian nào?
당신의 나라에서는 어떤 민간 예술들이 있나요?

베트남은 매우 다양하고 풍부한 민간 예술들을 가진 나라이다. 예로부터 베트남에서는 수상 인형극, 째오, 핫 꾸안 호 등과 같은 민간 예술이 여러 지역들에서 싹트고 발전했다. 이 민간 예술은 모두 벼농사 문화의 특징을 반영하지만 각 장르마다 각 지역의 색채를 진하게 띠고 있어 국내외의 많은 관객들을 사로잡는다. 이 민간 예술의 공연을 보게 될 때 당신은 베트남 사람과 베트남 문화에 대해 보다 깊이 알고 이해하게 될 것이다.

Min-ho	Này, bạn ơi, đi từ từ thôi. Chúng mình ngồi một chút cho đỡ mệt đã nhé.
Vân	Thôi, thôi. Chúng mình đi nhanh lên kẻo muộn. Mình phải đến đó lúc 5 giờ mà. Đáng lẽ mình nên đặt vé lúc 6 giờ 30. 4 giờ 30 mới học xong thì khó kịp nhỉ.
Min-ho	Ôi, bạn ơi. Mình luôn nghĩ bạn là một người rất thông minh, tốt bụng chỉ có điều là đôi khi bạn làm mình bối rối. Bạn có thể cho mình biết là chúng ta đang đi đâu không?
Vân	Ồ, mình xin lỗi bạn nhé. Mình gấp quá nên giục bạn đi nhanh thôi. Chúng mình đang đi xem "Múa rối nước" đấy. Từ tuần trước, bạn nài mình cùng đi xem múa rối nước với nhau mà.
Min-ho	À, vậy hả? Thế, chúng mình có thể xem chương trình đó ở đâu?
Vân	Ở nhà hát múa rối nước Rồng Vàng đấy. Sắp đến nơi rồi. (Lát sau) Rồi, kia kìa, bạn có thấy toà nhà có các con rối to ở phía trước không?
Min-ho	Ừ, mình nhìn thấy rồi. Ủa, các con rối này không làm bằng nhựa mà làm bằng gỗ, phải không?
Vân	Ừ, các con rối làm bằng gỗ. Người ta tạo các nhân vật rối bằng gỗ rồi phết một lớp sơn đặc biệt lên bề mặt để không bị đổi màu khi nó ngâm trong nước. Mình nghe nói mỗi con rối là một tác phẩm điêu khắc của các nghệ nhân đấy.
Min-ho	Ồ, hay nhỉ, Thế chương trình bắt đầu lúc mấy giờ, bạn?
Vân	Đúng 5 giờ. May mà chúng mình kịp giờ. Thế bạn biết gì về múa rối nước?
Min-ho	Mình biết rõ mà. Theo mình biết, múa rối nước là một loại hình nghệ thuật dân gian Việt Nam có lịch sử rất lâu đời, nó cũng là loại hình nghệ thuật duy nhất chỉ tồn tại ở Việt Nam nên đang thu hút nhiều du khách nước ngoài đến xem, trong đó có mình.
Vân	Giỏi quá. Thế bạn có biết vì sao người ta diễn múa rối nước trên mặt nước không?
Min-ho	Mình cũng không biết nữa, mình đoán là vì trời nắng nóng, nên người ta vào nước diễn chương trình cho mát, phải không?

Vân	Haha... ý kiến hay đấy. Nhưng theo một tài liệu mình đọc thì nghệ thuật múa rối nước ra đời từ sự tìm tòi, sáng tạo và liên tưởng của tổ tiên người Việt về cuộc sống bình dị gắn liền với nghề nông nghiệp trồng lúa nước của cư dân đồng bằng Bắc bộ. Cho nên có thể nói là sở dĩ múa rối nước được diễn ra ở trên mặt nước là vì nó ra đời cùng nền văn minh lúa nước. Theo mình biết, Việt Nam, ở đâu cũng có ao hồ, cuộc sống của người dân gắn liền với nước. Múa rối nước khác với múa rối cạn ở chỗ nó rất sôi động nhờ tiếng trống, tiếng pháo phụ trợ và việc điều khiển các con rối nhảy múa, hoạt động một cách sinh động trên mặt nước. Các vở múa rối nước thường miêu tả những sinh hoạt hàng ngày của người nông dân hay truyền thuyết lịch sử. Theo thời gian, nó phát triển dần trở thành một hình thức nghệ thuật phổ biến ở vùng đồng bằng sông Hồng và Bắc bộ.
Min-ho	Ôi, thật à? Bạn rất uyên bác! Bạn luôn đọc sách nên bạn giỏi thật.
Vân	Giỏi gì. Bạn mở google là thấy luôn thôi.

 1 Vì sao Vân giục Min-ho đi nhanh?
왜 Vân은 민호에게 빨리 가자고 재촉했나요?

 2 Hai người đang đi xem gì?
두 사람은 무엇을 보러 가고 있나요?

 3 Hai người xem chương trình đó ở đâu?
두 사람은 어디에서 그 프로그램을 보나요?

 4 Các con rối làm bằng gì?
인형극 인형들은 무엇으로 만들었나요?

 5 Theo Min-ho được biết, múa rối nước là gì?
민호가 아는 바에 따르면 수상 인형극은 무엇인가요?

 6 Theo Vân thì nghệ thuật múa rối nước ra đời từ đâu?
Vân에 따르면 수상 인형극 예술은 어디서부터 탄생했나요?

 7 Theo Vân, múa rối nước khác với múa rối cạn ở chỗ nào?
Vân에 따르면 수상 인형극은 보통 인형극과 어떤 점에서 다르나요?

Từ vựng mới | 새로운 어휘

bối rối 당황하다 | **gấp** 급하다 | **giục** 재촉하다 | **nài** 조르다 | **con rối** 인형 (수상 인형극, 인형극에 사용됨) | **nhựa** 플라스틱 | **gỗ** 나무 | **phết** (유약 등을) 바르다, 칠하다 | **lớp** 겹, 층 | **sơn** 유약, 페인트 | **bề mặt** 표면 | **ngâm** 담그다 | **tác phẩm** (作品) 작품 | **điêu khắc** (彫刻) 조각 | **nghệ nhân** (藝人) 예술인, 공예인 | **múa rối nước** 수상 인형극 | **loại hình nghệ thuật** 예술 장르, 예술 유형 | **dân gian** (民間) 민간 | **lâu đời** 오래된 | **tồn tại** (存在) 존재하다 | **diễn** 공연하다 | **ra đời** 탄생하다 | **tìm tòi** 모색하다 | **sáng tạo** 창조하다 | **liên tưởng** 연상하다 | **bình dị** 검소한, 간단한 | **gắn liền với** ~와 관련이 있다 | **cư dân** 주민 | **đồng bằng Bắc bộ** 북부 평야 지대 | **văn minh lúa nước** 벼농사 문명 | **ao hồ** 연못과 호수 | **cạn** 뭍 | **sôi động** 활기찬 | **điều khiển** 조종하다 | **sinh động** 생동감이 있는 | **miêu tả** (描寫) 묘사하다 | **phổ biến** (普遍) 보편적이다 | **uyên bác** 박식하다

Chú thích ngữ pháp | 문법

1 Chúng mình đi nhanh lên **kẻo** muộn. 우리 늦지 않게 빨리 가.

> **Cấu trúc**
>
> **A kẻo B**
> 주어 + 동사1 + 목적어 + **kẻo** + 동사2
>   nếu không thì

— 이 구문은 B라는 안 좋은 결과를 초래하지 않도록 A해야 한다는 뜻으로 주로 명령문, 청유문에 많이 사용됩니다. 'B하지 않도록 A하세요' 혹은 'A하세요, 안 그러면 B합니다'로 해석합니다.

    Ví dụ Em mang theo ô kẻo mưa bất ngờ.
              갑자기 비 맞지 않게 우산을 챙겨.

              Con mặc áo ấm vào kẻo bị cảm lạnh.
              감기 걸리지 않게 따뜻한 옷을 입어라.

2 **Đáng lẽ** mình nên đặt vé lúc 6:30.
나는 6시 30분 표를 예약했어야 했어.

> **Cấu trúc**
>
> **Đáng lẽ (ra)/Lẽ ra/Đáng ra** + 주어 + 동사 + 목적어

— đáng lẽ (ra), lẽ ra, đáng ra는 문장 앞에 위치하기도 하고 주어 뒤에 위치하기도 합니다. 이 구문은 과거에 대한 후회를 나타내며 다음과 같은 두 가지 경우에 사용됩니다.

  1) 이미 사건이 발생하였고 이후에 화자가 어떻게 해야 했거나, 하지 말았어야 한다고 생각할 때

      nên, không nên, phải, không phải와 함께 자주 쓰이며 '~하게 했어야 했는데' 혹은 '~하지 말았어야 했는데'로 해석합니다.

    Ví dụ Đáng lẽ tôi không nên giận nó.
              그 애에게 화내지 말았어야 했는데.

              Anh ấy lẽ ra mở một nhà hàng.
              그는 식당을 오픈했어야 했다.

              Đáng ra chị ấy phải xin lỗi em chứ.
              그 언니는 저한테 미안하다고 했었어야죠.

  2) 어떤 일을 하려고 하였지만 어떠한 이유들 때문에 실현되지 않은 것들에 대해 말할 때

      '~하려고 했는데 못 했다'로 해석합니다.

Ví dụ Lẽ ra mẹ tôi đến dự tiệc cưới của anh họ nhưng bỗng nhiên bị sốt nên mẹ đành ở nhà.

우리 어머니는 사촌오빠 결혼식에 참석했어야 했는데 갑자기 열이 나서서 어쩔 수 없이 집에 계셨다.

Đáng ra em ở đây 2 tháng nhưng bị mất hết tiền nên đành về nước.

여기에서 2달 있으려고 했는데 돈을 다 잃어버려서 어쩔 수 없이 귀국했다.

Đáng lẽ ra hôm nay anh ấy phải có mặt ở đây nhưng vì có chuyện gia đình nên không đến được.

오늘 그가 출석하려고 했는데 집안에 일이 생겨서 올 수가 없다.

3 Bạn là một người rất thông minh, tốt bụng **chỉ có điều là** đôi khi bạn làm mình bối rối.

너는 똑똑하고 좋은 사람이야, 다만 가끔씩 나를 당황하게 할 때가 있지만.

> **Cấu trúc**
>
> A (chỉ) có điều (là) B
> 주어 + 동사/형용사 + (chỉ) có điều (là) + 동사/형용사

— 이 구문은 A에서 주어의 여러 가지 장점들에 대해 이야기한 후 B에서 한 가지의 단점에 대해 말할 때 사용됩니다. 'A한데 다만 B하다(B가 문제다)'로 해석합니다.

Ví dụ Khách sạn này sang trọng. giá rẻ, phục vụ tốt chỉ có điều là không có hồ bơi.

이 호텔은 고급스럽고 가격이 싸고 서비스도 좋은데 다만 수영장이 없다.

Em Tài thông minh thì thông minh thật nhưng có điều hơi khoe khoang.

Tài는 똑똑하긴 진짜 똑똑한데 다만 약간 잘난 체 한다.

4 Mình gấp quá nên **giục** bạn đi nhanh lên.

내가 너무 급해서 그냥 빨리 가자고 너를 재촉했네.

> **Cấu trúc**
>
> 주어 + **dặn/giục/nài/nhắc** + (사람) + 동사 + 목적어

— 동사 dặn, giục, nài, nhắc는 상대방에게 말을 함으로써 어떤 목적을 이루는 동사들입니다. 각각의 특징을 살펴보겠습니다.

dặn	당부하다	어떤 일을 잊지 않고, 잘 하고, 꼭 하도록 말할 때
		Ví dụ Mẹ dặn con giữ gìn sức khoẻ và thường xuyên liên lạc với mẹ.
		엄마가 자식에게 엄마에게 자주 연락하고 건강을 잘 유지하라고 당부한다.
giục	재촉하다	어떤 일을 더 빨리 혹은 즉시 하고 늦추지 말라고 말할 때
		Ví dụ Cứ gặp nhau vào dịp Tết là cả gia đình họ hàng đều giục tôi lấy chồng.
		설날에 서로 만나기만 하면 온 가족 친척들이 빨리 시집 가라고 날 재촉한다.
nài	졸라대다 / 간청하다	자신의 원함을 이루기 위해 상대방이 거절 할 수 없게 진심을 다해서 계속 말할 때
		Ví dụ Con nài mẹ mua kẹo.
		아이가 엄마에게 사탕 사달라고 조른다.
		Ông Hà nài người chủ nợ xin khất thêm mấy ngày nữa.
		하할아버지는 채권자에게 며칠 말미를 더 달라고 간청했다.
nhắc	상기시키다	상대방이 잊지 않도록 재차 말하여 상기시킬 때
		Ví dụ Bố nhắc tôi mang theo điện thoại khi đi ra ngoài.
		나갈 때 핸드폰 챙기라고 아빠가 나에게 상기시킨다.

5 Các con rối này **không** làm bằng nhựa **mà** làm bằng gỗ, phải không?

이 인형들은 플라스틱으로 만든 게 아니라 나무로 만든 거네 맞아?

> **Cấu trúc**
>
> Không A mà B
> Không phải là A mà là B

— 이 구문은 영어의 not A but B 구문과 비슷합니다. 'A가 아니라 B'로 해석합니다.

Ví dụ Múa rối nước không diễn vào buổi sáng hôm nay mà diễn vào buổi tối hôm nay.
수상 인형극은 오늘 아침에 공연하지 않고 오늘 저녁에 공연해요.

"Tuồng" không phải là một loại hình nghệ thuật của Trung Quốc mà là của Việt Nam.
뚜옹은 중국의 예술이 아니라 베트남 예술이에요.

6 **Sở dĩ** múa rối nước được diễn ra ở trên mặt nước **là vì** nó ra đời cùng nền văn minh lúa nước.

물에서 수상 인형극을 공연하는 것은 벼농사 문명과 함께 태어났기 때문이다.

Cấu trúc

Sở dĩ A là vì B

Sở dĩ + 결과 + **là vì** + 원인

— 이 구문은 원인-결과 구문으로 단순 구어체보다 문어체에서 많이 사용됩니다. 초급에서 학습하신 'vì A nên B' 구문의 도치 형태입니다. 'A한 것은 B 때문이다'로 해석합니다.

Ví dụ Sở dĩ tình hình kinh tế Hàn Quốc ngày một ảm đạm một phần là vì kim ngạch xuất khẩu giảm đi.

한국의 경제 상황이 나날이 암담해지는 원인 중 일부분은 수출액이 감소했기 때문이다.

Sở dĩ các loại hình nghệ thuật dân gian Việt Nam được quan tâm là vì tính độc đáo của chúng.

베트남 민간 예술이 관심을 받는 것은 그것의 독창성 때문이다.

Luyện nói | 말하기 연습

A Chúng mình đi nhanh lên **kẻo** muộn.

track 17-03

ⓐ Em nên ôn kỹ   thi trượt

ⓑ Cháu hãy cẩn thận   bị giật túi xách

ⓒ Con phải ăn nói nhẹ nhàng   bị người ta cười chê

B Đáng lẽ mình nên đặt vé lúc 6:30.

ⓐ tôi nên học hành chăm chỉ hơn

ⓑ em gặp anh sớm hơn

ⓒ anh không nên mắng nó

C Lẽ ra mẹ tôi đến dự tiệc cưới của anh họ **nhưng** bỗng nhiên bị sốt **nên** mẹ đành ở nhà.

ⓐ chúng tôi khởi hành từ 5 giờ sáng

chúng tôi ngủ dậy muộn   lỡ xe

ⓑ hôm nay em phải hoàn thành bài

em lười   trễ hạn

ⓒ hôm nay em mời chị ăn tối

có việc đột xuất   để lần sau chị nhé

D Mình luôn nghĩ bạn là một người rất thông minh, tốt bụng **chỉ có điều** là đôi khi bạn làm mình bối rối.

ⓐ Máy tính của hãng Apple có kiểu dáng hấp dẫn, nhiều tính năng   giá hơi cao

ⓑ Sầu riêng, ngon ơi là ngon giàu dinh dưỡng   hôi

ⓒ Anh Huy nhiệt tình, kiên nhẫn, nhanh nhẹn   hơi nóng tính

E Các con rối này **không** làm bằng nhựa **mà** làm bằng gỗ, phải không?

ⓐ Anh Jin   hẹn hò với em gái chị Linh   hẹn họ với chị Linh.

ⓑ Chị Oanh   làm việc ở ngân hàng   làm việc cho một công ty du lịch.

ⓒ Cuốn sách này   viết về triết học   viết về kỹ năng sống.

F "Tuồng" không phải là một loại hình nghệ thuật của Trung Quốc mà là của Việt Nam.

    ⓐ Hát quan họ

        tên của một bài hát

        một loại hình dân ca của vùng đồng bằng Bắc bộ

    ⓑ Bảo tàng này

        bảo tàng Lịch sử

        bảo tàng Chứng tích Chiến tranh

    ⓒ Múa rối nước

        loại hình nghệ thuật truyền thống cung đình

        loại hình nghệ thuật dân gian

G Sở dĩ múa rối nước được diễn ở trên mặt nước là vì nó ra đời cùng nền văn minh lúa nước.

    ⓐ "Chèo" được cả giới trẻ lẫn thế hệ già yêu thích

        nó phản ánh những giá trị đạo đức truyền thống cao quý

    ⓑ tôi thăng tiến như hôm nay

        tôi luôn kiên trì cố gắng và nhận được sự khích lệ của gia đình, bạn bè, của đội ngũ cán bộ và toàn thể công nhân viên của công ty

    ⓒ mặt hàng của công ty chúng tôi chiếm 70% thị phần

        chúng tôi sở hữu kỹ thuật tiên tiến và luôn đảm bảo chất lượng cao

A 다음 탈춤에 대한 이야기를 듣고 질문에 답하세요.　　track 17-04

1 Việc loại bỏ sân khấu trong múa mặt nạ talchum có ý nghĩa gì?

ⓐ Khoảng cách giữa diễn viên và khán giả xa hơn.

ⓑ Xoá bỏ ranh giới giữa diễn viên và khán giả.

ⓒ Phân biệt thân phận giữa quý tộc và người dân thường.

ⓓ Thu hút nhiều khán giả hơn.

2 Dưới triều đại Joseon, múa mặt nạ châm biếm điều gì?

ⓐ Tình yêu　　　　　　　　　ⓑ Lòng trung thành và tính đồng đội

ⓒ Sự phi lý của xã hội　　　　ⓓ Tư tưởng theo đuổi vật chất

3 Câu nào dưới đây không đúng về "Cheoyongmu"?

ⓐ Được UNESCO công nhận là di sản văn hoá thế giới vào năm 2009.

ⓑ Được diễn tại cung điện.

ⓒ Được diễn trong các buổi lễ quốc gia.

ⓓ Được diễn ở trên sân khấu.

B 다음 Lim 축제에 대한 이야기를 듣고 질문에 답하세요.　　track 17-05

1 Chính hội được tổ chức vào ngày nào?

ⓐ ngày 12 tháng Giêng hàng năm　　　ⓑ ngày 13 tháng Giêng hàng năm

ⓒ ngày 14 tháng Giêng hàng năm　　　ⓓ ngày 15 tháng Giêng hàng năm

2 Trong ngày hội Lim, người ta tổ chức những trò chơi gì?

_____

3 Hội Lim tổ chức ở đâu?

_____

01 다음 문장을 완성하세요.

ⓐ Em đi chơi xuân kẻo _____

ⓑ Con mau lên kẻo _____

ⓒ Khi chạy xe máy em nên cẩn thận kẻo _____

ⓓ Con nhớ về trước 11 giờ đêm kẻo _____

ⓔ Chị uống thuốc cảm đi kẻo _____

ⓕ Trời sắp có mưa. Các bạn về nhà ngay kẻo _____

02 다음의 상황을 읽고 đáng lẽ (ra)/lẽ ra/đáng ra를 사용하여 문장을 만드세요.

ⓐ Thời sinh viên, anh Hoà lười học, toàn trốn học. Sau khi ra trường, anh ấy hối hận nói:

→ _____

_____

ⓑ 2 năm trước, anh An gặp chị Ngọc Ánh và bị tiếng sét ái tình. Nhưng anh ấy sợ bị chị ấy từ chối nên không dám ngỏ lời. Bây giờ chị Ngọc Ánh đã lấy chồng rồi và anh An hối hận nói:

→ _____

_____

ⓒ Ngày 12 tháng 1, một đô la ăn 22.700 đồng còn ngày 13 tháng 1 thì một đô la chỉ đổi được 22.500 đồng. Chị Bitna đang hối hận vì không đổi tiền vào ngày 12:

→ _____

_____

ⓓ Khi còn là học sinh lớp 8, Linh và Lan là bạn thân của nhau. Do một hiểu nhầm nho nhỏ mà hai người cãi nhau và trở nên xa lạ với nhau. Sau này Lan đi định cư ở nước ngoài, họ không có dịp gặp lại nữa. Linh hối hận nói:

→ _____

_____

03 다음 문장을 완성하세요.

ⓐ Lẽ ra tôi đi du lịch với gia đình vào dịp tết này nhưng

→ _____

ⓑ Đáng ra hàng được giao vào sáng hôm nay nhưng

→ _____

ⓒ Đáng lẽ chiều nay tôi họp với người quản lý nhưng

→ _____

ⓓ Lẽ ra em trả chị quyển sách này từ hôm kia nhưng

→ _____

ⓔ Đáng ra tôi để dành được đến 100 triệu để đi du học nhưng

→ _____

다음 빈칸에 적합한 단어를 넣으세요.

ⓐ Bạn Hằng rất xinh đẹp, tốt bụng, cởi mở có điều _____

ⓑ Phòng này rộng rãi, thoáng mát, đủ tiện nghi chỉ có điều là _____

ⓒ Công ty đó mức lương cao, chế độ phúc lợi cho nhân viên cũng tốt chỉ có điều là

_____

ⓓ Máy chụp này hiệu Canon, đang được giảm giá có điều là _____

ⓔ Em Thu đẹp thì đẹp có điều _____

05 알맞은 단어를 넣으세요.

ⓐ Trước khi nghỉ hè, thầy giáo _____ các em học sinh nhớ ôn bài.

ⓑ Em Hoà _____ mãi chị Xuân mới cho mượn máy chụp ảnh.

ⓒ Trước khi ra ngoài, chị _____ em trông mèo cẩn thận.

ⓓ Vì sắp đến giờ làm việc nên tôi _____ người lái xe chạy nhanh.

ⓔ Nhân tiện em gặp cô thư ký, em _____ với cô ấy là hôm nay tôi nghỉ việc.

06 다음 문장을 완성하세요.

ⓐ Anh Minh không phải là trưởng phòng mà là _____

ⓑ Em không đi du học ở Úc mà _____

ⓒ Chị Hiền không uống cà phê mà _____

ⓓ Hôm nay không phải là sinh nhật của bố mà là _____

ⓔ Sở dĩ nhiều du khách Hàn Quốc có nhu cầu xem biểu diễn chèo là vì

_____

ⓕ Sở dĩ anh ấy thành đạt nhanh trong sự nghiệp là vì _____

ⓖ Sở dĩ em nghỉ việc là vì _____

ⓗ Sở dĩ em thích Việt Nam là vì _____

track 17-06

Chèo

Chèo là một loại hình nghệ thuật sân khấu dân gian Việt Nam. Chèo phát triển mạnh ở đồng bằng Bắc Bộ. Nếu đến với sân khấu truyền thống của Trung Quốc có đại diện tiêu biểu là Kinh kịch của Bắc Kinh và sân khấu Nhật Bản là Kịch nô thì đại diện tiêu biểu nhất của sân khấu truyền thống Việt Nam là Chèo.

Loại hình sân khấu Chèo được phát triển cao, giàu tính dân tộc. Chèo mang tính quần chúng và được coi là một loại hình sân khấu hội hè với đặc điểm sử dụng ngôn ngữ đa thanh, đa nghĩa kết hợp với cách nói ví von. Nội dung của các vở Chèo được lấy ra từ những câu chuyện cổ tích, truyện Nôm và được nâng lên một mức cao bằng nghệ thuật sân khấu mang giá trị hiện thực và tư tưởng sâu sắc, phản ánh những giá trị đạo đức cao quý như: lòng dũng cảm, sự hy sinh quên mình, sự trung thành ... Do vậy, ở các vở chèo cổ, người ta tưởng nội dung của nó khác xa với thực tế ngày hôm nay, vậy mà nó vẫn làm xúc động khán giả của nhiều thế hệ già cũng như trẻ.

＊**Nguồn gốc**: Việt Nam nay

 Chèo là gì?

Chèo는 무엇인가요?

 Theo bài này, các đại diện tiêu biểu nhất của sân khấu truyền thống Trung Quốc, Nhật Bản là gì?

이 글에 따르면 중국과 일본의 전통 무대 예술을 가장 대표하는 것은 무엇인가요?

 Chèo có những đặc điểm gì?

Chèo는 어떤 특징을 가지고 있나요?

 Nội dung của các vở Chèo được lấy ra từ đâu? Và phản ánh những giá trị nào?

각 Chèo곡의 내용은 어디에서 왔나요? 어떤 가치들을 반영하나요?

 Lý do Chèo được khán giả của nhiều thế hệ già cũng như trẻ yêu thích là gì?

Chèo가 수많은 노인 세대와 젊은 세대의 관객들에게 사랑받는 이유는 무엇인가요?

Quan họ Bắc Ninh

Quan họ là một trong những loại hình dân ca của vùng đồng bằng Bắc Bộ, Việt Nam, tập trung chủ yếu ở vùng Kinh Bắc (Bắc Ninh và Bắc Giang).

Dân ca quan họ là lối hát đối đáp giữa nam và nữ. Họ thường hát quan họ vào mùa xuân hay mùa thu khi có lễ hội hay khi có bạn bè đến chơi. Một cặp nữ của làng này hát với một cặp nam của làng kia với một bài hát cùng giai điệu, khác về ca từ. Họ hát những bài ca mà lời là thơ, ca dao có từ ngữ trong sáng, mẫu mực thể hiện tình yêu lứa đôi, không có nhạc đệm.

Mỗi làng quan họ đều có lễ hội riêng. Quan họ tồn tại cùng lễ hội chùa làng, nơi mà người dân thờ thành hoàng. Trong số các lễ hội làng quan họ, hội Lim (thị trấn Lim, huyện Tiên Du, tỉnh Bắc Ninh) mở vào 13 tháng giêng âm lịch, là hội lớn nhất.

Năm 2009, UNESCO chính thức công nhận Quan họ là Di sản văn hóa phi vật thể của nhân loại.

*Nguồn gốc: Việt Nam nay

 1 Quan họ là gì?
Quan họ는 무엇인가요?

 2 Người ta thường hát quan họ vào dịp nào?
사람들은 주로 어느 기회에 Quan họ 노래를 하나요?

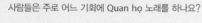 **3** Họ thường hát những bài ca mà lời là gì?
그들은 어떤 가사가 있는 노래들을 부르나요?

 4 Theo bài này chùa làng là nơi như thế nào?
이 글에 따르면 마을 사원은 어떤 곳인가요?

 5 Hội Lim mở vào ngày nào?
림 축제는 며칠에 열리나요?

째오

째오는 베트남 민간 무대 예술의 한 장르이다. 째오는 북부 평야 지역에서 강하게 발전했다. 만약 중국의 전통 무대 예술에 대해 언급하면 대표적인 것이 북경의 경극이고 일본의 무대 예술이 노극(노와 교겐)이라면 베트남의 전통 무대 예술을 가장 대표하는 것은 째오이다. 째오 무대 예술은 높은 수준으로 발전하였고 민족성이 풍부하다. 째오는 군중성을 띠고 비유적인 말하기 방식과 결합된 다성어(다양한 높낮이의 음)와 다의어를 사용한 특징을 가진 축제 무대 예술의 한 장르로 여겨진다. 각 째오의 내용은 옛날이야기, 쯔놈으로 쓴 장편 이야기에서 가져왔고 현실적인 가치와 깊은 사상을 지니며 용기, 자신을 희생함, 충성심과 같은 고귀한 도덕적 가치를 반영하는 무대 예술(만큼)의 높은 수준에 올랐다. 그리하여 옛 째오 곡들에서 사람들은 그 내용이 오늘날의 실제와는 다르고 멀다고 잘못 생각하지만 그것은 수많은 노인 세대와 젊은 관객을 여전히 감동시킨다.

박닝 꾸안 호

꾸안 호는 베트남 북부 평야 지역의 주로 낑박 지역(박닝 과 박쟝)에 집중된 대중가요 장르 중 하나이다. 꾸안 호는 남성과 여성의 문답식 노래이다. 그들은 주로 봄이나 가을에 축제가 있을 때나 친구들이 놀러 왔을 때 꾸안 호를 불렀다. 가사는 다르고 멜로디는 같은 노래를 이쪽 마을에 여성 한 쌍이 저쪽 마을의 남성 한 쌍과 노래한다. 그들은 반주 없이 한 쌍의 커플의 사랑을 표현한 모범적이고 (외래어가 섞이지 않은) 순 베트남어 단어들이 있는 시나 민요들이 가사인 노래를 부른다. 각 꾸안 호 마을은 각각의 축제를 가지고 있다. 꾸안 호는 마을 주민들이 성황신을 제사하는 곳인 마을 사원의 축제와 함께 존재한다. 꾸안 호 마을 축제 중에서 림 축제(박닝 성, 띠엔 주 현, 림 읍)는 음력 정월 13일에 개최되며 제일 큰 축제이다. 2009년 유네스코는 꾸안 호를 정식으로 인류 무형 문화유산으로 등재했다.

*출처 : 오늘날의 베트남

Từ vựng mới | 새로운 어휘

sân khấu 무대 | **đại diện tiêu biểu** 대표 | **kịch nô** 노극 (일본의 대표 무대 예술) | **quần chúng** 군중 | **hội hè** 축제 | **ngôn ngữ đa thanh** 다성 언어 | **ví von** 비유적인 | **vở** 극, 곡 앞에 붙는 종별사 | **cổ tích** 옛날이야기 | **truyện Nôm** 쯔놈으로 쓴 장편 이야기 | **nâng** 들어올리다 | **giá trị** (價值) 가치 | **tư tưởng** (思想) 사상 | **phản ánh** (反映) 반영하다 | **cao quý** (高貴) 고귀한 | **lòng dũng cảm** 용기 | **hy sinh** (犧牲) 희생 | **trung thành** (忠誠) 충성스러운 | **do vậy** 그리하여, 그로 인하여 | **xúc động** 감동하다 | **khán giả** 관객 | **thế hệ** 세대 | **dân ca** 대중가요 | **đối đáp** (對答) 대답 | **cặp** 쌍 | **giai điệu** 멜로디 | **ca từ** 가사 | **thơ** 시 | **ca dao** 민요 | **trong sáng** 순 베트남어의 (외래어가 섞이지 않음) | **mẫu mực** 모범적인 | **lứa đôi** 한 커플, 한 쌍 | **nhạc đệm** 반주 | **thành hoàng** 성황신 (마을의 수호신) | **di sản văn hoá phi vật thể của nhân loại** 인류 무형 문화유산

아오자이

아오자이는 베트남의 전통의상으로 여성뿐만 아니라 남성복도 있다.
아오자이는 때로는 화려해 보이지만 때로는 은은한 모습을 띠는,
전혀 다른 두 가지 특징이 공존하고 있는 의상이다. 아오자이는 '논 라'라고 하는
베트남 전통 모자와 잘 어울리며 결혼식, 축제, 명절 등 특별한 행사에서뿐만
아니라 은행, 호텔, 항공사, 회사 등에서도 유니폼으로 아오자이를 입는 경우도
많다. 최근에 아오자이는 패션 아이템으로 아오자이 패션쇼도 자주 열린다.

Bài 18

Kinh tế Việt Nam

베트남의 경제

track 18-01

Việt Nam phát triển một nền kinh tế thị trường theo định hướng xã hội chủ nghĩa, kinh tế Việt Nam phụ thuộc nhiều vào xuất khẩu sản phẩm thô và đầu tư nước ngoài. Đây là nền kinh tế lớn thứ 6 trong số 11 quốc gia Đông Nam Á; lớn thứ 44 trên thế giới xét theo quy mô GDP vào năm 2016. Việt Nam không chỉ là quốc gia tăng trưởng nhanh nhất trong khu vực mà còn đứng thứ hai trong danh sách những nền kinh tế phát triển nhanh nhất thế giới, chỉ sau Ấn Độ - quốc gia duy nhất đạt được tốc độ tăng trưởng 7% trong năm 2016.

1 Kinh tế Hàn Quốc là nền kinh tế thế nào?
한국 경제는 어떤 경제인가요?

2 Kinh tế Hàn Quốc có phụ thuộc nhiều vào xuất khẩu không?
한국 경제는 수출에 많이 의존하나요?

3 Bạn có biết GDP của Hàn Quốc năm nay đạt bao nhiêu% không?
당신은 올해 한국의 GDP가 몇 %를 달성하였는지 알고 있나요?

4 Theo bạn, kinh tế Việt Nam có tiềm năng phát triển không? Tại sao?
당신은 베트남 경제가 발전 잠재력이 있다고 생각하나요? 왜 그런가요?

베트남은 사회주의 방향을 따라 시장경제를 발전시키며 베트남 경제는 1차 산업 제품의 수출과 해외 투자에 많이 의존한다. 2016년 GDP규모를 살펴보면 베트남 경제는(이는) 동남아 11개국 가운데 6번째로 크고 세계에서 44번째로 큰 경제(규모)이다. 베트남은 (동남아) 지역에서 가장 빠르게 성장하는 국가일 뿐만 아니라 세계에서 가장 빠르게 발전하는 경제 명단에 2016년 성장률 7%를 달성한 유일한 국가인 인도 바로 뒤 2위로 랭크되었다.

track 18-02

Hoà	Em ơi, em có chuyện gì mà vui thế?
Enwoo	À, cuối tuần này anh trai em sẽ đến Việt Nam. Lâu quá em không được gặp anh ấy nên vui lắm.
Hoà	À, ra thế. Thế, anh ấy đến Việt Nam du lịch hay làm việc?
Enwoo	Để làm việc. Cách đây một tháng, anh ấy được thăng chức, trở thành trưởng phòng nhân sự, được cử đến Việt Nam làm việc, anh ạ.
Hoà	À, thế à? Thế, anh ấy đang làm việc cho công ty nào?
Enwoo	Công ty Samsung, anh có biết công ty đó không?
Hoà	Ừ, anh biết chứ. Ai chẳng biết. Anh nghe nói các doanh nghiệp lớn Hàn Quốc như công ty Samsung, LG, CJ..đang đầu tư rất mạnh vào Việt Nam.
Enwoo	Vâng, vì thế nhiều chuyên gia Hàn Quốc sang Việt Nam sinh sống và làm việc. Em thấy, kinh tế Việt Nam phát triển đã nhanh lại ổn định nên nhiều công ty chọn Việt Nam để đầu tư. Thế, theo anh, lý do nào dẫn đến sự phát triển kinh tế của Việt Nam?
Hoà	Theo anh thì có một số lý do. Thứ nhất là, giá nhân công và chi phí sản xuất ở Việt Nam thấp, đặc biệt khi so sánh với Trung Quốc. Thứ hai là, Việt Nam là một nước đông dân với khoảng 91 triệu người và trong số đó, tỷ lệ dân số trong độ tuổi lao động chiếm hơn 60% nên có một lực lượng lao động dồi dào. Thứ ba là, vị trí địa lý của Việt Nam cũng là một nhân tố quan trọng. Đường bờ biển dài hơn 3.200 km cho phép Việt Nam phát triển thương mại hàng hải tự do với các quốc gia lân cận và ngoài khu vực. Tất cả các lý do đó khiến cho Việt Nam không chỉ là một điểm đến nổi tiếng cho khách du lịch mà còn là nơi thu hút đầu tư nước ngoài, đặc biệt từ các nước từ Đông Bắc Á.
Enwoo	À, thế ạ. Em thấy Hàn Quốc và Việt Nam có rất nhiều điểm tương đồng như cả hai nước đều trải qua chiến tranh, vượt qua khó khăn của thời hậu chiến rồi phát triển kinh tế thật nhanh chóng.
Hoà	Ừ, đúng là vậy.

1 Vì sao Enwoo trông có vẻ vui?

왜 은우는 기뻐 보이나요?

 2 Anh trai của Enwoo có sự thay đổi gì lớn trong công việc?

은우의 오빠는 일에서 어떤 큰 변화가 있었나요?

 3 Theo Enwoo, lý do các công ty Hàn Quốc chọn Việt Nam để đầu tư là gì?

은우에 따르면 한국 회사들이 투자하기 위해 베트남을 선택하는 이유가 무엇인가요?

 4 Theo Hoà, nguyên nhân nào dẫn đến sự phát triển kinh tế của Việt Nam?

Hoà에 따르면 어떤 원인이 베트남의 경제 발전을 가져다 주었나요?

 5 Theo Enwoo, Hàn Quốc và Việt Nam có những điểm tương đồng nào?

은우에 따르면 한국과 베트남은 어떤 공통점들이 있나요?

 Từ vựng mới | 새로운 어휘

thăng chức 승진하다 | **trưởng phòng nhân sự** 인사 과장 | **cử** 천거하다. 뽑다 | **đầu tư (vào)** ~에 투자하다 | **chuyên gia** 전문가 | **ổn định** (安定) 안정적이다 | **giá nhân công** 인건비 | **chi phí sản xuất** 생산비 | **đông dân** 인구가 많은 | **tỷ lệ** 비율 | **độ tuổi** 연령 | **chiếm** 점하다, 차지하다 | **lực lượng lao động** 노동력 | **địa lý** (地理) 지리 | **nhân tố** 요소 | **đường bờ biển** 해안선 | **cho phép** 허락하다 | **thương mại** 무역 | **hàng hải** (航海) 항해 | **lân cận** 인근의 | **điểm tương đồng** 공통점 | **trải qua** 겪다 | **chiến tranh** (戰爭) 전쟁 | **vượt qua** 극복하다 | **thời hậu chiến** 전쟁 후 시대

1 Ai chẳng biết. 누가 모르겠어.

> **Cấu trúc**
>
> | ai | | |
> |---|---|---|
> | gì | + **chẳng** + 동사/형용사 | |
> | 명사 + **nào** | | |
> | **đâu** | | |

— 이 구문은 형태적으로는 부정문으로 보이지만 의미상으로는 긍정문으로 '누가, 무엇이, 어떤 명사가, 어디가 ~하지 않겠는가?'라는 뜻입니다. 'ai, gì, 명사 + nào, đâu + cũng...', 'Mọi ... đều ...' 등의 구문과 같은 뜻입니다. '모두 ~하다'로 해석합니다.

> **Ví dụ** Ai chẳng mong muốn kinh tế Hàn Quốc mau hồi phục.
> 누가 한국 경제가 빨리 회복되기를 바라지 않겠는가? = 모두가 한국 경제가 빨리 회복되기를 바란다.
>
> Mặt hàng xuất khẩu nào chẳng đảm bảo chất lượng cao.
> 모든 수출 품목이 다 고품질을 보장한다.
>
> Khi mới đến Việt Nam, cái gì mà chẳng mới lạ.
> 막 베트남에 왔을 때 모든 것이 다 새롭고 신기했다.
>
> Ở thành phố Hồ Chí Minh, đâu chẳng tấp nập, nhộn nhịp.
> 호치민에서는 곳곳이 시끌벅적하다.

2 Theo anh, lý do nào dẫn đến sự phát triển kinh tế của Việt Nam? 오빠는 어떤 이유가 베트남의 경제 발전을 가져온다고 생각해요?

> **Cấu trúc**
>
> A **dẫn đến/dẫn tới** B
> 행동/사건 + **dẫn đến/dẫn tới** + 결과

— 이 구문은 원인-결과 관계를 나타내는 구문으로 A의 행동이나 사건이 B라는 결과를 야기하고 초래한 것을 나타냅니다. A, B는 명사이거나 명사 역할을 하는 성분이 위치합니다. 'A가 B를 초래하였다, B라는 결과를 가져왔다'로 해석합니다.

> **Ví dụ** Thiên tai dẫn đến những hậu quả nghiêm trọng.
> 자연재해가 심각한 결과를 야기했다.
>
> Ô nhiễm môi trường dẫn tới thiệt hại lớn cho kinh tế.
> 환경오염이 경제에 큰 손실을 초래했다.

3 **Tất cả** các lý do đó khiến cho Việt Nam là một điểm đến nổi tiếng cho khách du lịch.

그 모든 이유들이 베트남을 여행객들에게 유명한 (여행) 목적지이게 해.

> **Cấu trúc**
>
> **tất cả, cả, toàn bộ, toàn thể** + 명사

— 이 단어들은 '전부', '모두'라는 의미를 가지고 있지만 쓰임에 다음과 같은 차이점이 있습니다.

tất cả	각종 가산 명사와 결합이 가능하며 *những, các, mọi*와 함께 결합할 수 있다.
cả	집단, 단체, 집합을 나타내는 단어 및 시간 명사와 주로 결합한다.
toàn bộ	사물, 동물을 나타내는 명사와 주로 결합한다. 또 '전부'라는 뜻을 가질 때는 불가산 명사와 결합한다.
toàn thể	사람을 나타내는 명사와 주로 결합한다. *các, những, mọi*와는 결합하지 않는다.

Ví dụ Tất cả các sinh viên trong lớp này đều đăng ký đi tham quan vịnh Hạ Long.
이 반의 모든 학생들은 하롱베이 관광에 모두 등록했다.

Vào dịp tết này, cả gia đình tôi tụ họp đông vui.
이번 설날에 나의 온 가족이 즐겁게 함께 모였다.

Toàn bộ sản phẩm này đều được đánh giá cao.
이 제품들은 전부 높은 평가를 받았다.

Toàn thể cán bộ, giáo viên, công nhân viên nhà trường đều có mặt trong buổi giao lưu văn hoá.
학교의 전체 간부, 교사, 직원들이 모두 문화 교류회에 참석했다.

4 **Cả hai nước đều trải qua** chiến tranh, **vượt qua** thời gian khó khăn. 두 나라 다 전쟁을 겪고 어려운 시간을 극복했어요.

> **Cấu trúc**
>
> 시간 + **trôi qua**
> **trải qua** + 시간, 경험
> **vượt qua** + 역경, 어려움

— trôi qua, trải qua, vượt qua 모두 어떤 시간이나 사건을 지나가고 보내는 것을 뜻하지만 차이점이 있습니다.

시간 + trôi qua	시간이 흘러가다, 지나가다
trải qua + 시간, 경험	겪다, 겪어내다, (시간을) 보내다
vượt qua + 역경, 어려움	역경이나 어려움을 이겨내다 khó khăn(어려움), thử thách(시련), trở ngại(장애물)과 자주 결합

Ví dụ Thời gian trôi qua nhanh thật.
세월이 정말 빨리 간다.

Tôi đã trải qua những ngày tết thật đầm ấm với gia đình và bạn bè.
나는 가족, 친구들과 정말 따뜻한 설날을 보냈다.

Sau khi trải qua một khoảng thời gian chán nản, anh ấy trở nên mạnh mẽ hơn.
슬픈 시간을 보내고 나서 그는 더 강해졌다.

Anh ấy đã trải qua những năm tháng chiến tranh ở Hà Nội.
그는 하노이에서 전쟁의 시간을 겪었다.

Năm nay, người dân Hàn Quốc đã vượt qua được những khủng hoảng kinh tế.
올해 한국 국민들은 경제 공황을 이겨냈다.

5 기초 경제 관련 용어

bình quân	평균	chứng khoán	증권
công nghiệp chế biến	가공 산업	cổ phần	주식
khả quan	낙관적이다, 좋다	khủng hoảng kinh tế	경제 공황
kim ngạch xuất khẩu	수출액	lãi suất	이윤, 이자
môi trường đầu tư	투자 환경	mức tăng trưởng GDP	GDP성장률
nhập khẩu	수입	quý	분기, 쿼터
thị trường chứng khoán	증권 시장	tín dụng	신용
tăng trưởng kinh tế	경제 성장	ngân sách nhà nước	국가 예산
vốn đầu tư	투자 자본	xuất khẩu	수출

A Ai chẳng <u>mong muốn kinh tế Hàn Quốc mau hồi phục</u>. track 18-03

    ⓐ lạc quan về tình hình kinh tế năm nay

    ⓑ muốn đầu tư vào công nghệ tương lai như xe ô tô điện, năng lượng mặt trời v.v...

    ⓒ quan tâm đến thông tin về thị trường chứng khoán

B <u>Mặt hàng xuất khẩu</u> **nào chẳng** <u>đảm bảo chất lượng cao</u>.

    ⓐ Ớt   cay

    ⓑ Hoa   tàn

    ⓒ Ở quán này món   ngon

C <u>Ở thành phố Hồ Chí Minh</u>, **đâu chẳng** <u>tấp nập, nhộn nhịp</u>.

    ⓐ Đàn ông ở   mê bóng đá

    ⓑ Mùng 1 tết đi   đông người

    ⓒ Ở Việt Nam đi   thấy xe máy

D <u>Nguyên nhân nào</u> **dẫn đến** <u>sự phát triển kinh tế của Việt Nam</u>?

    ⓐ Nguyên nhân nào   chiến tranh thế giới thứ nhất

    ⓑ Những nguyên nhân nào thường   đau đầu

    ⓒ Xã hội công nghiệp   ô nhiễm môi trường.

E **Toàn thể** <u>cán bộ, giáo viên, công nhân viên nhà trường đều có mặt trong buổi</u> <u>giao lưu văn hoá</u>.

    ⓐ dân tộc Việt Nam đều quyết tâm đem tất cả tinh thần và lực lượng, tính mạng và của cải để giữ vững quyền tự do, độc lập ấy (Tuyên ngôn Độc lập của Hồ Chí Minh)

    ⓑ nhân viên ở công ty này đang bãi công

    ⓒ khách mời đều có mặt trong buổi họp này

F <u>Thời gian</u> **trôi qua** <u>nhanh thật</u>.

    ⓐ Một ngày   trong bình yên

    ⓑ Thời gian tôi ở Việt Nam đã   nhanh như chớp

    ⓒ Tuổi thanh xuân đã   như một cơn mưa rào

G <u>Cả hai nước đều</u> **trải qua** <u>chiến tranh</u>.

    ⓐ Cô ấy   những ngày vất vả ở Mỹ

    ⓑ Trong cuộc đời ai cũng   một mối tình

    ⓒ Tôi đã   những ngày tháng vô cùng cô đơn

H <u>Năm nay, người Hàn Quốc</u> **vượt qua** <u>nhiều thử thách lớn</u>.

    ⓐ Người dân ở khu vực này đã   trở ngại

    ⓑ   những sóng gió cuộc đời con người mới trưởng thành

    ⓒ Để thành công, chúng ta phải   các trở ngại trong cuộc sống

A 다음을 듣고 질문에 답하세요.

track 18-04

1 Theo bài này, Việt Nam có những ưu điểm nào?

_____

2 Hạn chế của Việt Nam là những gì?

_____

3 Để bảo đảm phát triển ổn định, chính phủ Việt Nam nên làm gì?

_____

B 다음을 듣고 질문에 답하세요.

track 18-05

1 Vào năm 2017, Hàn Quốc đạt được tỷ lệ tăng trưởng kinh tế là bao nhiêu?

_____

2 Mặt hàng xuất khẩu nào đã tăng 56% so với cùng kỳ năm ngoái?

_____

3 Những nguyên nhân khiến kinh tế Hàn Quốc phát triển là gì?

_____

01 다음 빈칸에 알맞은 단어를 넣으세요.

ⓐ Phụ nữ _____ mà _____ thích đá quý.

ⓑ Trong tiếng Việt, dấu _____ mà _____ quan trọng.

ⓒ Nếu áo đã đẹp lại rẻ thì _____ mà _____ muốn mua.

ⓓ Em ấy ngoan và thông minh, _____ nào chẳng _____

ⓔ Ông ấy là bác sĩ giỏi. _____ nào chẳng _____

02 다음 문장을 완성하세요.

ⓐ Chặt phá rừng bừa bãi dẫn đến _____

ⓑ Sự vô trách nhiệm của nhân viên dẫn tới _____

ⓒ Sự cải cách không ngừng nghỉ của công ty này dẫn đến

_____

ⓓ Tập quán du canh du cư của các dân tộc ở khu vực Tây Nguyên đã dẫn đến

_____

ⓔ Việc thiếu ý thức của những người tham gia giao thông dẫn tới

_____

03 다음 빈칸에 알맞은 단어를 넣으세요. (두 번 이상 들어갈 수도 있습니다.)

tất cả	cả	toàn bộ	toàn thể

ⓐ Chào _____ nhà mình, hôm nay mình đi xem một phim mới trình chiếu.

ⓑ _____ các học sinh ở trường này đều được nghỉ học vì cảnh báo bão.

ⓒ Kính gửi _____ cán bộ, nhân viên của công ty Vinamilk.

ⓓ _____ bàn ghế ở đây đều do Malaysia sản xuất.

ⓔ Cuối tuần tôi thường chỉ nằm nướng _____ ngày.

ⓕ Xin hãy ghi nhớ tên tuổi của _____ các vận động viên đã trải qua sự luyện tập gian khổ.

04 다음 빈칸에 알맞은 단어를 넣으세요. (두 번 이상 들어갈 수도 있습니다.)

trôi qua	trải qua	vượt qua

ⓐ _____ những thăng trầm của cuộc đời, tôi mới biết đâu là chỗ dựa.

ⓑ Ngày tháng _____ thật chậm, khi sống xa em.

ⓒ Trên đời này, ai cũng phải một lần hoặc nhiều lần _____ thất bại.

ⓓ Cách đây 2 năm, tôi bị trầm cảm. Để _____ trầm cảm, chẳng cứ tôi mà cả nhà tôi cũng rất cố gắng.

ⓔ Sau 10 năm kinh doanh ở Việt Nam, anh ấy đã _____ những trở ngại do bất đồng ngôn ngữ, văn hoá.

track 18-06

Năm 2016 nền kinh tế Việt Nam có mức tăng trưởng GDP là 6,21%, thấp hơn so với năm 2015 và là năm đầu tiên có mức tăng chậm lại kể từ năm 2012, hãng Reuters đưa tin.

Theo thông cáo của Tổng cục Thống kê Việt Nam, "mức tăng trưởng năm nay tuy thấp hơn mức tăng 6,68% của năm 2015 và không đạt mục tiêu tăng trưởng 6,7% đề ra, nhưng trong bối cảnh kinh tế thế giới không thuận lợi, trong nước gặp nhiều khó khăn do thời tiết trên biển diễn biến phức tạp thì đạt được mức tăng trưởng trên là một thành công. Mức tăng trưởng này đã vượt mức dự đoán là 6% mà Ngân hàng Thế giới đưa ra.

Năm 2015, nền kinh tế Việt Nam tăng trưởng mạnh nhất kể từ năm 2007. Mức tăng chậm lại năm nay xếp Việt Nam ở vị trí sau Ấn độ, Trung Quốc và Philippines. Theo Tổng cục Thống kê, mức tăng chậm lại của năm nay là do thời tiết khắc nghiệt, thiên tai liên tiếp xảy ra và nền kinh tế toàn cầu không thuận lợi.

Báo cáo của Tổng cục Thống kê cho thấy sản lượng nông nghiệp và khai khoáng giảm sút làm cho mức tăng trưởng cả năm thấp hơn so với mục tiêu. Hạn hán ở vùng trồng cà phê Tây Nguyên, nhiễm mặn ở vùng đồng bằng sông Cửu Long, giá rét ở miền Bắc và ngập lụt ở miền Trung đã làm giảm mức tăng trưởng của ngành nông nghiệp xuống chỉ còn 1,36%.

Theo con số của Tổng cục Thống kê, thiên tai đã gây thiệt hại 18,3 ngàn tỷ đồng (tương đương 813 triệu USD). Việt Nam là nước sản xuất cà phê lớn thứ hai trên thế giới sau Brazil và là nước xuất khẩu gạo thứ ba trên thế giới, chỉ sau Ấn độ và Thái Lan. Các nguồn thu ngoại tệ khác từ việc xuất khẩu điện thoại di động, hàng may mặc, giày dép, hải sản.

Ngành khai khoáng của Việt Nam giảm 4% trong năm nay do giá than và dầu thô thế giới sụt giảm. Sự cố môi trường biển hồi tháng Tư do nhà máy sản xuất thép ở Hà Tĩnh, thuộc tập đoàn Formosa Đài Loan gây ra đã làm cạn kiệt nguồn cá và gây thiệt hại lớn cho ngành du lịch.

＊Nguồn gốc: Dân quyền Việt Nam

1 Theo thông cáo của Tổng cục Thống kê Việt Nam, "mức tăng trưởng năm nay" được đánh giá thế nào?

베트남 통계 총국의 보고에 따르면 올해의 성장률은 어떻게 평가되나요?

 2 Theo Tổng cục Thống kê, nguyên nhân dẫn đến mức tăng chậm lại của năm nay có những gì?

통계 총국에 따르면 올해 둔화된 성장률을 야기한 원인들은 무엇들이 있나요?

 3 Theo bài này, mặt hàng xuất khẩu chủ lực của Việt Nam là những gì?

이 과에 따르면 베트남의 주력 수출 품목은 무엇들인가요?

 4 Theo con số của Tổng cục Thống kê, thiên tai đã gây thiệt hại thế nào?

통계 총국의 수치에 따르면 자연재해는 어떤 손해를 야기했나요?

2016년 베트남 경제의 GDP 성장률은 6.21%로 2015년보다 낮으며 2012년 이래로 느린 성장률을 가진 최초의 해이다. -로이터 통신

베트남 통계 총국의 보고에 따르면 "올해 성장률이 2015년의 6.68%보다 비록 낮고 제시한 성장 목표 6.7%를 달성하지 못했지만 전 세계 경제가 원활하지 않고 국내에서도 해상 날씨의 복잡한 변화로 인한 많은 어려움이 있는 배경에서 상기의 성장률을 달성한 것은 성공"이라고 한다. 이 성장률은 세계 은행이 내놓은 예상 성장률 6%를 넘어섰다.

2015년 베트남 경제는 2007년 이래로 가장 강하게 성장했다. 올해 둔화된 성장률은 베트남을 인도, 중국, 필리핀 다음으로 랭크시켰다. 통계 총국에 따르면 올해 둔화된 성장률은 혹독한 날씨, 연속적으로 발생한 자연재해, 원활하지 못한 세계 경제가 원인이다.

통계 총국의 보고는 농업과 광산업 생산량의 감소가 연간 (경제) 성장률을 목표보다 낮게 만들었음을 보여준다. 서부 고원 지대 커피 재배 지역의 가뭄, 메콩 강 평야 지역의 염분화, 북부 지역의 혹한, 중부 지역의 홍수가 농업 생산 분야의 성장률을 감소시켜 1.36%만 남게 했다.

통계 총국의 수치에 따르면 자연재해는 18.3조 동(8억 1천3백만 달러에 상당)의 손해를 야기했다. 베트남은 브라질에 이어 세계에서 두 번째로 큰 커피 생산국이고 인도와 태국의 뒤를 이어 세계 제 3위의 쌀 수출국이다. 다른 외화 수입원은 핸드폰, 의류, 신발, 해산물의 수출에서 온다.

올해 베트남의 광산업은 4%가 감소하였는데 세계의 석탄과 원유 가격이 하락하였기 때문이다. 대만 포모사 그룹에 속한 하띵성의 철강 생산 공장에 의해 야기된 4월 해양 환경 사고는 어족 자원을 고갈시키고 관광업에 큰 손해를 야기했다.

＊출처 : 베트남국민의 권리

Từ vựng mới | 새로운 어휘

bối cảnh (背景) 배경 | **diễn biến** 변화하다 | **vượt** 넘기다, 초과하다 | **dự đoán** 예상하다 | **khắc nghiệt** (기후) 극한의, 험한 | **toàn cầu** 전 지구, 전 세계 | **sản lượng** (産量) 생산량 | **khai khoáng** 광산업, 광물채취 | **giảm sút** 감소하다 | **hạn hán** 가뭄 | **nhiễm mặn** 염분화 | **giá rét** 혹한 | **ngập lụt** 홍수, 침수 | **nguồn thu ngoại tệ** 외화 수입원 | **hàng may mặc** 의류 | **ngành** 분야 | **than** 석탄 | **dầu thô** 원유 | **sụt giảm** 감소하다, 저하하다 | **sự cố môi trường** 환경 사고 | **thép** 철강 | **tập đoàn** 그룹 | **cạn kiệt** 고갈 | **nguồn cá** 어족 자원

베트남의 설날

베트남의 설날 "Tết"은 베트남 최대 명절로서
한국의 설과 같은 명절이다. 베트남의 대표적
설날 풍습은 작년에 일어난 불행을 털어버리는
의미로 설날 전에 집안 청소와 장식을 하는 것
이다. 그러나 설날 당일에 청소를 하거나 쓰
레기를 버리는 것은 재산이 새어나간다고 생
각하여 금기로 여긴다. 설날에 남부에서는
살구꽃을, 북부에서는 복숭아꽃을 구입해 장식하는데
둘의 공통점은 봄에 피는 꽃으로서 새로운 시작을 상징한다는 것이다.
베트남에서는 용과 붉은색 봉투가 행운과 부귀를 상징하는데 설날에 어린이들은
'띠엔 리 씨'라는 용이 그려진 붉은색 봉투에 넣은 세뱃돈을 받는다.

Bài 19

Các thành phố ở Việt Nam

베트남의 도시

track 19-01

Việt Nam hiện có 5 thành phố trực thuộc trung ương là Hà Nội, Thành phố Hồ Chí Minh, Hải Phòng, Đà Nẵng, Cần Thơ và 58 tỉnh, 67 thành phố trực thuộc tỉnh.

Mỗi thành phố và mỗi tỉnh đều có đặc trưng riêng và có tập tục truyền thống khác nhau nhưng hợp nhau lại góp phần tạo ra nước Việt Nam ngày nay. Chúng ta không thể biết hết về Việt Nam nếu chỉ sống ở một thành phố. Đó cũng là một lý do khiến cho nhiều người nước ngoài thường xuyên đến Việt Nam và mỗi lần đều khám phá ra một điều mới lạ, và thậm chí luôn nhớ về Việt Nam khi họ rời khỏi nơi đó.

1 Việt Nam có mấy thành phố trực thuộc trung ương, đó là những thành phố nào?

베트남은 몇 개의 중앙직할시를 가지고 있으며 어떤 도시들인가요?

2 Việt Nam có tất cả bao nhiêu tỉnh và thành phố trực thuộc tỉnh?

베트남은 모두 몇 개의 성과 성 직할시를 가지고 있나요?

3 Bạn đã đến được bao nhiêu thành phố ở Việt Nam?

당신은 베트남에서 몇 개의 도시에 갔었나요?

4 Bạn thích thành phố nào nhất? Vì sao?

당신은 어떤 도시를 제일 좋아하나요? 이유는 무엇인가요?

베트남은 현재 하노이, 호치민 시, 하이퐁, 다낭, 껀터 5개의 중앙 직할시가 있고 58개의 성과 67개의 성 직할시가 있다. 각각의 도시와 성들은 다 서로 다른 개별적인 특징과 전통 풍속을 가지고 있지만 서로 합해져서 오늘날의 베트남을 만드는 데 기여한다. 우리가 만약 한 도시에서만 산다면 베트남에 대해 전부 다 알 수 없다. 그것은 또한 많은 외국인들이 베트남으로 자주 오게 만들고 매번 새롭고 신기한 것들을 알아보게 하며 심지어는 그들이 그곳을 떠났을 때 항상 베트남을 그리워하게 만드는 이유이다.

track 19-02

Sun-mi	Tùng ơi, cho mình hỏi một chút. Thành phố Hồ Chí Minh được thành lập cách đây có 320 năm thôi à? Mình đang học bài về thành phố Hồ Chí Minh nên mới biết. Mình thắc mắc nên đã hỏi chị Yu-na, nhưng ngay cả chị ấy cũng không rõ. Trước giờ, mình cứ tưởng thành phố Hồ Chí Minh đã thuộc lãnh thổ Việt Nam từ thời nhà Lý chứ?
Tùng	À, dù bây giờ Thành phố Hồ Chí Minh là thành phố lớn nhất ở Việt Nam về dân số và kinh tế nhưng trước thời mở cõi đất phương Nam của nhà Nguyễn thì ở đây chỉ là một vùng rừng thôi. Theo mình biết, vào năm 1698, một danh tướng tên là Nguyễn Hữu Cảnh được lệnh của chúa Nguyễn đi khai phá vùng đất phía Nam để mở mang bờ cõi và đó là người đầu tiên đứng ra hoạch định địa giới hành chính và cơ chế quản lý vùng này.
Sun-mi	À, ra thế. Thế thì nguyên nhân Thành phố Hồ Chí Minh phát triển nhanh như vậy là gì? Hà Nội thì đã là thủ đô trong một ngàn năm kể từ năm 1010 nên đương nhiên là phát triển rồi.
Tùng	À, đúng là Hà Nội đã là thủ đô từ năm 1010, lúc đó tên là Thăng Long. Huế cũng có một thời gian là thủ đô của Việt Nam dưới thời nhà Nguyễn.
Sun-mi	Ôi, thế à? Tùng giỏi nhỉ. Phải chi mình cũng chăm học lịch sử như Tùng thì chắc là mình sẽ hiểu và biết rõ hơn. Chẳng cứ kiến thức về lịch sử mà cả kiến thức phổ thông mình cũng không biết rõ.
Tùng	Bạn đừng lo, học thì không bao giờ muộn mà. Và trả lời về nguyên nhân Thành phố Hồ Chí Minh phát triển nhanh chóng thì mình nghĩ là vì một số nguyên nhân. Thứ nhất là thành phố này được thiên nhiên ưu đãi, khí hậu ôn hoà, hầu như không bao giờ có thiên tai. Thứ hai là theo mình, chính sách của chính quyền thành phố rất cởi mở nên thu hút đầu tư nước ngoài và nguồn lao động nhập cư dồi dào từ các tỉnh khác. Thành phố có nhiều trường đại học, cung cấp nguồn nhân lực có trình độ cao cho các công ty trong nước và nước ngoài. Hơn nữa người Thành phố Hồ Chí Minh khá thân thiện, năng động.
Sun-mi	Hay nhỉ. Mình nhất định sẽ tìm hiểu về các thành phố Việt Nam.

1 Thành phố Hồ Chí Minh được thành lập khi nào?

호치민 시는 언제 세워졌나요?

 2 Trước thời mở cõi đất phương Nam của nhà Nguyễn, thành phố Hồ Chí Minh là nơi như thế nào?

응우옌 왕조의 남방 개척 사업 시대 이전에 호치민 시는 어떠했나요?

 3 Ai là người khai khẩn đất hoang vu miền Nam?

누가 남부 황무지를 개척한 사람인가요?

 4 Theo Tùng, những nguyên nhân nào làm cho thành phố Hồ Chí Minh phát triển nhanh chóng?

Tùng에 따르면 호치민 시를 빠르게 발전하게 만든 어떤 원인들이 있나요?

Từ vựng mới | 새로운 어휘

thành lập 설립하다, 세우다 | **thắc mắc** 어렵고 이해가 안 되는 | **thuộc** (屬) 속하다 | **lãnh thổ** (領土) 영토 | **nhà Lý** 리 왕조 | **mở cõi đất phương Nam** 남방 개척 사업 | **nhà Nguyễn** 응우옌 왕조 | **lệnh** 명령 | **chúa Nguyễn** 응우옌 주 (主) | **khai phá** 개척하다 | **mở mang** 확장하다 | **bờ cõi** 국경, 경계 | **đứng ra** (일을 맡아) 책임지다 | **hoạch định** 확정 하다 | **địa giới** 국경, 경계 | **hành chính** (行政) 행정 | **cơ chế quản lý** 관리 제도 | **đương nhiên** (當然) 당연히 | **kiến thức phổ thông** 상식 | **nguyên nhân** (原因) 원인, 이유 | **ưu đãi** (優待) 우대, 혜택 | **ôn hoà** (溫和) 온화하다 | **thiên tai** 자연재해, 천재지변 | **chính sách** (政策) 정책 | **chính quyền** 지방 정부 | **cởi mở** 개방적인 | **nguồn lao động** 노동 자원, 노동력 | **nhập cư** 유입되다, 이동하다, 이민 가다 | **dồi dào** 풍부한, 넘치는 | **nguồn nhân lực** 인력 자원 | **trình độ** 수준 | **năng động** (能動) 능동적인, 적극적인

1 Thành phố Hồ Chí Minh được thành lập **cách đây** có 320 năm thôi à?

호치민 시가 세워진 것이 겨우 320년 전이야?

> **Cấu trúc**
>
> **cách đây** + 기간/거리

1) cách đây + 기간

지금으로부터 과거로 기간만큼 거슬러 올라간 것을 의미하여 '기간 + trước'과 같은 뜻입니다. '기간 전' 으로 해석합니다. 문장의 맨 처음와 맨 마지막에 모두 위치할 수 있습니다.

> **Ví dụ** Cách đây 4 tháng, tôi đã đi công tác ở Đà Nẵng.
> 4개월 전에 나는 Đà Nẵng으로 출장 갔었다.
>
> Cần Thơ đã trở thành thành phố trực thuộc Trung ương cách đây 15 năm.
> 15년 전에 Cần Thơ는 중앙직할시가 되었다.

2) cách đây + 거리

'A cách B + 거리'의 형태에서 B의 자리에 đây가 들어간 형태입니다. '여기에서 거리만큼 떨어져 있다' 로 해석하면 됩니다. 've phía + 방향'과 함께 자주 쓰여 지리적인 위치를 나타냅니다.

> **Ví dụ** Sapa cách đây khoảng 360 km về phía tây bắc.
> Sapa는 여기서부터 서북 쪽으로 약 360km 떨어져 있다.
>
> Quy Nhơn cách đây bao xa?
> Quy Nhơn는 여기서부터 거리가 얼마나 떨어져 있습니까?

2 **Ngay cả** chị ấy **cũng** không rõ.

그 언니조차도 역시 잘 모르더라고.

> **Cấu trúc**
>
> Ngay cả A cũng ~
> Ngay cả + 주어 + cũng + 동사
>   목적어 + 주어 + cũng + 동사

— 이 구문은 심지어 A조차도 예외 없는 상황을 표현합니다. A는 명사이고 문장에서 주어 또는 목적어입 니다. 여기서 A는 일반적이지 않고 특별한 특성을 가지고 있는 대상으로 그조차도 예외 없는 보통적이 지 않은 상황을 강조하기 위해 이 구문을 사용합니다. '심지어 A조차도/까지도 ~한다'라고 해석합니다.

Ví dụ Anh Tài là một người rất lạnh lùng, ít nói. Nhưng buổi liên hoan hôm nay vui đến nỗi ngay cả anh ấy cũng cười và hát với mọi người.
Tài 형은 매우 냉정하고 말이 없는 사람이다. 하지만 오늘 회식은 그 형조차도 모든 사람들과 웃고 노래할 정도로 즐겁다.

Sau vụ việc đó, anh ấy bị tổn thương nặng nề nên ngay cả tôi, anh ấy cũng không tin nữa.
그는 그 사건 이후 그는 크게 상처를 받아서 심지어 나조차도 믿지 않는다.

— **thậm chí**는 ngay cả와 비슷하고 어떤 수준이나 정도가 더 높은 것을 표현하며 '심지어'라고 해석합니다.

Ví dụ Các cổ động viên bóng đá Hàn Quốc cuồng nhiệt nhất châu Á, thậm chí cuồng nhiệt nhất thế giới.
한국 축구 응원단들은 아시아에서 가장 열광적이다. 심지어는 세계에서도 가장 열광적이다.

> **Cấu trúc**
>
> **Ngay cả khi** + 서술어, 주어 + 동사 + 목적어

— ngay cả와 khi가 같이 쓰일 때는 '~할 때 조차도 ~한다'라고 해석합니다.

Ví dụ Ngay cả khi hẹn hò với bạn gái, anh ta chỉ xem điện thoại thôi.
여자 친구와 데이트할 때도 그는 단지 핸드폰만 본다.

Ngay cả khi bạn mình bị nghi ngờ là ăn cắp, Linh vẫn cho bạn ấy mượn tiền.
자신의 친구가 도둑질을 했다고 의심받을 때조차도 Linh은 그 친구에게 돈을 빌려주었다.

3 **Dù** bây giờ Thành phố Hồ Chí Minh là thành phố lớn nhất ở Việt Nam **nhưng** trước thời mở cõi đất phương Nam của nhà Nguyễn thì ở đây chỉ là một vùng rừng thôi. 비록 지금은 호치민 시가 베트남에서 가장 큰 도시이지만 응우옌 왕조의 남방 개척 사업 시대 이전에는 이곳은 단지 숲 지역이었어.

> **Cấu trúc**
>
> **Dù A nhưng B**
> **Dù** + 주어1 + 서술어1 + **nhưng** + 주어2 + (**vẫn**) + 서술어2
> 주어1 + **dù** + 서술어1 + **nhưng** + 주어2 + (**vẫn**) + 서술어2

— 이 구문은 앞서 학습한 'tuy A nhưng B, mặc dù A nhưng B'와 비슷하게 A와 B의 내용이 상반된 것을 나타내지만 tuy, mặc dù는 과거와 현재에 관해서만 쓰이는 반면 dù는 과거, 현재뿐만 아니라 앞으로 일어날 일에 대한 가설, 가정까지도 쓰일 수 있습니다.

해석은 '비록 ~한다 할지라도 ~한다' 혹은 '혹시 ~하더라도 ~하다'로 합니다. dù는 주어의 앞,뒤에 모두 위치할 수 있으며 주어가 동일한 경우 A에 있는 주어를 생략하는 것이 좋습니다. dù cho, cho dù의 형태로 cho와 함께 쓸 수 있고 함께 쓰면 약간의 강조가 됩니다.

Ví dụ   Dù gặp khó khăn nhưng em Duy sẽ không bao giờ từ bỏ.
혹시 어려움을 만나도 Duy는 절대 포기하지 않을 것이다.

Dù cho anh ấy phản bội tôi nhưng tôi vẫn sẽ yêu anh ấy.
혹시 그가 나를 배신하더라도 나는 그를 여전히 사랑할 것이다.

4 À, ra thế. 아, 그렇구나.

> **Cấu trúc**
>
> Thế ạ
> (Thì) ra vậy
> (Thì) ra thế

— 이 구문은 구어체에서 사용됩니다. 말하는 사람이 설명을 듣고 어떤 일을 이해해냈을 때 '아, 그랬구나' 혹은 '어쩐지'라고 대답하는 말입니다. 구어체에서 말투를 부드럽게 하는 목적으로 là가 같이 쓰이기도 합니다.

Ví dụ   A : Hôm qua anh ấy không đến không phải là vì không muốn gặp em mà là vì mẹ anh ấy đột nhiên bị ốm.
어제 그가 오지 않은 것은 너를 만나고 싶지 않아서가 아니라 갑자기 그의 어머니가 아프셔서 그런 거야.

B : Thì ra là vậy.
아, 그랬구나.

A : Linh ơi, đừng có hiểu nhầm nhé. Anh Minh vốn là người ít nói. Chắc thích em quá nên không dám nói nhiều.
Linh, 오해하지 마. Minh은 원래 말수가 적은 사람이야. 아마 너를 너무 좋아해서 감히 말을 많이 못 한 거 같아.

B : Ra thế. Em suýt hiểu nhầm anh ấy.
어쩐지. 저 하마터면 그를 오해할 뻔했어요.

5 Phải chi mình cũng chăm học lịch sử như Tùng thì chắc là mình sẽ hiểu và biết rõ hơn.

내가 Tùng처럼 역사 공부를 열심히 했었더라면 아마 나는 더 확실히 알고 이해할 텐데.

> **Cấu trúc**
>
> **Phải chi** + 문장
> **Phải chi** + 주어 + 동사 + 목적어

— Phải chi는 문장 앞에 위치하여 과거에 일어난 어떤 일에 대한 아쉬움과 후회를 표현하거나 이루어질 가능성이 없는 소망을 표현합니다. 앞서 배운 'giá A thì B'와 비슷합니다.

Ví dụ Phải chi em không bị ốm thì em đã đến nhà chị chơi.
제가 아프지 않았다면 언니 집에 놀러 갔을 텐데.

Phải chi bây giờ mình được nghỉ học thì đã đi du lịch.
지금 내가 수업을 쉬었더라면 여행을 갔을 텐데.

6 Chẳng cứ kiến thức về lịch sử mà cả kiến thức phổ thông mình cũng không biết rõ.

역사 지식뿐만 아니라 상식도 나는 잘 몰라.

> **Cấu trúc**
>
> **Chẳng cứ (gì)/không chỉ A mà cả B**
> **Chẳng cứ (gì)/không chỉ** + 명사1 + **mà (cả)** + 명사2 + **cũng** + 서술어
> **Chẳng cứ (gì)/không chỉ** + 명사1 + **mà (cả)** + 명사2 + 주어 + **cũng** + 서술어

— 이 구문은 'A뿐만 아니라 B도'라는 뜻으로, 의미상 'không những A mà còn B', 'không chỉ A mà còn B'와 비슷하지만 이 구문에서 A와 B는 서술어 및 절이 오지 않고 명사만 올 수 있다는 차이점이 있습니다. A와 B는 명사 역할만 하기 때문에 이 구문은 주어 또는 목적어로만 쓰이며, 목적어로 쓰일 때는 목적어가 문장 제일 앞으로 도치된 강조 형태에서만 사용됩니다. 'A뿐만 아니라 B도'라고 해석합니다.

Ví dụ Chẳng cứ tôi mà cả chị tôi cũng bị mẹ mắng.
나뿐만 아니라 우리 언니도 엄마에게 혼났다.

Chẳng cứ gì người Việt mà cả thế giới này ai cũng theo dõi sự phát triển của bóng đá Việt Nam.
베트남 사람뿐만 아니라 전 세계가 베트남 축구의 발전을 지켜보고 있다.

Không chỉ anh Minh mà anh Huy, chị ấy cũng từ chối.
Minh 오빠뿐만 아니라 Huy 오빠도 그 언니는 거절했다.

Không chỉ đàn ông mà cả phụ nữ cũng có thể đứng đầu một doanh nghiệp lớn.
남성뿐만 아니라 여성도 큰 기업을 리드할 수 있다.

7 Mình **nhất định sẽ** tìm hiểu về các thành phố Việt Nam.
나는 베트남의 각 도시에 대해 반드시 알아볼 거야.

> **Cấu trúc**
>
> 주어 + **nhất định sẽ** + 서술어
> **Nhất định** + 주어 + **sẽ** + 서술어

― 이 구문은 주어의 강한 의지 및 결심을 표현합니다. '반드시, 기필코 ~ 할 것이다'로 해석합니다. 'Thế nào cũng'과 비슷합니다.

Ví dụ   Tôi là Luffy! Tôi nhất định sẽ trở thành vua hải tặc.
나는 루피야. 나는 반드시 해적왕이 될 거야. (원피스)

Nhất định mình sẽ thực hiện ước mơ.
나는 기필코 꿈을 이룰 거야.

Tôi nhất định sẽ thành công.
나는 반드시 성공할 거야.

A <u>Thành phố Hồ Chí Minh được thành lập</u> cách đây có 320 năm thôi à?

track 19-03

   ⓐ Anh vào công ty này   10 năm rồi.

   ⓑ Công ty Samsung bắt đầu đầu tư mạnh vào Việt Nam   4 năm.

   ⓒ Chị đến sinh sống tại Hà Nội   2 năm.

B <u>Sau vụ việc đó, anh ấy bị tổn thương nặng nề nên</u> **ngay cả** <u>tôi, anh ấy</u> **cũng** <u>không tin nữa</u>.

   ⓐ Anh ấy buồn đến mức

      cơm anh ấy

      không ăn

   ⓑ Bài toán này khó đến mức

      các nhà toán học

      phải mất nhiều thời gian để giải

   ⓒ Bộ phim đó rất xúc động nên

      bố tôi

      khóc

C **Dù cho** <u>anh ấy phản bội tôi nhưng tôi vẫn sẽ yêu anh ấy</u>.

   ⓐ ngày mai trời mưa chúng tôi vẫn đi du lịch

   ⓑ bố mẹ phản đối mình nhất định sẽ ra ở riêng

   ⓒ cuối cùng mình sẽ bị tổn thất mình vẫn đầu tư

D **Phải chi** <u>mình cũng chăm học lịch sử như Tùng thì chắc là mình sẽ hiểu và biết rõ hơn</u>.

   ⓐ tôi không sai hẹn thì chắc là anh ấy không tức như vậy

   ⓑ em cố gắng ăn kiêng thì chắc là đã mặc vừa áo này

   ⓒ em đã không gặp nó

E Chẳng cứ <u>kiến thức về lịch sử</u> **mà (cả)** <u>kiến thức phổ thông mình</u> **cũng** <u>không biết rõ</u>.

ⓐ thứ bảy   chủ nhật anh ấy   đi làm

ⓑ kem   sô cô la nó   không ăn

ⓒ hàng này   hàng kia   đang giảm giá

F <u>Mình</u> **nhất định sẽ** <u>tìm hiểu về các thành phố Việt Nam</u>.

ⓐ Ngày mai, tôi   làm xong việc đó

ⓑ Từ hôm nay, mình   tập thể dục cho khoẻ

ⓒ Anh   làm em hạnh phúc suốt đời

A 다음 Hải Phòng에 대한 글을 듣고 질문에 답하세요.　track 19-04

1　Hải Phòng là thành phố lớn thứ mấy ở Việt Nam?

ⓐ Thứ nhất　　　　　　ⓑ Thứ hai

ⓒ Thứ ba　　　　　　　ⓓ Thứ năm

2　Vì sao Hải Phòng được biết đến với tên "Thành phố Hoa phượng đỏ".

ⓐ Vì nơi xuất xứ của hoa phượng đỏ chính là Hải Phòng.

ⓑ Ở Hải Phòng, giá hoa phượng đỏ thấp nhất.

ⓒ Hoa phượng đỏ được trồng khắp nơi ở Hải Phòng.

ⓓ Vì hoa phượng đỏ chỉ có ở Hải Phòng.

3　Câu nào dưới đây không đúng với bài viết này?

ⓐ Hải Phòng còn được gọi là đất cảng.

ⓑ Hải Phòng là trung tâm công nghiệp của phía Bắc.

ⓒ Hải Phòng hiện lưu giữ nhiều nét hấp dẫn về kiến trúc kể cả truyền thống và tân thời.

ⓓ Hải Phòng không có tiềm năng du lịch.

B 다음 Cần Thơ에 대한 글을 듣고 질문에 답하세요.　track 19-05

1　Cần Thơ thuộc vùng nào?

ⓐ Vùng Bắc bộ　　　　　　ⓑ Vùng Bắc Trung bộ

ⓒ Vùng Nam bộ　　　　　　ⓓ Vùng đồng bằng sông Cửu Long

2　Câu nào dưới đây không phải là đặc điểm của Cần Thơ?

ⓐ Đồng ruộng bậc thang　　　　ⓑ Vườn cây ăn trái bạt ngàn

ⓒ Đầu mối giao thông quan trọng　ⓓ Hệ thống sông ngòi chằng chịt

3　Đặc điểm nào là "một nét sinh hoạt đặc thù của văn hoá Nam Bộ"?

ⓐ Hiện đại　　　　　　　　ⓑ Đầu mối giao thông

ⓒ Thành phố lớn　　　　　　ⓓ Chợ nổi

01 보기를 참고하여 다음 문장을 바꾸세요.

Mẫu	2 năm trước, tôi đã đi tham quan thành phố Quy Nhơn.
	→ Cách đây 2 năm, tôi đã đi tham quan thành phố Quy Nhơn.

ⓐ Công ty Hoa Mai được thành lập 20 năm trước

→ _____

ⓑ Tôi rời quê vào Thành phố Hồ Chí Minh 5 năm trước.

→ _____

ⓒ Mấy tháng trước, chị tôi đã mở một cửa hàng quần áo nhỏ ở trung tâm thành phố.

→ _____

ⓓ Tôi dọn nhà đến đây vài tuần trước.

→ _____

02 다음 문장을 완성하세요.

ⓐ Chị ta nói nhiều đến nỗi ngay cả _____

ⓑ Anh ấy giàu đến mức ngay cả _____

ⓒ Sáng nay tuyết rơi nhiều nên ngay cả _____

ⓓ Ngay cả fan của anh ấy cũng ghét anh ấy vì _____

ⓔ Ngay cả cơm nguội mình cũng muốn ăn vì _____

03 다음을 작문하세요.

ⓐ 비록 그는 매우 성공했지만 그는 여전히 불행하다.

→ _____

ⓑ 혹시 내일 비가 오더라도 프로그램은 계획대로 진행됩니다.

→ _____

ⓒ 그는 비록 가난하지만 희망을 잃지 않는다.

→ _____

ⓓ 나는 여러 번 실패했지만 오늘도 성공을 위해 노력한다.

→ _____

04 다음을 문장을 베트남어로 작문하세요.

ⓐ 그녀를 다시 만날 수만 있다면!

→ _____

ⓑ 오늘이 토요일이라면!

→ _____

ⓒ 내가 남자로 태어났더라면!

→ _____

ⓓ 어제 조금만 더 일찍 잤더라면 오늘 안 늦었을 텐데.

→ _____

ⓔ 그때 엄마 말을 들었더라면!

→ _____

05 다음 문장을 완성하세요.

ⓐ Chẳng cứ bố tôi mà cả mẹ tôi cũng _____

ⓑ Chẳng cứ gì rượu mà bia anh ấy cũng _____

ⓒ Không chỉ Sài Gòn Square mà cả chợ Bến Thành cũng _____

ⓓ Không chỉ bạn thân mình mà cả gia đình em ấy cũng _____

ⓔ Chẳng cứ gì cuối tuần này mà cả cuối tuần sau _____

06 다음 문장을 완성하세요.

ⓐ Anh phải làm xong việc này trước sáng ngày mai nhé.

→ Vâng, tôi nhất định sẽ _____

ⓑ Thứ tư tuần sau là sinh nhật của em. Em mời anh đến dự tiệc sinh nhật em nhé.

→ Ừ, anh nhất định sẽ _____

ⓒ Anh ơi, lần này đừng có nói với chị Hồng nhé. Em xin anh đấy.

→ Ừ, em đừng lo, nhất định anh sẽ _____

ⓓ Em ơi, quán này rất ngon. Em nên ăn thử xem.

→ Dạ, nhất định em sẽ _____

track 19-06

Việt Nam hiện có 5 thành phố trực thuộc trung ương và 67 thành phố trực thuộc tỉnh. Sau đây là 9 thành phố đẹp nhất Việt Nam theo bình chọn của trang web Kiến Thức.

Với hơn 1.000 năm văn hiến, thủ đô Hà Nội là nơi có nhiều di tích lịch sử quan trọng của Việt Nam, tiêu biểu là Văn Miếu - Quốc Tử Giám và Di sản văn hóa thế giới Hoàng thành Thăng Long. Thành phố đẹp nhất Việt Nam này cũng có nhiều thắng cảnh hấp dẫn như hồ Tây, núi Ba Vì, quần thể thắng cảnh Hương Sơn...

Trái với vẻ đẹp thâm trầm của Hà Nội, TP HCM lại khiến du khách gần xa choáng ngợp với những tòa nhà chọc trời tráng lệ nằm dọc bờ sông Sài Gòn cùng nhiều công trình kiến trúc hiện đại khác. Bên cạnh đó, thành phố vẫn lưu giữ được nhiều di sản kiến trúc cổ có giá trị như nhà thờ Đức Bà, tòa nhà uỷ ban nhân dân Thành Phố, Bưu điện Trung tâm...

Nằm bên cạnh Di sản thiên nhiên thế giới vịnh Hạ Long, thành phố Hạ Long (Quảng Ninh) là một trong những điểm đến nổi tiếng nhất Việt Nam. Với ưu thế tự nhiên của mình, thành phố đã phát triển những loại hình du lịch đặc thù như du thuyền, khám phá hang động, leo núi... thu hút sự tham gia của một lượng lớn du khách quốc tế.

Vẻ đẹp của Cố đô Huế (Thừa Thiên - Huế) đã đi vào tâm thức người Việt với nét thơ mộng của sông Hương, núi Ngự cùng một quần thể di tích lịch sử đồ sộ đã được công nhận là Di sản văn hóa thế giới. Những điểm đến không thể bỏ qua ở thành phố này là Tử Cấm Thành, các lăng tẩm vua Nguyễn, chùa Thiên Mụ...

Một trong những lý do khiến Đà Nẵng được mệnh danh là "thành phố đáng sống nhất Việt Nam" là vẻ đẹp khó cưỡng của thành phố này. Không chỉ hấp dẫn du khách bằng bãi biển Mỹ Khê, bán đảo Sơn Trà, danh thắng Ngũ Hành Sơn... thành phố còn được biết đến với những công trình hiện đại độc đáo, tiêu biểu như cầu Rồng trên sông Hàn.

Thành phố Hội An (Quảng Nam) gắn liền với Di sản văn hóa thế giới Đô thị cổ Hội An, không chỉ được biết đến với vẻ đẹp kiến trúc mà còn níu chân du khách bằng những nét văn hóa độc đáo cùng nhiều món ăn ngon "quên lối về". Thành phố cũng sở hữu những thắng cảnh thiên nhiên hấp dẫn như biển Cửa Đại và Cù Lao Chàm.

Nằm trên cao nguyên Lâm Viên lộng gió, thành phố Đà Lạt (Lâm Đồng) từng được người Pháp mệnh danh là "tiểu Paris" với bốn mùa mát mẻ cùng vô số công trình kiến trúc mỹ lệ mang phong cách Pháp nằm giữa khung cảnh đồi núi điệp trùng và những rừng thông xanh bạt ngàn.

Được bao bọc bởi những bãi biển tuyệt đẹp, Vũng Tàu (Bà Rịa - Vũng Tàu) là thành phố du lịch biển số một của khu vực miền Nam. Ngoài các bãi biển, thành phố cũng có nhiều thắng cảnh hấp dẫn khác như tượng Chúa Kitô cao nhất châu Á, ngọn hải đăng trăm tuổi, miếu Hòn Bà...

Là thành phố biển nổi tiếng nhất khu vực Nam Trung Bộ, Nha Trang (Khánh Hòa) sở hữu nhiều khu nghỉ dưỡng đẳng cấp quốc tế. Thành phố này cũng được biết đến với các di tích lịch sử độc đáo như tháp Chăm Po Nagar, biệt điện Bảo Đại, nhà thờ Núi... Đây cũng là nơi có Bảo tàng Hải dương học lớn nhất khu vực Đông Nam Á.

*Nguồn : Kiến thức

 1 Trong bài này có tất cả bao nhiêu thành phố được đề cập?
이 글에서 모두 몇 개의 도시를 언급하였나요?

 2 Hãy liệt kê đặc điểm của từng thành phố một.
각 도시별로 특징을 열거하세요.

 3 Trong các thành phố này bạn đã tham quan những thành phố nào?
이 도시들 중에서 당신은 어떤 도시들을 관광했나요?

 베트남은 현재 5개의 중앙 직할시와 67개의 성 직할시를 가지고 있다. 다음은 "끼엔 특 (지식)" 웹사이트의 선정에 따른 베트남의 가장 아름다운 도시 9곳이다.

1000여 년의 문명과 함께 수도 하노이는 베트남의 중요한 역사 유적들이 많이 있는 곳이고 대표적으로는 문묘−국자감과 탕롱 황성 세계문화유산이다. 베트남에서 가장 아름다운 이 도시는 서호, 바비 산, 흐엉 썬 명승 고적 지구 등과 같이 매력적인 관광지를 많이 가지고 있다.

하노이의 고즈넉한 아름다움과는 반대로 호치민 시는 사이공 강가를 따라 놓인 웅장한 초고층의 빌딩과 다른 수많은 현대적인 건축물들로 멀고 가까운 곳에서 온 여행객들이 어안이 벙벙하게 한다. 그 밖에도 이 도시는 노트르담 성당, 호치민 인민위원회 청사, 중앙우체국 등과 같은 가치 있는 오래된 건축 유산을 많이 가지고 있다.

하롱베이 세계자연유산에 옆에 위치한 하롱 시(꾸앙 닝 성)는 베트남에서 가장 유명한 (여행) 목적지들 중 하나다. 자신의 자연적인 이점으로 (이) 도시는 크루즈 투어, 동굴 탐험, 등산 등의 특징 있는 여행 상품들을 발전시켜 수많은 국제 여행객들의 방문을 유치한다.

고도 후에(트어 티엔 후에 성)의 아름다움은 향강, 응으산(임금님 산)의 시적이며 꿈결같은 특징과 세계 문화유산에 등재된 거대한 역사 유적 지구로 베트남인의 마음과 머릿속에 스며들었다. 이 도시에서 빠트리지 말아야 할 목적지는 후에 왕궁, 응우옌 왕조 왕릉, 티엔무 사 등이다. 다낭을 '베트남에서 가장 살 만한 도시'라는 명칭으로 불리게 만든 이유들 중 하나는 이 도시의 거부하기 어려운 아름다움이다. 미케 해변, 썬 짜 반도, 명승 고적 오행산 등으로 여행객들을 매료시킬 뿐만 아니라 이 도시는 독창적인 현대적 구조물들로 알려졌는데 가장 대표적인 것은 한강의 용다리이다.

호이안(꾸앙 남 성)은 호이안 구시가지 세계문화유산과 관련 있는 곳으로, 건축의 아름다움으로 알려졌을 뿐만 아니라 '돌아갈 길을 잊어버리는' 맛있는 음식들과 독창적인 문화로 여행객들의 발을 잡는다. 이 도시는 또한 끄어 다이 비치, 꾸 라오 짬 섬과 같은 매력적인 자연 경관들을 소유하고 있다.

큰 바람이 부는 럼 비엔 고원 위에 위치한 달랏(럼동 성)은 첩첩이 둘러싼 산과 셀 수 없는 푸른 소나무 숲 가운데 놓여 시원한 4계절과 프랑스 스타일의 미려한 수많은 건축물들로 프랑스 사람들이 '작은 파리'라고 불렀던 적이 있다.

환상적으로 아름다운 해변들로 둘러싸인 붕따우(바 지어-붕따우 성)는 남부 지역 제일의 바다 관광 도시이다. 각 해변들 이외에도 이 도시는 아시아에서 가장 높은 예수상, 100살이 넘은 등대, 혼 바 사원들과 같은 다른 매력적인 많은 여행지를 가지고 있다.

남중부 지역에서 가장 유명한 도시인 냐짱(카잉 호아 성)은 국제적인 수준의 리조트들을 많이 소유한 곳이다. 이 도시는 참 포나가르 탑, 바오 다이 별궁, 누이 성당 등 독창적인 역사 유적들로 알려졌다. 이곳은 또한 동남아시아 지역에서 가장 큰 해양학 박물관이 있는 곳이다.

*출처 : 지식

Từ vựng mới | 새로운 어휘

bình chọn 선정하다 | văn hiến 문명 | di sản văn hoá thế giới 세계문화유산 | thắng cảnh 관광지, 명승지 | thâm trầm 깊이 숨겨진, 심오한, 고즈넉한 | choáng ngợp 어안이 벙벙한, 현기증 날 정도로 놀란 | chọc trời 고층 빌딩 | tráng lệ 웅장한 | dọc bờ sông 강가를 따라 | công trình kiến trúc 건축물 | lưu giữ 유지하다, 지니다 | toà nhà uỷ ban nhân dân 인민위원회 청사 | điểm đến 목적지 | ưu thế (優勢) 우세한, 이점인 | đặc thù 특징 있는, 특수한 | du thuyền 크루즈 여행 | tâm thức 마음과 지식 | thơ mộng 시적이고 꿈결같은 | quần thể di tích lịch sử 역사 유적 지구 | đồ sộ 거대한 | mệnh danh 명하다, 칭하여 부르다 | khó cưỡng 측량하기 어려운 | tiêu biểu 대표적인, 대표 | gắn liền với ~와 밀접한 연관이 있다 | níu chân 다리를 붙잡다 | lối về 돌아가는 길 | sở hữu (所有) 소유하다 | lộng gió 바람이 세게 부는 | vô số 무수한 | mỹ lệ 미려한 | phong cách 스타일 | khung cảnh 광경 | đồi núi 산 | điệp trùng 첩첩이 산이 둘러싸인 모양 | rừng thông 소나무 숲 | bạt ngàn 셀 수 없이 많은 | được bao bọc (bởi) ~로 둘러싸이다 | tượng (像) 상, 동상 | khu nghỉ dưỡng 리조트 | hải dương (海洋) 해양

Bài 20

Các truyền thuyết Việt Nam

베트남의 전설

track 20-01

Truyền thuyết là một thể loại văn học dân gian, ra đời sau truyện thần thoại, thường có yếu tố tưởng tượng kì ảo, các nhân vật, sự kiện đều liên quan đến lịch sử, là những truyện truyền miệng kể lại sự tích các nhân vật lịch sử hoặc giải thích nguồn gốc các phong vật địa phương theo quan điểm của nhân dân. Đồng thời nó cũng sử dụng yếu tố hư ảo, thần kỳ như trong cổ tích và thần thoại.

Việt Nam là một nước có rất nhiều truyền thuyết như 'truyền thuyết hồ Gươm', 'truyền thuyết An Dương Vương', 'truyền thuyết Lạc Long Quân và Âu cơ'... Tìm hiểu về truyền thuyết Việt Nam cũng có nghĩa là gián tiếp tìm hiểu về lịch sử các dân tộc Việt Nam, một dân tộc có hơn 4,000 năm dựng nước và giữ nước. Mặt khác truyền thuyết cũng cung cấp cho chúng ta một vốn kiến thức kha khá về các địa danh lịch sử ở Việt Nam.

1 Nước bạn có nhiều truyền thuyết không?
당신의 나라는 많은 전설이 있나요?

2 Bạn biết những truyền thuyết nào của nước mình?
당신은 자신의 나라의 어떤 전설들을 알고 있나요?

3 Ở nước bạn, truyền thuyết nào kể về sự kiện dựng nước trong lịch sử?
당신의 나라에서는 어떤 전설이 역사 속의 건국 사건에 대해 말해 주나요?

4 Theo bạn, truyền thuyết có vai trò gì trong cuộc sống hiện đại?
당신은 현대 삶에서 전설이 어떤 역할을 한다고 생각하나요?

전설은 민간문학의 한 장르로 신화 이후에 탄생하였고 허구적인 상상의 요소를 가지고 있으며 각 인물과 사건들이 다 역사와 관련되어 있다. (전설은 또한) 사람들의 관점에 따라 사물과 지역의 기원을 설명하거나 역사적 인물의 이야기를 구전 형태로 전한 이야기들이다. 동시에 그것은 옛날이야기 및 신화에서와 같이 공상적이고 신기한 요소를 사용한다.

베트남은 검 호수 전설, 안양왕 전설, 락롱꾸언과 어우 꺼 전설 등 수많은 전설을 지닌 나라이다. 베트남 전설을 탐구하는 것은 4000년 이상의 기간 동안 나라를 세우고 유지한 민족인 베트남의 각 민족의 역사를 간접적으로 이해한다는 의미이다. 다른 측면에서 전설은 베트남의 역사 지명에 대한 상당한 지식을 우리에게 제공해 준다.

track 20-02

Ở Hồ Hoàn Kiếm

Cúc   Chào cậu. Hôm nay cậu có vẻ buồn, có chuyện gì thế?

Ji-Min   À, Hôm nay tớ trót dậy muộn nên bắt tắc xi đến đây. Tớ bảo người lái xe đưa đến hồ Hoàn Kiếm, nhưng anh ấy trả lời là "Hồ Gươm", nên tớ rất sợ người đó nghe nhầm. Trong suốt thời gian trên xe, tớ sốt ruột lắm. May mà đến hồ Hoàn Kiếm được. Thế thì, Hồ Hoàn Kiếm và hồ Gươm là một, phải không?

Cúc   Đúng rồi. Hồ Hoàn Kiếm còn được gọi là hồ Gươm. Từ 'kiếm' và từ 'gươm' là một, có nghĩa là 'một vũ khí giống dao'.

Ji-Min   Ra vậy. Thế dao có sự liên quan gì với hồ này nhỉ? Khi tớ học ở đại học thì đã nghe qua nhưng quên mất rồi.

Cúc   À, để mình giải thích lại cho. Tên gọi Hoàn Kiếm xuất hiện vào đầu thế kỷ 15, gắn liền với truyền thuyết vua Lê Lợi trả gươm báu cho Rùa Thần. Bạn có biết nhà Lê chứ? Lê Lợi là người sáng lập triều đại Hậu Lê. Theo truyền thuyết, trong một lần vua Lê Lợi dạo chơi trên thuyền, bỗng một con rùa vàng nổi lên mặt nước, đòi nhà vua trả thanh gươm mà Long Vương đã cho nhà vua mượn để đánh đuổi quân Minh xâm lược. Nhà vua liền trả gươm cho rùa thần và rùa lặn xuống nước. Từ đó hồ được đặt tên là hồ Hoàn Kiếm.

Ji-Min   Ôi, thế ạ. Có cậu tớ mới học được nhiều điều thú vị. Cám ơn cậu. Thế, hồ Hoàn Kiếm có Tháp Rùa trên đảo ở giữa hồ, người ta xây tháp đó để thờ con rùa vàng đó, phải không?

Cúc   Điều đó mình cũng không rõ lắm. Người thì nói là tháp đó do chúa Trịnh xây để làm nơi nghỉ mát mùa hè, còn người khác thì nói là cuối thế kỷ 19 người ta xây tháp đó với lý do phong thuỷ. Nhưng dù sao thì hồ Hoàn Kiếm cũng gắn liền với rùa, ở đền Ngọc Sơn có một cá thể rùa to được trưng bày trong tủ kính mà.

Vì sao Ji-min sốt ruột trong suốt thời gian ngồi trên xe?

지민은 왜 차를 타고 오는 시간 내내 초조했나요?

 Theo bài này, hồ Hoàn Kiếm hay còn được gọi là hồ Gươm có liên quan đến truyền thuyết nào?

이 글에 따르면 호안끼엠 호수가 그엄 호수라고 자주 불리는 것이 어떤 전설과 연관이 있나요?

 Theo bài này, người sáng lập triều đại Hậu Lê là ai?

이 글에 따르면 후 레 왕조를 세운 사람은 누구인가요?

 Theo bài này, chủ thật sự của thanh gươm thần là ai?

이 글에 따르면 신성검의 실제 주인은 누구인가요?

 Ở đền Ngọc Sơn cái gì được trưng bày trong tủ kính?

응옥썬 사에는 유리관 안에 무엇이 전시되어 있나요?

Từ vựng mới | 새로운 어휘

nhầm 실수하다 | **sốt ruột** 초조해하다 | **kiếm** (劍) 검 | **gươm** 검 | **vũ khí** (武器) 무기 | **liên quan** (聯關) 연관되다, 관련이 있다 | **tên gọi** 명칭 | **thế kỷ** (世紀) 세기 | **gắn liền** ～와 밀접한 관련이 있다 | **gươm báu** 보검, 귀한 검 | **rùa** 거북이 | **thần** (神) 신 | **sáng lập** (創立) 창립하다, 세우다 | **triều đại** 왕조 | **Hậu Lê** 후레 (베트남 왕조이름, 後 레 왕조) | **dạo chơi** 산책하며 놀다 | **bỗng** 갑자기 | **nổi** 떠오르다 | **mặt nước** 수면 | **thanh gươm** 성검 | **nhà vua** 왕 | **đánh đuổi** 물리치다, 쫓아내다 | **xâm lược** (侵略) 침략하다 | **lặn xuống** 잠수하다, 가라앉다 | **tháp** (塔) 탑 | **xây** 세우다, 짓다 | **thờ** 제사하다, 숭배하다 | **phong thuỷ** (風水) 풍수지리 | **cá thể rùa** 거북이 박제 (호안 끼엠 호수 응옥썬 사에 전시된 큰 거북이 박제) | **trưng bày** 전시하다 | **tủ kính** 유리관

1 Hôm nay cậu **có vẻ** buồn, có chuyện gì thế?

오늘 너 슬퍼 보이네, 무슨 일이 있어?

> **Cấu trúc**
>
> **có vẻ, tỏ ra, tỏ vẻ, ra vẻ** + 형용사

— 이 단어들은 형용사 앞에 위치하여 사람이나 사물의 외형 모습에 대한 판단을 나타내며 thích, muốn, cần, hiểu, suy nghĩ 등과 같은 동사 앞에도 사용할 수 있습니다.

① có vẻ : 다른 사람이나 사물의 겉모습에 대한 화자의 확실치 않은 생각, 추측을 나타냅니다. '~해 보인다'로 해석합니다. 초급에서 학습한 trông, trông A có vẻ와 같은 뜻입니다.

Ví dụ Cái bàn kia có vẻ bền.
저 책상은 튼튼해 보인다.

Anh Kiên có vẻ mệt.
Kiên 오빠는 피곤해 보이네.

② tỏ ra, tỏ vẻ : 주어가 다른 사람이 자신의 태도나 모습을 보도록 표정이나 행동으로 표현하는 것으로 '~인 모습을 보이다, 기색을 보이다, 드러내다, 나타내 보이다'로 해석합니다. (이때, 주어의 행동은 진실일 수도 있고 거짓일 수도 있습니다.) tỏ ra는 화자가 객관적인 태도로 진술하며 tỏ vẻ는 주관적인 태도로 주어가 그렇게 표현하는 것에 대한 약간의 불만이 포함되어 있습니다.

Ví dụ Khi nhận hàng, khách hàng tỏ ra hài lòng.
상품을 받았을 때 고객은 만족감을 드러냈다.

Mặc dù rất sợ nhưng anh ấy vẫn cố gắng tỏ ra can đảm trước người yêu của mình.
비록 매우 두려웠지만 그는 자신의 연인 앞에서 용기 있는 모습을 보이려 노력했다.

Một chàng trai đầu tiên trong dòng người xếp hàng mua được iPhone 10 tỏ vẻ thất vọng.
일등으로 줄 서서 아이폰 10을 구매한 청년이 실망감을 드러냈다.

Khi thấy anh ấy, em Linh tỏ vẻ ngạc nhiên.
그를 보고 Linh은 놀란 기색을 보였다.

③ ra vẻ : 주어가 다른 사람에게 자신의 태도나 모습을 보여주는 것이지만 실제로 다르게 가장하여 거짓으로 기분, 태도를 보여주려고 하는 것으로 '~하는 척하다'로 해석합니다.

Ví dụ Em ấy thật ra không hiểu nhưng ra vẻ hiểu.
그는 실제로는 이해하지 못했지만 이해한 척했다.

Cái Cúc ra vẻ thích tôi nhưng thực tế thì nó không thích tôi chút nào cả.
Cúc 걔는 나를 좋아하는 척 하지 실제로는 나를 전혀 좋아하지 않는다.

2 Hôm nay tớ **trót** dậy muộn nên bắt tắc xi đến đây.

오늘 나 늦게 일어나 버려서 택시 타고 왔거든.

> ### Cấu trúc
>
> **trót, lỡ, nỡ, thản nhiên** + 동사

① **trót** + 동사 : 과거에 어떤 잘못이나 실수를 한 것을 언급할 때 사용하며 고의로 하였을 수도 있고 고의가 아닐 수도 있습니다. '~해 버렸다'로 해석하고 후회의 어감을 가지고 있습니다.

Ví dụ Tôi đã trót nói dối mẹ.
내가 엄마한테 거짓말을 해 버렸다.

Anh đã trót thương em nhiều.
너를 많이 사랑해 버렸다. (너는 나쁜 사람이어서 잘못된 사랑이었음)

② **lỡ** + 동사 : 고의로 한 일이 아닌 실수, 또는 상황에 따라 진행된 일(보통을 좋지 않은 일)에 대한 후회를 나타냅니다. '~해 버리다'로 해석합니다.

Ví dụ Anh ấy đã lỡ làm rơi điện thoại của bạn mình nên điện thoại đó bị hỏng.
그는 실수로 친구의 핸드폰을 떨어뜨려 버려서 그 핸드폰이 고장 났다.

Em lỡ hẹn với anh. Em xin lỗi anh ạ.
제가 실수로 오빠와의 약속을 잊어버렸어요. 미안해요.

③ **nỡ** + 동사 : 양심에 비추어 하면 안 되는 것이라는 의식을 가지고 있으면서도 고의로 악한 행동을 한 것을 나타내며 여기서 행동은 사회 통념을 벗어나는 악행입니다. '(양심도 없이) ~해 버렸다' 등 문맥에 맞게 다양하게 해석합니다. 주로 '**không nỡ** +동사' 형태로 많이 쓰여 '차마 ~할 수 없다', '그렇게 ~해 버릴 수 없다'로 해석합니다.

Ví dụ Anh ấy là anh trai em mà nỡ lừa em.
그는 너의 친오빠인데도 너한테 사기를 친 거야.

Em ấy nỡ bỏ bố mẹ mà đi.
그는 부모를 버리고 가 버렸어.

Dù sao thì anh cũng không nỡ trách nó.
어찌 됐든 나는 차마 그를 탓할 수 없어.

Tôi không nỡ để anh ấy làm việc đó.
나는 그가 그 일을 하게 차마 놔둘 수가 없어.

④ **thản nhiên** + 동사 : 마치 아무 일도 없는 것처럼 태연하게 어떤 행동을 하는 것을 표현합니다. 주로 그 행동은 통념상 좋지 않은 행동입니다. '태연하게 ~한다' 혹은 '아무렇지도 않게 ~한다'로 해석합니다.

Ví dụ Sau khi gây tai nạn, người thanh niên đó thản nhiên bỏ đi.
사고를 낸 후에 그 청년은 아무렇지도 않게 버리고 가 버렸다. (뺑소니)

Em gái nó khóc, nhưng nó thản nhiên chơi đồ chơi.
여동생이 우는데도 걔는 태연하게 장난감을 가지고 논다.

3 **Khi tớ học ở đại học thì đã nghe qua nhưng quên mất**
rồi. 내가 대학교에서 공부할 때 듣긴 했는데 잊어버렸어.

> **Cấu trúc**
>
> 동사/형용사 + **mất (rồi)**

— **mất rồi**은 동사 혹은 일부 형용사 뒤에 위치하여 '(완전히) 어떤 상태가 되어 다시 돌이킬 수 없다'라는 뜻을 나타냅니다. '~해 버렸다'로 해석합니다.

> **Ví dụ** Bánh tôi để trong tủ lạnh, chồng tôi ăn mất rồi.
> 내가 냉장고에 둔 빵 남편이 먹어 버렸다. (내가 그 빵을 먹을 수 없음)
>
> Người ta mua mất cái áo mà tôi định mua rồi.
> 사람들이 내가 사려던 옷을 사 가 버렸다. (나는 그 옷을 다시 살 수 없는 상태)
>
> Trời đã sáng mất rồi.
> 날이 새 버렸다. (잠에 들지 못하고 있는 상황에 날이 새 버려서 다시 잠잘 수 없는 상태)

4 **Nhà vua liền trả gươm cho rùa thần và rùa lặn xuống**
nước. 하여, 그는 신 거북이에게 검을 돌려주었고 거북이는 물 밑으로 가라앉았지.

> **Cấu trúc**
>
> **liền** + 동사 = **bèn**
> 동사 + **liền** = **ngay**
> 기간, 시간 명사 + **liền** = **liên tục**

— **liền**은 동사 앞에 위치하면 **bèn**과 같은 뜻으로 '그래서'라는 의미를 가지고 있고 주로 해석하지 않습니다. 동사 뒤에 위치하면 '즉시, 바로 = **ngay**'라는 부사로 사용됩니다. 또한 기간 뒤에 오면 특정 기간 동안 계속 이어서 어떤 행동이나 사건이 발생한 것을 나타내고 '줄곧, 연이어, 계속되는'으로 해석합니다.

> **Ví dụ** Hổ hỏi là "Thỏ đi đâu thế?" Gấu liền nói : "Thỏ bị ốm rồi!"
> 호랑이가 "토끼는 어디 갔어"라고 묻자 곰이 말했다. "토끼 아프대"
>
> Sau một ngày vất vả, anh ấy nằm xuống là ngáy liền.
> 힘든 하루 뒤에 그는 눕자마자 바로 코를 골았다.
>
> Trời mưa mấy ngày liền.
> 며칠 동안 계속 비가 내린다.

5 **Có** cậu tớ **mới** học được nhiều điều thú vị.
네가 있어야지만 내가 많은 재미있는 것들을 배울 수 있겠다.

> ### Cấu trúc
>
> **có A mới B**

— 이 구문은 조건 문으로 단지 A라는 조건이 충족되어야만 B라는 일이 가능함을 나타냅니다. 'A해야만 비로소 B한다'로 해석합니다.

> **Ví dụ**   Có học mới biết.
> 공부해야지만 알 수 있다.
>
> Có uống thuốc anh ấy mới ngủ được.
> 그는 약을 먹어야만 잠들 수 있다.
>
> Có trả lương cao, anh ấy mới chịu đi làm.
> 월급을 많이 줘야지만 그가 참고 일하러 다닐 것이다.

6 **Dù sao thì** hồ Hoàn Kiếm **cũng** gắn liền với rùa.
어쨌든 호안 끼엠 호수가 거북이랑 밀접한 관련이 있지.

> ### Cấu trúc
>
> **Dù sao thì** + 주어 + **cũng/vẫn** + 동사/형용사

— 이 구문은 양보 구문으로 조건에 대해 구체적으로 열거하지 않고 '어찌 되었건 ~한다' 혹은 '그렇다 하더라도 ~한다'라고 해석됩니다.

> **Ví dụ**   Dù sao thì anh ấy cũng biết sự thật rồi.
> 어찌 되었건 그도 사실을 알게 되었어.
>
> Dù sao thì trái đất vẫn quay.
> 그래도 지구는 돈다.

A <u>Cái bàn kia</u> có vẻ <u>bền</u>.

track 20-03

   ⓐ Cái điện thoại kia   đắt tiền

   ⓑ Chị ấy trông   giận

   ⓒ Làng này   yên tĩnh

B <u>Khi nhận hàng, khách hàng</u> **tỏ ra** <u>hài lòng</u>.

   ⓐ Khi cô Oanh đến gần, anh Duy   vồn vã

   ⓑ Cậu bé buồn ngủ nên   khó chịu

   ⓒ Cô ấy không hề   tức giận

C <u>Một chàng trai đầu tiên trong dòng người xếp hàng mua được iPhone 8</u> **tỏ vẻ** <u>thất vọng</u>.

   ⓐ Nhận phiếu điểm, nó   thất vọng

   ⓑ Trong toà án, tên ăn trộm   bất cần

   ⓒ Nhìn thấy người da đen, chị ta   khinh bỉ

D <u>Em ấy thật ra không hiểu nhưng</u> **ra vẻ** <u>hiểu</u>.

   ⓐ Cô ấy luôn cố gắng   khôn ngoan

   ⓑ Anh ta   giàu có trước mặt cô ấy

   ⓒ Nó   hiểu biết nhưng thực ra không hiểu gì cả

E <u>Hôm nay tớ</u> **trót** <u>dậy muộn nên bắt tắc xi đến đây</u>.

   ⓐ Bé ấy   làm vỡ cái ly thủy tinh

   ⓑ Bạn tôi   đánh mất 2 quyển sách của thư viện

   ⓒ Anh ấy   phạm sai lầm trong quản lý

F <u>Em</u> **lỡ** <u>hẹn với anh</u>.

   ⓐ Nó bối rối quá nên đã   nói dối mẹ nó

   ⓑ Tôi   tay đánh vỡ chiếc cốc

   ⓒ Chị ấy   lộ bí mật chuyện riêng của bạn mình

G Tôi không **nỡ** để anh ấy làm việc đó.

ⓐ Thằng kia   đánh vợ

ⓑ Mặc dù chia tay nhau nhưng tôi không   ghét anh ấy

ⓒ Tình nhạt rồi nhưng anh không   buông tay em

H Em gái nó khóc, nhưng nó **thản nhiên** chơi đồ chơi.

ⓐ Em ấy là người cuối cùng rời khỏi văn phòng nhưng   đi về mà không tắt đèn

ⓑ Chị ấy   chiếm chỗ ngồi của mình

ⓒ Biết vợ mình đang khóc vì mình nhưng anh ta   xem tivi

I Bánh tôi để trong tủ lạnh, chồng tôi đã ăn **mất rồi**.

ⓐ Xoài mà tôi định mua người ta mua

ⓑ Tôi đã yêu đơn phương anh ấy từ lâu nhưng anh ấy kết hôn

ⓒ Hộp cơm tôi mang theo bạn ấy đã ăn

J Sau một ngày vất vả, anh ấy nằm xuống là ngáy **liền**.

ⓐ Mỗi khi cô giáo hỏi, em ấy trả lời

ⓑ Cứ vào phòng anh ấy mở tivi

ⓒ Em ấy đến thư viện ba ngày

K Có cậu tớ **mới** học được nhiều điều thú vị.

ⓐ được ăn no, nó   ngủ được

ⓑ kimchi tôi,   ăn cơm được

ⓒ chị ấy đến, anh ấy   đi được

L Dù sao thì hồ Hoàn Kiếm cũng gắn liền với rùa.

ⓐ em cũng không lấy chồng đâu

ⓑ anh ấy cũng không đi công tác nước ngoài

ⓒ ông ấy vẫn không chấp nhận

A 다음을 듣고 질문에 답하세요. track 20-04

1 Truyền thuyết Đàn Quân có sự liên quan đến con vật nào?

ⓐ Con hổ và con khỉ

ⓑ Con ngựa và con gấu

ⓒ Con rùa và con rồng

ⓓ Con hổ và con gấu

2 Ông Hoàn Hùng cho mỗi con vật những gì?

ⓐ Một bó ngải cứu và 20 tép tỏi.

ⓑ Một bó hoa và 20 quả táo

ⓒ Một đĩa rau muống và 2 quả xoài

ⓓ Một đĩa rau thơm và 2 tá trứng

3 Nhà nước đầu tiên trong lịch sử Hàn Quốc là gì?

ⓐ Triều Tiên

ⓑ Cổ Triều Tiên

ⓒ Gorye

ⓓ Sinla

B 다음을 대화를 듣고 질문에 답하세요. track 20-05

1 Bài này nói về nhân vật nào?

ⓐ Vua Hùng

ⓑ Các sứ giả của vua

ⓒ Một vị Thánh trong truyền thuyết

ⓓ Giặc Tàu

2 Khi các sứ giả đến, Gióng yêu cầu họ làm gì?

ⓐ Chém cỏ rác.

ⓑ Cho tiền.

ⓒ Đánh đuổi giặc.

ⓓ Đúc ngựa sắt và gươm sắt.

3 Sau khi đánh tan giặc, Gióng đi đâu?

ⓐ Về làng Phù Đổng.

ⓑ Đi gặp vua.

ⓒ Bay thẳng lên trời.

ⓓ Lập miếu thờ.

01 다음 빈칸에 알맞은 단어를 넣으세요.

có vẻ	tỏ vẻ	tỏ ra	ra vẻ

ⓐ Cô ấy thích anh ấy nhưng _____ thờ ơ.

ⓑ Khi nghe tin đó, ông ấy _____ ngạc nhiên.

ⓒ Xe ô tô này _____ đắt nhỉ.

ⓓ Nó kém nhưng luôn cố gắng _____ giỏi.

ⓔ Hôm nay em ấy _____ chán.

ⓕ Sau khi cãi nhau, người chồng _____ xa cách với vợ mình.

ⓖ Tài xế Grab không biết đường nhưng _____ biết đường.

02 다음 빈칸에 알맞은 단어를 넣으세요.

trót	lỡ	nỡ	thản nhiên

ⓐ Những cái bánh trang trí đẹp lung linh nên tôi không _____ ăn.

ⓑ Mình _____ đọc nhật ký của bạn.

ⓒ Dạo này tôi ăn kiêng, nhưng tối nay tôi _____ ăn nhiều.

ⓓ Nó chính là người đánh mất chìa khoá phòng học, nhưng nó lại _____
đổ lỗi cho bạn nó.

ⓔ Chị ấy _____ uống ly cà phê của người khác.

ⓕ Thằng Xuân _____ đánh người yêu.

03 다음 빈칸에 liền 혹은 mất을 넣으세요.

ⓐ À, tôi quên _____, bây giờ Việt Nam là 5 giờ sáng.

ⓑ Món ở quán này ngon lắm, chúng tôi đi ăn ở đó 2 ngày _____.

ⓒ Mẹ ơi, anh Thành dùng _____ bàn chải đánh răng của con rồi.

ⓓ Vụ hoả hoạn đó đã thiêu rụi _____ nhiều ngôi nhà của người dân ở khu vực đó.

ⓔ Hàng này đã đẹp lại rẻ, quý khách hãy đặt hàng _____ nhé.

04 다음 문장을 완성하세요.

ⓐ Có đi mới _____

ⓑ Có bà mình giúp mình mới _____

ⓒ Có vé mời tôi mới _____

ⓓ Có vợ mình ở bên cạnh anh ấy mới _____

ⓔ Dạo này người ta nghĩ rằng có tiền mới _____

05 다음 문장을 해석하세요.

ⓐ Anh ta đã nói dối nhiều lần rồi. Dù sao thì tôi vẫn không tin anh ta.

→ _____

ⓑ Dù sao thì cây vẫn nở hoa, mặt trời vẫn mọc.

→ _____

ⓒ Dù sao thì cũng không nên lớn tiếng với người khác.

→ _____

ⓓ Dù sao thì mọi chuyện cũng đã qua rồi.

→ _____

ⓔ Dù sao thì anh ấy cũng đã nhận lỗi của mình rồi.

→ _____

track 20-06 💿

Con Rồng Cháu Tiên

Con Rồng cháu Tiên là một huyền thoại về nguồn gốc dân tộc Việt Nam. Con Rồng cháu Tiên là danh xưng đầy tự hào của tất cả mọi người Việt xuất phát từ quan niệm của họ về xuất thân liên quan đến truyền thuyết Con Rồng Cháu Tiên.

Trong cách gọi này, Rồng chỉ Lạc Long Quân và Tiên chỉ Âu Cơ. Người Việt Nam tự gọi mình là Con Rồng Cháu Tiên tức là nhận mình là dòng dõi của Lạc Long Quân và Âu Cơ. Đây là tên gọi thường dùng trong thơ ca Việt Nam với hàm ý kêu gọi sự đoàn kết giữa các dân tộc trên đất nước Việt Nam. Ngoài ra, dân tộc Việt Nam cũng gọi nhau là đồng bào với nghĩa tương tự.

Truyền thuyết Con Rồng cháu Tiên nói rằng, vua Lạc Long Quân thuộc dòng dõi Rồng lấy Âu Cơ thuộc dòng dõi Tiên, sinh ra một bọc có một trăm trứng, nở ra 100 con trai, gái. Sau này, 50 người theo mẹ lên núi, 50 người theo cha xuống biển; Từ đó dòng giống Việt này được phát triển. Tiên được hiểu là người sống trên núi, hiền từ, thanh thoát, sống mãi không chết. Còn rồng, được coi là chúa tể của biển cả, làm mưa làm gió, thiên biến vạn hóa, tài phép khôn lường.

＊Nguồn : WIKI Bách khoa

 1 Tại sao người Việt gọi nhau là đồng bào?
왜 베트남 사람은 서로를 동포라고 부르나요?

 2 Trong truyền thuyết này, "Rồng" chỉ ai, "Tiên" chỉ ai?
이 전설에서 'Rồng'은 누구이고 'Tiên'은 누구를 가리키나요?

용과 선녀의 자손

'용과 선녀의 자손'은 베트남 민족의 기원에 대한 이야기이다. '용과 선녀의 자손'은 모든 베트남인의 자랑스러움이 가득한 칭호로 (그들의) 출신이 '용과 선녀의 자손'이라는 전설과 연관되어 있다는 그들의 관념에서 출발한다.

이 칭호에서 용은 락롱꾸언을, 선녀는 어우 꺼를 가리킨다. 베트남 사람들이 스스로를 '용과 선녀의 자손'이라고 부르는 것은 즉 자신이 락롱꾸언과 어우꺼의 핏줄이라는 것을 인정하는 것이다. 이것은 베트남의 각 민족들 간의 단결을 호소하는 의미를 함축하여 베트남의 시와 노래에서 주로 사용되는 명칭이다. 그 이외에도 베트남 민족들은 같은 의미로 서로를 동포라고 부른다.

'용과 선녀의 자손'의 전설에 따르면 용족에 속한 락롱꾸언 왕이 신선족에 속한 어우꺼와 결혼하여서 100개의 알이 든 한 꾸러미를 낳았고 그 100개의 알은 100명의 아들, 딸들이 되었다. 후에 50명은 어머니를 따라 산으로 올라갔고 50명은 아버지를 따라 바다로 내려갔는데 그로부터 베트남 자손이 발전하게 되었다. 선녀(신선)는 선량하고 자유로우며 불로장생하는 산 지역 사람들로 이해되고 용은 비를 내리고 바람을 일으키며 변화무쌍하며(모든 것으로 변신할 수 있고), 가늠할 수 없는 능력을 지닌 바다의 주인으로 여겨진다.

＊출처 : 위키백과

Từ vựng mới | 새로운 어휘

con cháu 자손 | **rồng** 용 | **tiên** 선녀, 신선 | **huyền thoại** 허구적인 이야기 | **nguồn gốc** 기원 | **danh xưng** 칭호 | **tự hào** 자랑스러움, 자랑 | **quan niệm** (觀念) 관념 | **xuất thân** (出身) 출신 | **dòng dõi** 핏줄, 혈족 | **thơ ca** 시와 노래 | **hàm ý** (含意) 의미를 함축하다 | **kêu** 부르짖다, 호소하다 | **đoàn kết** (團結) 단결 | **đồng bào** (同胞) 동포 | **tương tự** 동일한, 같은 | **thuộc** 속하다 | **bọc** 꾸러미, 포 | **trứng** 알 | **dòng giống** 자손, 혈통 | **hiền từ** 상냥하고, 자비깊은 | **thanh thoát** 자유로운 | **chúa tể** 우두머리, 주인 | **biển cả** 바다, 대양 | **thiên biến vạn hoá** 변화무쌍한 | **tài phép** 능력, 재능 | **khôn lường** 가늠할 수 없는, 헤아릴 수 없는

회화 해석

듣기 스크립트와 해석

쓰기 연습 정답

기념품 가게에서

민지   와, 너무 예쁘다. 이 가게에는 매우 많은 것들이 있네. 여보, 우리 여기에서 기념품 사요!

상진   응, 이게 뭐지?

민지   아, 그건 논라예요, 베트남인의 전통 모자.

상진   여보 한 번 써 봐요. 와 너무 잘 어울리는데! 만약 아오자이를 입고 그것을 쓰면 너무 예쁠 거 같은데.

민지   됐어요, 아오 자이 너무 비싸요. 저는 논라만 살래요. 그러면 우리 친구에게 선물할 커피 사요.

상진   여기 커피 종류가 너무 많은데, 어떤 종류가 제일 좋은지 당신이 물어봐요.

민지   저기요, 여기 어떤 커피 종류가 제일 맛있어요?

판매원   네, 안녕하세요. 고객님들은 주로 콘삭 커피와 G7을 주로 (골라) 구매하세요. 이 두 종류의 커피 다 향긋하고 맛있으면서 싸요. 게다가, 오늘 커피는 1+1입니다.

민지   그 두 종류 커피 가격이 얼마죠?

판매원   네, 콘삭 커피는 하나에 125.000동이고 G7은 하나에 50.000동입니다.

상진   너무 좋네요, 콘삭 커피 3개와 G7 5박스 주세요.

Phương   나 너무 배고파! 우리 나가서 먹을 뭐라도 찾아 보자.

준   응, 너 무슨 음식이 먹고 싶어? 베트남 음식 아니면 양식?

Phương   배불리 먹게 되고 맛만 있다면 어떤 음식이든 가능해.

준   그러면, 우리 파스터 거리에 있는 '냐항 응온'에 가자. 거기 맛있는 음식이 매우 많아, (북부, 중부, 남부) 세 지역 음식이 다 있어.

Phương   찬성!

냐항 응온에서

종업원   안녕하세요! 몇 명이 오셨나요?

준   두 명이요, 저쪽 테이블에 앉아도 돼요?

종업원   네, 가능합니다.

Phương   (메뉴를 보고) 나는 반세오랑 하노이 분짜 먹고 싶어. 너 하노이 분짜 먹어 본 적 있어? 오바마 미국 전 대통령이 분짜를 먹어서 이 음식은 매우 유명해.

준   당연히 먹어 봤지, 진짜 맛있더라. 그런데 오늘 나는 다른 음식 한 번 먹어 볼래. 친구야, 반봇록은 어때? 맛있어?

Phương   맛있지! 그런데 그거 에피타이저야. 너는 다른 음식을 더 시키는 게 좋을 거 같아.

준   그러면 나는 분지에우를 먹을래. 저기요, 반세오 하나, 하노이 분짜 1인분, 반봇록 한 접시, 게살 분지에우 한 그릇 주세요.

종업원   네, 두 분 무엇을 마시겠습니까?

Phương   저한테 짜다(얼음차) 한 잔 주세요. 준은?

준   나는 망고 씬또(과일 밀크쉐이크) 한 잔 마실래.

학교에서

An   안녕 민, 내 이름은 안이야. 너는 어느 나라 사람이니?

민   안녕 친구, 나는 한국 사람이야. 나는 베트남어 실력을 향상시키기 위해 베트남에 왔어.

Linh   와, 너 베트남어 정말 잘한다. 너 베트남어 공부한 지 오래됐니?

민   나에게 베트남어만큼 어려운 언어는 없어, 너희들 너무 칭찬한다. 나는 한국에서 베트남어 공부를 6개월 했어.

An   너는 겨우 6개월만 베트남어를 공부했는데 이렇게 말하면 너무 잘하는 거야. 그러면 네가 보기엔 베트남어는 어때? 재미 있어?

민   정말 재미있지, 베트남어는 성조가 있어서 말하고 들을 때 노래하는 것과 같이 느껴져.

Linh   그 친구 말 정말 귀엽게 한다. 그럼 너 베트남에 오래 있을 거야?

민   나는 여기 꽤 오래 있을 예정이야, 계속 공부하기 위해 1년 동안.

4과

Thành	유나야, 이번 주말에 너는 특별한 무슨 일정 있니?
유나	아, 타잉 오빠, 사실 저는 아직 어떤 일정 도 없어요. 보통은 주말에 저는 조금 게 으르고 싶어요, 약 10-11시는 돼야지 일 어나요. 누구나 다 주말에는 평안하고 한 가롭기 원하잖아요. 오빠는 어때요?
Thành	나는 본인에게 매우 엄격한 사람이야. 어 떤 날이든 나는 일찍 일어나고 일찍 자. 그럼 주말에 너는 주로 뭐 해?
유나	저는 단지 집에 드러누워서 베트남 드라 마를 봐요.
Thành	오, 너도 베트남 드라마 보는 거야? 그러 면 너 공부하기 위해서 보니 아니면 재미 로 보니?
유나	둘 다요, 요즘에 저는 VTV3채널의 '나의 첫사랑'이라는 드라마에 빠졌어요.
Thành	아, 나도 그 드라마 알아. 우리 집에도 누 구나 다 그 드라마에 정말 빠졌어. 아마 너는 그런 로맨틱한 드라마들을 좋아하 나 보다.
유나	네, 저는 매우 좋아해요, 근데 오빠는 어 떤 영화(드라마) 장르 보는 걸 좋아해요?
Thành	낭만적인 사랑 영화보다는 공포영화를 더 좋아해. 스릴 있게 만들잖아.
유나	와, 저는 공포영화는 거의 안 봐요. 왜냐 하면 밤에 너무 무서워서 잘 수가 없어 요.
Thành	오, 너 어린애 같아. 무서워할 게 뭐가 있어.

5과

Ngọc	상우 오빠, 오빠 어디 가고 계세요?
상우	나는 공부하러 가.
Ngọc	어? 오빠는 뭐 타고 학교 가세요? 오빠 오토바이 안 타고 가요?
상우	응, 나는 베트남에서 감히 오토바이를 못 몰겠어, 너무 무서워. 예전에 나는 주로 택시를 타고 학교에 갔는데 너무 돈이 많 이 들어서 오늘 버스로 한 번 가 보려고.
Ngọc	아, 그러면 오빠는 몇 번 노선이 학교까 지 가는지 아세요?
상우	모르겠어, 다행히 여기서 너를 만났네. 내 가 기억하기로는 버스 정류장이 저쪽에 있는 거 같은데 맞지?
Ngọc	네, 제가 좀 볼게요. (잠시 후) 오빠, 아마 여기부터 오빠 학교까지 바로 가는 버스 편이 없어요. 오빠는 공화 거리로 나가야 지만 차가 있을 거예요.
상우	아마 너 헷갈린 거 같은데. 4번 버스 지나 가네. 이 노선은 벤탄 시장 근처 9월 23일 공원까지 가네, 거기서 다른 차로 갈아타 면 학교에 갈 수 있어.
Ngọc	아, 그래요? 저는 오토바이만 타고 다녀 서 몰랐네요. 근데, 왜 오빠는 그랩이나 우버 안 타요?
상우	그랩이랑 우버가 뭐야? 나 하나도 몰라.
Ngọc	세상에, 오빠 정말 촌스러워요! 지금 외 국인과 베트남 사람 다 그랩이나 우버를 이용해요. 그랩이나 우버는 스마트폰에 서 차를 예약하는 앱이에요. 오빠 다운받 으세요. 사용자는 이 지점에서 다른 지점 까지 차를 예약할 수 있고 가격, 소요 시 간을 미리 알 수 있어요. 그랩과 우버는 오토바이, 자동차 둘 다 있어요. 오빠는 자신의 요구 사항에 따라서 선택할 수 있 어요.
상우	와, 그래? 그랩이랑 우버 가격은 기존 택 시보다 많이 비싸니?
Ngọc	아니요, 오히려 택시보다 많이 싸요. 그랩 이랑 우버는 편하면서 싸고 또 프로모션 이 많아서 많은 사람들이 이용하죠. 저도 역시 주로 그랩과 우버를 타고 다녀요.

6과

Trang	현우야, 이거 나의 가족사진이야.
현우	와, 진짜 많네. 너의 가족은 몇 명이 있니?
Trang	우리 가족은 7명이 있어, 아빠, 엄마, 오빠둘, 나, 남동생 하나, 여동생 하나.
현우	와, 너 정말 어려 보인다. 너희 가족은 이 사진을 언제 찍은 거야?
Trang	2년 전에 싸파 여행 갔을 때.
현우	너의 옆에 앉은 남자분은 너의 아빠시지? 내가 보기에 너는 그분을 매우 닮은 거 같아.
Trang	응, 우리 아빠야, 나는 아빠를 많이 닮았지. 베트남 사람들에게는 이런 말이 있어: "딸이 아버지를 닮으면 세 집이 부유하다."
현우	아, 나도 이 말 알아, (즉) 만약 딸이 아빠를 닮으면 부유하고 명망 있는 삶을 산다는 말 맞지?
Trang	응, 맞아, 너 정말 잘한다! 예전에 우리 아빠는 고등학교 교장선생님이었는데 지금은 은퇴하셨어.
현우	그러면 너의 어머니는 여전히 일 하시지?
Trang	응, 우리 엄마는 채소 파는 가게를 여전히 운영하셔.
현우	너의 두 오빠는 결혼하셨니?
Trang	응, 큰오빠는 결혼한 지 3년 되었고 여자조카가 한 명이 있어. 그리고 둘째 오빠는 지난달에 막 결혼했지. 두 오빠 모두 분가해서 살고 있어.
현우	아 그렇구나, 그러면 너의 두 동생은 뭐해?
Trang	아, 내 남동생은 마지막 학년 대학생이고 곧 졸업해, 그리고 내 여동생은 겨우 대학교 3학년이야.
현우	너희 가족 중에 너는 누구의 성격을 제일 많이 닮았어?
Trang	우리 집은 성격이 제각각이야. 하지만 나는 제일 아빠랑 비슷하게 외향적이고, 활발하고, 오픈 마인드야. 나는 아버지와 비슷하게 여행 가는 거 좋아하고, 많은 사람들 사귀는 거 좋아하고 신기한 음식들 좋아해. 우리 형제들이 모두 내 성격이 아빠랑 진짜 비슷하다고 해.
현우	이런 상황에 베트남 사람들은 "그 아버지의 그 자식"이라고 하는 거 맞니?
Trang	응, 맞아, 너 베트남어 정말 잘한다.

7과

수아	여보세요, Hằng 언니 맞죠? 저 수아예요.
Hằng	아, 안녕, 무슨 일로 전화한 거야?
수아	오늘 저는 빌릴 집을 보러 가려고 하는데 제가 베트남어를 잘 못해서 저는 언니에게 (저를) 도와 같이 집을 보러 가자고 부탁하고 싶은데 가능한가요?
Hằng	응, 당연히 같이 갈 수 있지, 그러면 너 맘에 드는 집은 찾았어?
수아	네, 저는 "mua bán"이라는 웹사이트에서 한 곳을 찾았는데 그곳은 뜨리엠 군에 있어요.
Hằng	아, 뜨리엠 군에 있는 곳이라면 아마 미딩 지역에 있는 거 맞지? 그럼 거기서 만나자.
수아	네, 제가 언니에게 그곳의 주소를 문자로 보낼게요.

(미딩의 빈홈 아파트에서)

Hằng	안녕하세요. 아저씨가 이 집 주인 Hà 아저씨 맞으시죠?
집주인	응, 너희들 집 보러 온 거 맞지? 어서 들어오려무나.
Hằng	네, 감사합니다, 아저씨. 여기는 제 친구 한국인 수아예요. 현재 약 1년간 빌릴 집을 찾고 있어요.
집주인	응, 이 아파트에는 매우 많은 한국인들이 살고 있어, 이 건물 1층에는 케이마트도 있고. 게다가, 여기는 또 하노이 국립대학교가 꽤 가깝고 차 타고 가면 단지 15분만 걸린단다. 각 동마다 관리인과 경비원들이 다 있고 카드가 없으면 들어오지도 못하고 엘리베이터도 탈 수 없지.
수아	네, 너무 좋네요. 그러면 이 집에는 방이 몇 개가 있나요, 아저씨?
집주인	이 집은 침실 2개, 화장실 2개, 거실, 부엌이 있단다. 이 집 면적은 80m²나 되지. 그리고 베란다와 세탁기를 놓는 다용도실도 있어. 이 집이 36층에 있어 너무 높긴 하지만 이 건물에는 엘리베이터가 (충분히) 4개나 있어서 전혀 불편함이 없고.
Hằng	네, 방들은 옵션이 충분히 들어가 있나요?
집주인	충분하지, 여기 보렴. 거실과 부엌에는 TV, 소파, 식탁, 냉장고가 있고. 각 방마다 다 에어컨, 침대, 옷장, 책걸상이 있어. 큰 방은 화장대와 책꽂이도 있어.

수아	그러면 집세는 한 달에 얼마인가요?
집주인	1.500만 동이고 전기세, 수도세, 전화 및 인터넷 사용료, 그리고 관리비는 별도. 다들 하는 것처럼 2달치 월세를 보증금으로 걸고.
수아	너무 비싸네… 비싸긴 하지만 이 집은 학교에서 가깝고, 보안도 좋고 또 풀옵션이네요.
Hằng	수아야, 언니가 보기에 이 집 좋아, 그래도 일단 우리 다른 집도 계속 보러 가고. (집주인에게) 아저씨, 언제 이사 들어올 수 있나요?
집주인	만약 계약하면 언제든지 가능하지. 그럼 너희들은 계속 보러 가렴. 근데 아마 아저씨 집처럼 좋고 또 싼 집이 없을 거예요.

호텔 리셉션에서

호텔 직원	안녕하세요, 무엇이 필요하신가요?
은우	나는 방을 빌리고 싶어요.
호텔 직원	방을 예약하셨습니까?
은우	네, 나는 아고다 웹사이트를 통해서 예약했습니다.
호텔 직원	네, 예약 확인 바우처가 있으신가요?
은우	네, 여기요.
호텔 직원	네, 감사합니다. 4월 3일부터 6일까지 3박 4일 더블 룸 하나 예약하셨네요, 맞습니까?
은우	맞아요, 좀 높은 층에 방을 주실 수 있나요? 야경을 감상하고 싶네요.
호텔 직원	네, 제가 확인해 볼게요. 노력해 보겠습니다. 17층 괜찮으신가요?
은우	네, 너무 좋네요.
호텔 직원	네, 방 예약 금액에 조식이 포함되어 있으세요. 내일 아침에 3층 레스토랑으로 내려오시기 바랍니다. 우리는 조식을 6시부터 10시까지 서비스합니다.
은우	레스토랑은 저쪽에 있는 것이 맞나요?
호텔 직원	저쪽은 호텔 bar지, 레스토랑이 아닙니다. 레스토랑은 위 3층에 있습니다, 1층 더 올라가야 합니다. 여권을 저에게 주십시오. 제가 보관하고 있다가 체크아웃 시 돌려드리겠습니다.

은우	저의 여권이 여기 있습니다. 아, 냐짱에 있는 미아 호텔에 저를 도와 전화해 주시길 부탁 드려요. 어제 그들에게 전화했었는데 말을 너무 빨리 해서 다 이해하지 못했어요. 6일에 그들이 공항에서 나를 픽업하기 위해 차를 배치했는지 물어보고 싶어요.
호텔 직원	네, 알겠습니다. 잠시만 기다려 주세요. 제가 전화해 드릴게요.

후에(Huế) 신 투어리스트 여행사 사무실에서

여행사 직원	안녕하세요! 무엇이 필요하신가요?
빛나	안녕하세요, 내일 후에 시티 투어를 예약해 주세요. 저는 왕릉들과 후에 왕궁을 관광하고 싶어요.
여행사 직원	네, 저희는 1일 후에 관광 프로그램이 있습니다. 투어는 아침 8시에 출발하여 오후 4시 30분에 끝납니다.
빛나	질문이 있는데요, 그 투어는 어느 곳들을 관광하러 가나요?
여행사 직원	오전에 손님은 민망 왕릉, 카이딘 왕릉, 뜨득 왕릉을 관광하십니다. 그 이외에도, 논(베트남 전통 모자)과 향을 만드는 마을도 관광하시고요. 그리고 오후에는 후에 다이 노이에 가시게 되는데 그곳이 바로 옛 후에 왕궁이지요. 그 다음에는 계속 티엔무사를 관광하실 거예요.
빛나	와, 너무 좋네요. 그런데 제가 듣기로는 이 투어에 드래곤보트를 타는 프로그램이 있다던데요.
여행사 직원	네 있습니다. 티엔무사를 보신 후에 드래곤보트를 타고 후에로 돌아오시는데 흐엉 강에서 꿈결 같은 노을과 해질녘 후에의 광경을 감상하시게 됩니다.
빛나	그래요? 환상적일 것 같아요. 그러면 투어에는 점심 식사가 포함되어 있나요?
여행사 직원	네, 있습니다. 레스토랑에서 약 12시에 50가지가 넘는 음식으로 구성된 뷔페 점심 식사를 드실 겁니다.
빛나	너무 좋네요. 투어 가격은 얼마인가요?

여행사 직원	전일 후에 투어 가격은 1인당 41만 동입니다. 교통수단은 에어컨 차량과 드래곤보트이고, 점심 식사 및 영어, 베트남어 가이드가 포함되어 있네요. 이 가격은 각 왕릉, 후에 왕궁 입장료는 포함되지 않았습니다. 유의해 주시기 바랍니다.
빛나	네, 알겠습니다. 그러면 차와 가이드는 저를 어디서 만나나요?
여행사 직원	여기서 내일 아침 7:30에 차량에 탑승하시면 됩니다.

10과

Tài	죄송해요, 아가씨 이름 란 맞나요?
Phương Lan	네, 저는 란이에요. 어떻게 저를 아시죠? 아마 저는 당신을 모르는 거 같은데요.
Tài	세상에, 설마 란은 나를 못 알아보는 거야? 하긴 10년이나 지났는데… 란 아직도 내가 기억 안 나는 거야? 나 따이야, 란이랑 10학년 때 같이 공부했어.
Phương Lan	죄송해요. 저는… 아직 기억이 나질 않아요. 하지만 제가 기억하길 고등학교 때 따이라는 이름을 가진 학교 친구가 한 명 있었어요. 그 친구는 키가 작은 데다 뚱뚱하고, 얼굴은 동그랗고 피부는 검고, 머리는 곱슬머리에 길었었고, 입은 컸어요.
Tài	맞아, 바로 나야. 너 나를 기억해냈네. 그때 프엉 란은 굉장히 예쁘고, 키도 크고, 몸매가 날씬하고, 피부가 하얗고 달걀형 얼굴에 긴 생머리고 쌍꺼풀 있는 눈에 코는 높고 입은 작은 아가씨였어. 나는 란을 따라다니던 정말 많은 남자들 중 하나였잖아.
Phương Lan	아… 하지만 그때 저를 따라다니던 남자들 중에 당신처럼 잘생기고 건장한 사람은 아무도 없었어요. 미안해요. 나는 아직도 당신이 누군지 기억해내지 못해요.
Tài	괜찮아. 아마 내가 많이 변해서 네가 기억하지 못하는 걸 거야. 아 그때 나는 항상 티셔츠에 면바지를 입었고

또 금색 목걸이를 항상 차고 갈색 모자를 썼어. 결론적으로 정말 촌스럽게 옷을 입었었지.

Phương Lan	아, 나 기억났다. 너는 항상 고양이 그림이 그려진 티셔츠를 입었었지? 어떻게 이렇게 바뀔 수가 있지! 하마터면 나 못 알아볼 뻔했잖아.
Tài	맞아. 다행히 네가 기억해냈네. 내가 실연을 당했을 때부터 나는 나 자신을 바꾸고자 매우 노력했어. 지금 나는 1m 80이야. 날마다 운동하려고 노력하고. 다시 말하면 자기 관리를 위해 매우 노력하지. 공부도 열심히 했고. 나는 변호사가 되었어. 고마워, 그건 네 덕분이거든.
Phương Lan	아, 고맙기는. 너 정말 잘생겨졌다.
Tài	그럼 만약 가능하면 우리 커피 마시러 가서 계속 이야기 하자.

11과

Trang	안녕하세요 선생님. 오랜만에 의사 선생님을 뵙네요.
의사	안녕하세요. 오늘은 진찰받으러 오셨나요 아니면 상담하시러 오셨나요?
Trang	둘 다입니다. 왜인지 모르겠는데 지난주부터 저의 건강이 안 좋아졌어요. 일하러 갔을 때 겨우 오전 11시인데 저는 벌써 졸리고 일에 집중하기 힘들어요. 점심 식사 후에 저는 또 에너지가 부족하고 피곤하게 느껴져요. 저는 제가 중병에 걸린 걸까 봐 무서워요.
의사	그러면 주로 늦게까지 안 자고 깨어 있으신가요?
Trang	아니요. 요즘에 제 업무가 꽤 여유로워서, 제가 피곤하다고 느끼기만 하면 저는 일찍 자려고 노력하거든요. 저는 주로 저녁 10시에 잠자리에 들고 아침 7시에야 일어나요. 저는 제 자신이 매우 규칙적으로 살고 있다고 생각해요.
의사	그러면 운동을 자주 하시나요?
Trang	네, 아침마다 조깅하고 매일 최소 30분은 해요. 저는 계속 생각을 해 봤지만 저를 이렇게 만드는 어떤 원인도 없어요. 의사 선생님 도와주세요.

의사	그러면 매우 간단한 한 원인 때문일 수 있습니다.
Trang	네? 그 원인은 무엇인가요?
의사	식습관 때문이에요. 요즘에 진찰 받으러 오시는데 환자분과 같은 경우가 많이 있답니다. 매일 드시는 백미밥, 흰 빵, 붉은 고기, 사탕같은 음식들이 쉽게 피곤해지고 에너지가 부족하게 느끼는 증상을 야기할 수 있다는 사실을 아시나요?
Trang	네? 그래요? 저는 한 번도 들어 본 적이 없어요. 몸이 약하다고 느낄 때 배불리 먹어야지 라고 생각해서 매일 두 그릇의 백미밥을 먹고 200g의 비프 스테이크를 먹었죠. 알고 보니 원인은 그래서였군요?
의사	백미밥을 많이 먹으면 혈당 지수를 증가시켜서 환자분을 빠르게 졸린 느낌에 처하게 만들어요. 게다가 고기와 함께 먹는다면 잠이 오는 정도가 더 빠르게 증가하죠. 아마 식후에 환자분은 단지 드러누워서 한잠 자고 싶었을 거예요, 맞죠? 우리 어르신들이 주로 말씀하시죠. "뱃가죽이 팽팽해지면 눈꺼풀이 느슨해진다(많이 먹으면 졸린다)"
Trang	그런 거군요. 고맙습니다. 의사선생님. 그러면 저는 어떻게 해야 하나요?
의사	역시 매우 간단해요. 백미밥 많이 드시지 마시고 잡곡밥 드세요. 빨간 고기를 많이 드시지 마시고 닭고기나 생선을 드세요. 당연히 많은 채소와 과일을 드셔야 하고요.

12과

지수	너 지금 뭘 보고 있길래 그렇게 빠져 있어?
Phong	아, 지수 안녕. 나 지금 미국 월드시리즈 야구 경기 보고 있어. 미안해, 내가 (집중해서) 보느라고 너를 못 봤어. 너 같이 보고 싶어?
지수	됐어, 나는 전혀 야구 안 봐(야구 보는 게 뭔지도 몰라). 나는 야구 경기 규칙을 이해 못 하고 또 볼 시간도 없어. 어? 너 야구 보는 거 좋아해? 나는 베트남 사람들은 축구 보는 것만 좋아하는 줄 알았는데.

Phong	당연히 모든 베트남 사람들에게는 축구가 스포츠의 왕이지. 사람들이 말하길 베트남은 모든 베트남 국민들이 축구 대표팀의 감독인 나라래. 하지만 축구 말고도 사람들은 예를 들면 농구, 야구, 탁구같은 또 많은 스포츠 종목들도 좋아해. 근데 너의 나라에서는 사람들은 어떤 스포츠 종목을 제일 좋아하니?
지수	한국에서 축구가 제일 사랑 받지. 그런데 나는 스포츠에 별로 관심이 없어. 단지 올림픽 때만 한국 선수들을 응원하기 위해 스포츠 프로그램을 봐.
Phong	근데 바로 한국이 2018년 동계 올림픽을 개최했잖아. 한국은 어떤 동계 스포츠 종목에 강해?
지수	오래 전부터 한국의 강점은 스케이트 종목이었어. 예를 들면 쇼트트랙, 스피드 스케이팅. 특히 한국은 쇼트트랙에서 가장 많이 금메달을 딴 나라인데 2018 평창 올림픽을 포함해서 지금까지 24개의 금메달을 획득했어.
Phong	와, 정말 잘하네. 나는 2010년에 피겨 스케이팅에서 금메달을 딴 한국 여자 선수를 아는데. 아마 이름이 김... 뭐였을 거야.
지수	김연아. 와 너 잘 아는데! 김연아 선수는 모든 한국인의 자랑이지. 나는 그런 성적을 얻기 위해서 그녀가 얼마나 많은 시간을 훈련하기 위해 썼는지, 자신의 길을 추구하며 인내했는지 도무지 상상할 수 없어. 그런데 너는 어떤 운동선수를 좋아해?
Phong	너무 많아서 기억할 수가 없어. 하지만 요즘에 내가 제일 좋아하는 선수는 부이 띠엔 중 선수야. 그는 U-23 베트남 팀의 골키퍼로 시합에서 그는 상대팀의 페널티킥을 얼마나 많이 막았는지 몰라. 그를 한 번 만나고 사인 받아 봤으면.
지수	행운을 빌어, 친구야.

13과

(VTV1 드라마 "Ngược chiều nước mắt 거꾸로 흐르는 눈물"에서)

한 젊은 청년이 앉아서 한 아가씨의 신발끈을 매 주고 있다.

Trang 어? 흠 (미소를 머금고), 야, 나중에 어떤 여자가 너랑 결혼하게 되면 (그 여자는) 참 좋겠다.

Lực (일어서서) 그러면 네가 그냥 나랑 결혼해 버려. 나 진심이야. 꼬맹아.

Trang 야, 나 1m 50cm 넘은 지 오래됐거든. 너 '꼬맹이'라고 나 부르는 거 금지야!

Lực 말 돌리지 마. 나 너 좋아해. 표현하려고 기회를 마련하고 싶었고 진짜 낭만적인 뭔가를 하려고 했는데. 근데 이참에 나 그냥 말할게. 나 진짜 진지해.

Trang (잠시 후에) 나도 너 좋아해. 좋아 죽겠어! (미소를 짓는다) 근데, 그런 식으로 좋아하는 게 아냐, 알아듣겠어?

Lực 저기 (Trang 의 팔을 잡는다), 그러면 그냥 그런 식으로 좋아하면 되잖아! Sơn 형 결혼식 날 그 형이 나한테 매제 하고 싶냐고 말했어. 나는 바로 동의했지.

Trang 야, 너 돌았어?

Lực (Trang에게 어깨동무를 한다) 돌아도 괜찮아. 나랑 너, 아름다운 한 쌍이잖아?

Trang (Lực의 가슴팍을 살짝 한 대 치며) 너 그만둬, 당장 그만둬. 나랑 너는 형제랑 다를 게 뭐야? 서로 사랑해서 근친상간이라도 되게?

Lực 무슨 형제야? 나랑 네가 무슨 피라도 섞였다고!

Trang 됐어, 됐어, 됐어, 됐다고! 너… 너무 한가해서 미쳤구만. 그리고 내가 보기에 Hiệp 놈이 말한 게 맞아. 너는 10대 여자애나 찾아서 들이대, 계속 청춘을 낭비하고 있네!

14과

하은 여기, Tài 야, 이 신문 기사를 읽어 봐. 신문 기사는 인도의 수질오염 사태에 대해 말하고 있어. 그것은 산업화로 인한 오염의 한 전형이야. 며칠 전에 우리가 산업화 문제에 대해서 토론했었잖아. 그때 너는 산업화로 인해 가져온 이익이 손해보다 더 많다고 했는데 나는 또 생각이 달라서 너에게 증명해 보여주려고 구체적인 자료를 찾았어.

Tài 아, 그래서 어쩐지 요 며칠간 네가 계속 도서관에 있었구나. 응, 내가 어떤지 볼게. "오늘날 인도를 비롯한 많은 국가가 심각한 수질오염 문제에 직면해야만 한다. 실제로 인도의 수자원의 80% 이상이 심하게 오염되었다. 오염을 야기하는 원인은 바로 빠른 도시화 속도와 제어의 부족 때문이다. 수질오염은 오염된 물을 사용할 때 사람과 모든 생물의 건강에 나쁜 영향을 많이 야기할 수 있다. 오염된 물은 콜레라, 결핵, 이질, 황달, 설사와 같은 병들을 야기할 수 있다. 통계에 따르면 인도에서 위장 질환에 걸린 환자의 약 80%가 오염된 물로부터 원인이 있다고 한다…" 허, 환경오염 문제가 너무나도 심각하네. 너는 내가 충격 받게 만들었어. 이 문제는 정말 해결하기 어려운데 혹시 사람들이 해결해 낼 수 있을까?

하은 다행히도 네가 문제를 직시했네. 비록 산업화 시대의 삶이 많은 장점을 가지고 있지만 그로 인해 야기된 나쁜 결과는 절대로 넘어갈 수 없어.

Tài 고마워, 친구야. 너 덕분에 내가 환경 문제를 올바르게 인식할 수 있네.

하은 고맙긴. 다음 주에 '세계 환경 보호 포럼'이 서울에서 열려. 너 시간 있으면 우리 같이 참여하자. 이번 기회에 너는 상황을 더 확실하게 캐치하고 환경 문제를 위한 해결 방안들도 알 수 있을 거야.

Tài 응, 반드시 갈게.

15과

하민 하, 세상에 이럴 수가. 무슨 일이길래 이렇게 차가 막히냐. 7시 40분부터 출발했는데 벌써 8시 40분이 됐는데도 아직 시내도 못 들어갔어! 이렇게 한 시간 이상 차에 '갇혀'있는 거보다 차라리 걸어가는 게 낫겠네. 저기요, 조금 더 빨리 달려 주시면 안 될까요? 아니면 다른 길로 가면 안 돼요, 기사님?

기사 사이공에서는 러시아워에 어떤 길로 가도 고생이에요. 양해해 주세요. 이 길을 지나가면 양방 통행 길이 나오니까 아마 더 잘 갈 수 있을 거예요.

하민 매번 이렇게 길이 막힐 때마다 짜증 나기도 짜증이 나요. 내가 날개가 있었으면...

기사 너무 좋네요. 만약 이 차가 날 수 있다면 절대로 길 막힘을 안 만날 텐데. 나는 여기서 운전한 지 12년이 되었는데 이 사태는 나날이 심각해지고 있어요. 자동차 차량 증가는 매우 빠른 반면 도로 확장과 건설은 매우 느려요.

하민 아이고, 너무 고생이세요. 그러면 호치민 시에서 교통 체증을 극복하기 위해 사람들은 어떤 해결 방안들이 있나요?

기사 정부는 베트남의 교통 상황을 개선하기 위해서 현재 매우 노력하고 있어요. 인프라에 관해서 정부는 새로운 도로를 만들고 있고 예전 길을 개조하고 확장하고 있고, 교통 신호등 체계와 표지판을 설치하고 있고요. 하지만 나는 제일 중요한 것이 교통에 참가하는 사람들의 의식이라고 생각해요. 만약 사람들이 교통 법규를 준수하면 이 사태는 많이 덜할 거예요.

하민 사람들이 교통 문제에 많은 관심을 가졌으면 좋겠네요. 오, 저쪽 좀 보세요. 앞쪽에 교통사고가 있네요. 경찰이 한 대씩 지나가게 조절하고 있으니 아마 곧 갈 수 있을 거 같네요.

16과

Hoàng 날씨가 너무 흐리네, 듣자 하니 동해에 곧 태풍이 온다는데.

유진 어? 또 태풍이에요? 갈수록 날씨가 정말 이상해져요. 제가 알기로는 이번 달에 태풍이 오는 거는 이상한 일이죠, 오빠?

Hoàng 정확해, 정말 이상해. 지난 12월 말에도 마치 우기 때처럼 비가 내리는 게 10일 연속으로 이어졌어. 남쪽에서 보통 12월에는 이미 건기가 시작해서 그것은 이상 기후 현상이야.

유진 맞아요. 요즘에 날씨가 많은 사람들을 놀라게 할 정도로 빠르게 바뀌는 거 같아요. 어떤 날은 22도 아래로 기온이 내려가고 다른 날은 또 32도까지 더워지고. 근데, 하노이 날씨는 어때요? 호치민에 비해 하노이의 날씨는 참기가 훨씬 쉽죠?

Hoàng 아니야, 하노이 기후는 매우 험해. 하노이는 4계절이 있는데 여름과 겨울이 매우 길어. 5월부터 9월까지는 여름인데 이 계절에는 비가 매우 많이 와서 매우 축축해. 집 벽에 곰팡이 슬기가 쉬워. 그리고 겨울은 11월에서 3월 끝날 때까지 이어지는데 특히 1월이 매우 추워. 그때는 건조하고 추운 시기로 어떤 날은 혹한인 날이 있고 어떤 날은 추워서 뼈가 시릴 정도야. 2월이 되어야지 비로소 추위가 좀 덜해져. 날씨가 바로 내가 남부로 내려와서 살게 만든 이유야. 비록 나는 북쪽에서 나고 자랐지만 남쪽의 따뜻한 기후가 훨씬 더 살기 쉽게 만들어.

유진 아, 그래요? 저도 그래요. 겨울만 오면 저는 짐을 싸서 베트남에 와요. 몇 년 전부터 한국 겨울은 모든 사람들이 거리에 감히 나갈 수 없을 정도까지 시리고 추웠거든요. 예전에 한국에서 겨울은 3일이 추우면 4일이 따뜻해졌었는데 요즘에는 완전히 달라요. 시베리아로부터 온 공기의 영향을 받아 3일 추우면 7일은 극한으로 혹한이 와서 기온이 영하 10도 아래로 떨어지는 날이 많아요. 저는 도무지 견딜 수 없어서 추위를 피하기 위해 베트남에 와야만 했어요.

Hoàng 와, 한국 겨울이 그렇게나 추워? 나는 겨울에 한국에 여행 갈 예정인데, 내가 스케줄을 변경해야 할까?

유진	제 생각에는 오빠가 봄에 한국에 여행 가는 게 좋을 거 같아요, 특히 5월이 제일 좋아요. 3월에 봄이 와서 날씨가 덜 춥긴 한데 한국이 편서풍의 영향으로 공기가 매우 오염돼요. 특히 바람이 중국의 미세먼지를 가져와서 매우 위험하죠. 5월에야 공기에 그 먼지가 없어요.
Hoàng	오, 한국도 기후 문제가 많이 있구나.

17과

민호	저기, 친구야. 천천히 좀 가자. 우리 둘 피곤하게 조금만 앉았다 가자.
Vân	안 돼, 안 돼. 우리 늦지 않게 빨리 가. 우리 5시 정각에 그곳에 도착해야만 해. 나는 6시 30분 표를 예약했어야 했어. 4시 30분 돼서야 수업이 끝나는데 맞추기 어렵겠네.
민호	에휴, 친구야. 나는 항상 네가 똑똑하고 좋은 사람이라고 생각하거든 다만 가끔씩 나를 당황하게 할 때가 있지만. 우리가 지금 어디 가는지 나에게 알려줄 수 있겠니?
Vân	아, 미안해. 내가 너무 급해서 그냥 빨리 가자고 너를 재촉했네. 우리 지금 '수상 인형극' 보러 가고 있어. 지난주부터 네가 같이 수상 인형극 보러 가자고 졸랐잖아.
민호	아, 그래? 그러면 우리 그 프로그램을 어디서 볼 수 있는 거야?
Vân	골드 드래곤 수상 인형 극장에서. 곧 도착해. (잠시 후) 자, 저기 저기, 앞쪽에 큰 인형이 있는 건물 보여?
민호	응, 보여. 에? 이 인형들은 플라스틱으로 만든 게 아니라 나무로 만든 거네 맞아?
Vân	응, 인형극 인형들은 나무로 만들어. 사람들은 나무로 인형 형태를 만든 다음에 표면에 특별한 유약을 한 겹 칠해, 그것이 물에 잠길 때 변색되지 않도록. 내가 듣기에 각 인형들은 공예인들의 조각 작품이라고 들었어.
민호	오, 재미있네. 그런데 프로그램은 몇 시에 시작해, 친구야?
Vân	딱 5시에. 다행히 우리 제시간에 왔다. 그런데 너는 수상 인형극에 대해 무엇을 알고 있니?
민호	나 잘 알고 있잖아. 내가 알기로 수상 인형극은 매우 오랜 역사를 가진 베트남 민간 예술 장르 중 하나로 오직 베트남에서만 존재하는 유일한 예술 장르이기도 하지 그래서 많은 외국 여행객들을 사로잡는데, 그중에 나도 있지.
Vân	진짜 잘하네. 근데 너는 사람들이 왜 물에서 수상 인형극을 하는지 알아?
민호	나도 잘 모르겠어. 내가 추측하기로는 날씨가 덥고 햇볕이 뜨거우니까 사람들이 시원하게 물에 들어가서 프로그램을 공연하는 거 같은데 맞아?
Vân	하하… 재미있는 의견이네. 하지만 내가 읽은 한 자료에 따르면 수상 인형극 예술은 베트남인의 조상들이 북부 평야 지역의 주민들의 검소한 삶과 벼농사 농업을 결부시켜 탐구하고, 창조해내고, 연상한 것에서 탄생했다고 해. 그래서 물에서 수상 인형극을 공연하는 것은 그것이 벼농사 문명과 함께 태어났기 때문이라고 말할 수 있는 거지. 내가 알기로는 베트남에는 어디든지 연못, 호수가 있어서 사람들의 삶은 물과 밀접한 관련이 있어. 수상 인형극이 보통 인형극과 다른 점은 북소리와 폭죽 소리로 수상 인형극이 매우 활기찬 것과 물 위에서 생동감 있게 인형들이 춤추고 움직이게 조종하는 것에 있어. 각 극은 농민들의 일상생활이나 역사적 전설들을 주로 묘사해. 시간이 흐름에 따라 그것은 점차 발전해서 북부 평야지대 및 홍강 평야 지역에서 보편적인 예술이 되었지.
민호	와, 진짜? 너 정말 박식하다. 너는 항상 독서를 해서 정말 잘하는구나.
Vân	잘하기는. 구글 열면 바로 볼 수 있을 뿐이야.

18과

Hoà	야, 너 무슨 일이 있길래 그렇게 즐거워?
은우	아, 이번 주말에 저희 오빠가 베트남에 와요. 매우 오랫동안 오빠를 만나지 못해서 매우 즐거워요.
Hoà	아, 그렇구나. 근데 오빠는 베트남에 여행 오는 거야? 아니면 일하러 오는 거야?
은우	일하러요. 한 달 전에 오빠는 승진해서 인사 과장이 되었는데 베트남에 와서 일하도록 뽑혔어요(베트남 근무에 파견되었어요), 오빠.
Hoà	아, 그래? 근데 오빠는 어떤 회사를 위해 일해?
은우	삼성이요. 오빠, 그 회사 알아요?
Hoà	응, 알지. 누가 모르겠어. 내가 듣기에는 삼성, LG, CJ 같은 한국의 대기업들이 베트남에 매우 강하게 투자하고 있다던데.
은우	네, 그래서 많은 한국 전문가들이 베트남에 와서 생활하고 일해요. 제가 보기에 베트남 경제가 빠르고 또 안정적으로 발전하기 때문에 많은 회사들이 투자하려고 베트남을 선택하는 거 같아요. 그런데 오빠는 어떤 이유가 베트남의 경제 발전을 가져온다고 생각해요?
Hoà	내 생각에는 몇 가지 이유가 있는 거 같아. 첫 번째로는 베트남의 인건비와 생산비가 낮고 특히 중국에 비해서 말이야. 두 번째로는 베트남은 약 9천 1백만의 인구로 인구가 많은 나라고 그 중에서 노동 연령 인구 비율은 60% 이상을 차지해서 풍부한 노동력을 가지고 있지. 세 번째로는 베트남의 지리적인 위치도 역시 중요한 요소인 거 같아. 3,200km 이상의 긴 해안선은 베트남으로 하여금 각 인근 국가와 지역 밖의 국가들과 자유로운 항해 무역을 발전시키게 하지. 그 모든 이유들이 베트남을 여행객들에게 유명한 (여행) 목적지일 뿐만 아니라 외국 투자, 특히 동북아 국가들로부터 투자를 유치하게 하는 곳으로 만드는 이유야.
은우	아, 그렇군요. 제가 보기엔 한국과 베트남은 매우 많은 공통점이 있는 거 같아요. 예를 들면 두 나라 다 전쟁을 겪고 전쟁 후의 어려움을 극복하여 정말 빠르게 경제를 발전시킨 것이요.
Hoà	응, 정말 그러네.

19과

선미	Tùng, 나 뭐 좀 물어볼게. 호치민 시가 세워진 것이 겨우 320년 전이야? 호치민 시에 대한 과를 공부하고 있어서 이제 알았네. 나는 잘 모르겠어서 유나 언니에게 물어봤는데 그 언니조차도 역시 잘 모르더라고. 이전에 나는 계속 호치민이 리 왕조 시대부터 베트남 영토에 속했었다고 생각했는데?
Tùng	아, 비록 지금은 호치민 시가 베트남에서 인구와 경제적으로 가장 큰 도시이지만 응우옌 왕조의 남방 개척 사업 시대 이전에는 이곳은 단지 숲 지역이었어. 내가 알기로는 1698년 응우옌 흐우 까잉이라는 이름을 가진 한 이름 난 장군이 응우옌 주(主)의 명령을 받아서 국경을 확장하기 위해 남쪽 땅을 개척하러 왔어. 그 사람은 이 지역의 행정적인 국경과 관리 체계를 확정한 최초의 책임자이지.
선미	아, 그렇구나. 그러면 호치민 시가 이렇게 빠르게 발전한 원인은 뭐야? 하노이는 1010년부터 1,000년 동안 수도였기 때문에 당연히 발전했지만.
Tùng	아, 하노이가 1010년부터 수도였던 것은 맞아. 그때 이름은 탕롱이었지. 후에도 역시 응우옌 왕조 시대에 베트남의 수도였던 기간이 있었어.
선미	오, 그래? Tùng 잘한다. 내가 Tùng처럼 역사 공부를 열심히 했었더라면 아마 나는 더 확실히 알고 이해할 텐데. 역사 지식뿐만 아니라 상식도 나는 잘 몰라.
Tùng	걱정 마, 공부는 절대로 늦는 때가 없대. 그리고 호치민 시가 빠르게 발전한 원인에 대해서 답하자면 내 생각에는 몇 가지 원인 때문인 거 같아. 첫 번째로는 이 도시는 자연의 혜택을 받아서 기후가 온화하고 자연재해가 거의 없다시피 하지. 두 번째로 내 생각에는 시 정부의 정책이 매우 개방적이어서 외국 투자를 유치했고 다른 각 성에서 노동력의 유입이 풍부하고. 이 도시에는 많은 대학교가 있어서 국내외 기업들에게 높은 수준을 가진 인력 자원을 제공하지. 게다가 호치민 사람들은 꽤 친절하고 적극적이기도 하고.
선미	흥미롭네. 나는 베트남의 각 도시에 대해 반드시 알아볼 거야.

호안끼엠 호수에서

Cúc   안녕 친구. 오늘 너 슬퍼 보이네, 무슨 일이 있어?

지민   아, 오늘 나 늦게 일어나 버려서 택시 타고 왔거든. 내가 택시 기사에게 호안끼엠 호수에 데려다 달라고 말했는데 그 사람이 '호 그엄'이라고 대답하는 거야. 그래서 내가 그 사람이 잘못 들었을까 봐 매우 걱정했거든. 차 타고 오는 시간 내내 나는 너무 초조했어. 다행히 호안끼엠 호수에 도착할 수 있었네. 그러면, 호안끼엠 호수랑 그엄 호수랑 같은 거야?

Cúc   맞아. 호안 끼엠 호수는 그엄 호수라고도 불려. '끼엠'이라는 단어와 '그엄'이라는 단어는 같은 뜻으로 칼과 비슷한 무기를 뜻하지.

지민   그랬구나. 근데 칼이 이 호수랑 무슨 연관이 있어? 내가 대학교에서 공부할 때 듣긴 했는데 잊어버렸어.

Cúc   아, 내가 다시 설명해 줄게. 호안 끼엠이라는 명칭은 15세기 초에 생겨났어, 레러이라는 왕이 신(神) 거북이에게 보검을 돌려준 전설과 관련이 있지. 너는 레 왕조를 알지? 레러이가 후(後) 레 왕조를 세운 사람이야. 전설에 따르면 한 번은 레러이 왕이 배를 타고 놀고 있었는데 갑자기 한 금 거북이가 수면 위로 떠올라와서 용왕이 명나라 군대의 침략을 물리치도록 그 왕에게 빌려준 성검을 돌려달라고 왕에게 요구했어. 하여, 그는 신(神) 거북이에게 검을 돌려주었고 거북이는 물 밑으로 가라앉았지. 그때부터 호수는 호안 끼엠이라는 이름이 지어지게 된 거야.

지민   아, 그랬구나. 네가 있어야지만 내가 많은 재미있는 것들을 배울 수 있겠다. 고마워 친구야. 그런데 호안 끼엠 호수는 호수 가운데 섬 위에 거북이 탑을 가지고 있잖아. 사람들이 그 금 거북이를 숭배하기 위해서 그 탑을 세운 거야?

Cúc   그것은 나도 확실하게 모르겠어. 어떤 사람은 여름에 피서할 곳으로 만들기 위해 찡 주(主)에 의해 세워졌다고 하고 또 다른 사람은 풍수지리적인 이유로 19세기 말에 사람들이 그 탑을 세웠다고 하기도 하고. 하지만 어쨌든 호안 끼엠 호수가

거북이랑 밀접한 관련이 있지, 응옥 썬 사의 유리관 안에 큰 거북이 박제가 전시되어 있잖아.

3 여자는 몇 퍼센트 할인 받았는가?

    ⓐ 10%   ⓑ 20%

    ⓒ 30%   ⓓ 40%

A

track 01-04

Nam	Xin chào cô ạ. Mời cô vào ạ. Cô muốn mua gì ạ?
Nữ	Tôi đang tìm xoài sấy dẻo để làm quà tặng.
Nam	Dạ, mời cô theo cháu ạ. Cửa hàng chúng cháu chỉ có xoài sấy dẻo VINAMIT và VN FRUIT thôi ạ.
Nữ	Hai thương hiệu đó có gì khác nhau?
Nam	Giá hàng VINAMIT rẻ hơn VN FRUIT ạ. Hàng VINAMIT một gói 42.000 còn hàng VN FRUIT đắt hơn 3.000 ạ.
Nữ	Nếu tôi mua nhiều thì có được bớt không?
Nam	Dạ, được ạ. Nếu cô mua hàng VINAMIT trên 10 gói thì được giảm 10 %.
Nữ	Thế cho tôi 10 gói nhé. Hãy gói cẩn thận nhé.
Nam	Dạ, vâng ạ. Cô đợi cháu một chút ạ.

남자	안녕하세요, 아주머니. 어서 들어오세요. 어떤 것을 사고 싶으세요?
여자	나는 선물하기 위해서 말린 망고를 찾고 있어요.
남자	네, 저를 따라오세요. 저희 가게에선 VINAMIT과 VN FRUIT 말린 망고만 있어요.
여자	두 브랜드는 서로 다른 것이 무엇이 있나요?
남자	VINAMIT 브랜드가 VN FRUIT보다 저렴해요. VINAMIT 브랜드는 한 팩에 4만 2천 동이고 VN FRUIT는 3천 동이 더 비쌉니다.
여자	내가 많이 산다면 할인 받을 수 있나요?
남자	네, 가능합니다. VINAMIT 브랜드로 10팩 이상 사시면 10% 할인해 드려요.
여자	그러면 10팩 주세요. 잘 포장해 주세요.
남자	네, 조금만 기다려 주세요.

1 여자는 말린 망고를 무엇을 하기 위해 구매하는가?

    ⓐ 다시 팔기 위해   ⓑ 먹기 위해

    ⓒ 선물하기 위해   ⓓ 요리하기 위해

2 VN FRUIT브랜드의 말린 망고의 가격은 1팩에 얼마인가?

    ⓐ 39,000   ⓑ 42,000

    ⓒ 42,300   ⓓ 45,000

B

track 01-05

Nữ	Chào anh, anh cần gì ạ?
Nam	Hôm qua, tôi đã mua ở đây chiếc đồng hồ đeo tay này. Chỉ sau một ngày thôi mà nó bị hỏng rồi. Tôi muốn đổi hoặc trả lại.
Nữ	Dạ, xin lỗi anh. Ở cửa hàng chúng tôi hàng mua rồi miễn trả lại ạ.
Nam	Thế thì cô đổi cho tôi chiếc khác.
Nữ	Dạ, mời anh xem. Anh thích chiếc nào ạ?
Nam	Cho tôi xem cái màu nâu kia.
Nữ	Mời anh đeo thử ạ. Chiếc này đắt hơn một chút. Nhưng nó đẹp hơn và được ưa chuộng hơn.
Nam	Thế, tôi phải trả thêm bao nhiêu nữa nhỉ?
Nữ	Anh chỉ cần trả thêm 100.000 đồng là được ạ.
Nam	Được, cho tôi cái này nhé.

여자	안녕하세요, 아저씨. 무엇이 필요하신가요?
남자	어제 제가 여기서 이 손목시계를 구매했어요. 단지 하루가 지났을 뿐인데 그것이 고장이 났네요. 교환 혹은 반품하고 싶어요.
여자	죄송합니다. 저희 가게에서 이미 구입하시면 반품이 안 됩니다.
남자	그렇다면 다른 것으로 바꿔 주세요.
여자	네, 보세요. 어떤 것이 좋으세요?
남자	저 갈색으로 보여 주세요.
여자	한 번 착용해 보세요. 이 것은 조금 더 비싸지만 더 예쁘고 더 인기가 있어요.
남자	그러면 얼마를 더 지불해야 하나요?
여자	10만 동만 더 지불하시면 됩니다.
남자	좋아요, 이걸로 주세요.

1 남자는 가게에 무엇을 하기 위해 왔는가?

    ⓐ 새로운 손목시계를 한 개 구매하기 위해서

    ⓑ 이미 산 제품을 교환하거나 환불하기 위해서

    ⓒ 선물하기 위해 한 개 더 사기 위해서

    ⓓ 고장 난 시계를 고치기 위해서

2 새로운 시계는 어떠한가?

ⓐ 더 싸고 품질이 좋다.

ⓑ 더 비싸지만 더 좋다.

ⓒ 더 예쁘고 더 인기가 있다.

ⓓ 사용하기가 더 쉽다.

3 그는 얼마의 돈을 더 지불해야 하는가?

ⓐ 10,000   ⓑ 50,000

ⓒ 70,000   ⓓ 100,000

남자	난 해산물 볶음밥이랑 볶음 국수를 먹을 거야.
여자	어? cơm rang? 이건 com chiên이잖아.
남자	아, 북부 사람은 볶음밥을 cơm rang이라고 하고 남부 사람은 cơm chiên이라고 해.
여자	아, 그런 거구나. 왜 근데 난 아직 몰랐던 거지…

1 오늘은 누가 돈을 지불하는가?

ⓐ 남자   ⓑ 여자

ⓒ 더치페이   ⓓ 언급하지 않음

2 남자에 따르면 분 탕은 어떤 음식과 비슷한가?

ⓐ 볶음밥   ⓑ 볶음밥

ⓒ 비빔밥   ⓓ 볶음면 (미 싸오)

3 남자는 어떤 음식을 주문할 것인가?

ⓐ 해산물 볶음밥과 볶음면

ⓑ 비빔밥과 분 탕

ⓒ 볶음밥과 분 탕

ⓓ 분 탕과 볶음면

A

track 02-04

NAM	Cậu chọn món ăn đi, hôm nay tớ mời cậu nhé.
NỮ	Ôi, thế thì tớ cảm ơn cậu, ở quán này, có món nào ngon nhỉ?
NAM	Cậu ăn thử bún thang xem, chắc cậu sẽ thích món đó đấy.
NỮ	Bún thang là món gì nhỉ, tớ chưa ăn bao giờ.
NAM	À, bún thang giống như cơm trộn của nước cậu, nhưng không có cơm mà có bún. Trong đó, có đủ thứ, thịt gà này, rau này, trứng gà này…
NỮ	Ồ thế thì tốt rồi. Còn cậu, cậu muốn ăn gì?
NAM	Tớ thì ăn cơm rang hải sản và mì xào.
NỮ	Ủa? cơm rang à? Đây là cơm chiên mà.
NAM	À, người Bắc gọi là cơm rang, người Nam gọi là cơm chiên.
NỮ	À, ra vậy. Sao mà tớ chưa biết nhỉ….

남자	음식 골라 봐. 오늘은 내가 대접할게.
여자	와, 그러면 고마워. 이 식당에선 어떤 맛있는 음식이 있는 걸까?
남자	분 탕 한 번 먹어 봐. 아마 그 음식 좋아할 걸.
여자	분 탕은 무슨 음식인 거지? 난 아직 한 번도 먹어 본 적이 없어.
남자	아, 분탕은 너희 나라의 비빔밥과 비슷해. 하지만 밥이 없고 국수(분)가 있는 거지. 그 안에는 여러 가지 것들이 있어. 닭고기, 채소, 달걀…
여자	어, 그렇다면 좋네. 넌 뭘 먹고 싶어?

B

track 02-05

NVPV	Các anh các chị đã ăn xong chưa ạ? Em xin dọn đi ạ.
NAM	Vâng, em ơi, có món gì tráng miệng không?
NVPV	Dạ, có kem trái cây và vani, bánh ngọt phô-mai ạ.
NAM	Ở đây có kem sô-cô-la không em?
NVPV	Dạ, không có ạ. Chỉ có kem trái cây và kem vani ạ.
NAM	Thế cho tôi một cốc kem vani và một cái bánh ngọt nhé.
NVPV	Dạ, xin đợi một chút ạ. (Lát sau) Kem và bánh ngọt của anh đây ạ.
NAM	Tính tiền cho tôi luôn nhé.
NVPV	Dạ, của anh tất cả là 220.000 đồng ạ.
NAM	Hả? 220.000 đồng? Cho tôi xem hoá đơn được không?
NVPV	Dạ, đây ạ.
NAM	1 bún bò Huế 60.000 đồng, 1 bánh xèo 60.000 đồng,1 kem là 30.000 đồng, 1 bánh ngọt là 50.000 đồng thì tất cả là 200.000 đồng chứ?

NVPV	Dạ, tiền thuế ạ, giá này có bao gồm 10% tiền thuế ạ.
NAM	Thế à? ….Thôi, tôi gửi em.

*NVPV: Nhân viên phục vụ

종업원	여러분 식사 끝나셨나요? 드신 것들 치우겠습니다.
남자	네, 저기, 무슨 디저트 있나요?
종업원	네, 과일 아이스크림, 바닐라 아이스크림 그리고 치즈케이크가 있습니다.
남자	초콜릿 아이스크림은 없나요?
종업원	네, 없습니다. 과일이랑 바닐라 아이스크림밖에 없어요.
남자	그러면 바닐라 아이스크림 한 컵이랑 케이크 하나 주세요.
종업원	네, 잠시만 기다려 주세요. (잠시 후) 아이스크림과 케이크를 드리겠습니다.
남자	아예 계산해 주세요.
종업원	네, 손님 것은 모두 22만 동입니다.
남자	네? 22만 동이요? 영수증 좀 보여 주실 수 있나요?
종업원	네, 여기 있습니다.
남자	분 보 후에 하나 6만 동, 반 쎄오 하나 6만 동, 아이스크림 하나 3만 동, 케이크 하나 5만 동이면 모두 20만 동이잖아요?
종업원	네, 부가세가 있습니다. 이 가격은 10%의 세금을 포함했습니다.
남자	그런가요? … 됐습니다. 계산할게요. (돈 드릴게요)

1 이 음식점에는 어떤 디저트들이 있는가?

ⓐ 과일 아이스크림과 반 미

ⓑ 바닐라, 과일 아이스크림과 치즈케이크

ⓒ 과일 아이스크림과 슈크림 빵

ⓓ 초콜렛 아이스크림과 케이크

2 이 식당에는 반 쎄오 1개에 얼마인가?

ⓐ 6만 동   ⓑ 3만 동

ⓒ 5만 동   ⓓ 20만 동

3 왜 남자는 모두 20만 동으로 계산했는가?

ⓐ 그가 잘못 계산했기 때문에

ⓑ 그가 세금을 계산하지 않았기 때문에

ⓒ 그가 베트남어가 능숙하지 않기 때문에

ⓓ 언급하지 않음

A

track 03-04

NỮ	Em chào thầy ạ, em đang tìm văn phòng khoa để đăng kí học tiếng Việt, đây là văn phòng khoa phải không ạ?
NAM	À, đúng rồi em. Em muốn học theo chương trình nào?
NỮ	Em muốn học lớp buổi sáng ạ, lớp bắt đầu lúc 8 giờ ấy.
NAM	8 giờ buổi sáng có lớp trình độ trung cấp, học sách tiếng Việt 4. Em nghĩ em học được không?
NỮ	Dạ, em cũng không chắc nữa, thầy có thể cho em làm kiểm tra xếp lớp được không?
NAM	Em đã học tiếng Việt bao lâu rồi?
NỮ	Dạ, em đã học hơn 1 năm rồi, em đã học ở một trung tâm tiếng Việt ạ.
NAM	À, thế thì chắc lớp 10 giờ hợp với em. Lớp đó học sách 3 em ạ.
NỮ	Dạ, cám ơn thầy ạ, thế lớp có đông người không?
NAM	Cũng không đông lắm, thêm em nữa là 8 sinh viên thôi.
NỮ	Họ đều là người Hàn Quốc, phải không?
NAM	Không, có 2 sinh viên Hàn Quốc, 3 sinh viên Nhật Bản, còn lại là sinh viên Mỹ. Bây giờ em qua bên này làm bài kiểm tra xếp lớp nhé.

여자	안녕하세요, 선생님. 제가 베트남어 수업 신청을 하려고 학과 사무실을 찾는 중인데 여기가 학과 사무실 맞나요?
남자	아, 맞아요. 어떤 프로그램을 배우길 원해요?
여자	아침 수업을 듣고 싶습니다. 그 8시에 시작하는 수업이요.
남자	아침 8시에는 중급반이 있어요. '베트남어 4'책으로 공부하고요. 공부할 수 있겠나요?
여자	네, 저도 확실하진 않네요. 선생님 제가 반 배정 테스트를 하게 해 주실 수 있나요?
남자	얼마 동안 베트남어를 배웠나요?
여자	네, 1년 넘게 배웠고, 베트남어 학원에서 배웠습니다.
남자	아, 그러면 10시 수업이 학생과 맞을 것 같아요. 그 반은 3권을 배워요.
여자	감사합니다, 선생님. 그러면 반에 사람이 많나요?

남자	그렇게 많지는 않아요. 학생까지 더하면 8명뿐이에요.
여자	그분들은 다 한국인이죠?
남자	아니요, 한국 학생 2명, 일본인 학생 3명, 나머지는 미국인이에요. 지금 이 쪽으로 가서 반 배정 테스트를 보세요.

1 여자는 학과사무실에서 무엇을 하고 싶어하는가?

ⓐ 베트남어 교과서를 찾아 사고 싶어한다.

ⓑ 이 학교에 얼마나 많은 한국 학생이 있는지 알아보고 싶어한다.

ⓒ 베트남어 수업에 등록하고 싶어한다.

ⓓ 자신의 베트남어 수준을 알고 싶어한다.

2 왜 남자는 그녀를 8시 수업에 들어가지 못하게 하는가?

ⓐ 사람 수가 많아 자리가 없어서.

ⓑ 그녀의 수준에 비해 수업 수준이 너무 낮아서.

ⓒ 단지 한국 대학생들 밖에 없어서.

ⓓ 그 수업은 그녀의 수준보다 높아서.

3 아침 10시 수업에는 몇 명의 미국 학생이 있는가?

ⓐ 2명 　　　　　 ⓑ 3명

ⓒ 4명 　　　　　 ⓓ 5명

B

 track 03-05

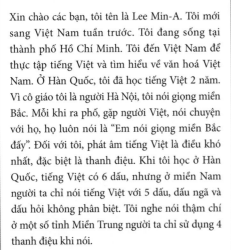

Xin chào các bạn, tôi tên là Lee Min-A. Tôi mới sang Việt Nam tuần trước. Tôi đang sống tại thành phố Hồ Chí Minh. Tôi đến Việt Nam để thực tập tiếng Việt và tìm hiểu về văn hoá Việt Nam. Ở Hàn Quốc, tôi đã học tiếng Việt 2 năm. Vì cô giáo tôi là người Hà Nội, tôi nói giọng miền Bắc. Mỗi khi ra phố, gặp người Việt, nói chuyện với họ, họ luôn nói là "Em nói giọng miền Bắc đấy". Đối với tôi, phát âm tiếng Việt là điều khó nhất, đặc biệt là thanh điệu. Khi tôi học ở Hàn Quốc, tiếng Việt có 6 dấu, nhưng ở miền Nam người ta chỉ nói tiếng Việt với 5 dấu, dấu ngã và dấu hỏi không phân biệt. Tôi nghe nói thậm chí ở một số tỉnh Miền Trung người ta chỉ sử dụng 4 thanh điệu khi nói.

안녕하세요, 여러분. 제 이름은 이민아입니다. 저는 지난주에 막 베트남에 왔어요.

저는 호치민 시에서 살고 있습니다. 나는 베트남어를 실습하고 베트남 문화에 대해 탐구하기 위해서 베트남에 왔어요. 한국에서 저는 베트남어를 2년 공부했어요. 저의 선생님이 하노이 사람이기 때문에 저는 북부 발음으로 말해요. 매번 거리에 나갈 때마다 베트남 사람을 만나고 그들과 이야기 하면 그들은 항상 "너는 북부 발음을 쓰는구나"라고 해요. 저에게는 베트남어 발음이 제일 어려운 것인데 특히 성조가 그래요. 내가 한국에서 공부할 때 베트남어는 6성조였는데 남부에서는 사람들이 단지 5개의 성조로 베트남어를 말하고 응아 성조와 호이 성조를 구별하지 않지요. 제가 듣자하니 심지어 중부 지역의 몇몇 성에서는 사람들이 말할 때 4개 성조만 사용한다고 하네요.

1 민아는 베트남에 언제 왔는가?

ⓐ 1달 전 　　　　 ⓑ 보름 전

ⓒ 지난주 　　　　 ⓓ 그제

2 민아는 베트남어를 얼마나 오래 공부했는가?

ⓐ 6개월 　　　　 ⓑ 1년

ⓒ 1년 반 　　　　 ⓓ 2년

3 아래 어떤 것이 이 글과 맞지 않는가?

ⓐ 한국에서 베트남어를 공부할 때 6개의 성조를 공부했다.

ⓑ 남부 사람은 단지 5개의 성조만 사용한다.

ⓒ 중부 사람은 단지 4개의 성조만 사용한다.

ⓓ 말할 때 남부 사람은 호이 성조와 응아 성조를 구별한다.

4과

A

track 04-04

Lực	Chào cô, tôi là Lực.
Nga	Chào anh, tôi là Nga. Xin lỗi, vì đây là lần đầu tiên chúng ta gặp nhau nên tôi muốn nói một chút về bản thân mình cho anh biết. Tôi là một người "phụ nữ kỳ quặc". Nếu anh quan tâm đến một cô gái rất phụ nữ thì chúng ta nên dừng ở đây.
Lực	Không sao, cô làm tôi tò mò quá. Xin cô cứ nói.

Nga Anh nên biết là tôi không hề quan tâm đến cái mà người ta gọi "nữ tính". Tôi chỉ thích làm những việc "nam tính", đây đã là lần thứ năm tôi đi gặp một chàng trai mà bố mẹ muốn tôi làm quen, 4 người trước tôi chỉ gặp 1 lần.

Lực Thế, cô có thể cho tôi biết là cô thích những "việc nam tính" gì không?

Nga Ủa, anh muốn nghe à? Anh cũng lạ đấy chứ! Tôi rất thích mạo hiểm, khi rảnh, tôi thường đi chơi trò leo vách đá và lướt sóng trên biển. Đôi khi tôi đến Nha Trang để học nhảy dù.

Lực Ôi thế à? Anh cũng mê các môn thể thao đó lắm. Chắc anh và em có thể trở thành bạn vì mình có cùng sở thích mà. Đối với anh, người phụ nữ lý tưởng là người phụ nữ dám làm điều mình thích.

Nga Ủa, sao anh bắt đầu xưng hô anh em với tôi?

Lực 안녕하세요, 저는 Lực입니다.

Nga 안녕하세요, 저는 Nga입니다. 죄송하지만 이번이 저희가 처음으로 만난 거라 당신이 아시도록 저에 대해서 조금 말하고 싶어요. 저는 '별난 여자'입니다. 만약 매우 '여성'인 여자에 관심이 있으시다면 우리는 여기서 멈추는 게 좋겠어요.

Lực 괜찮습니다. 당신은 저를 매우 궁금하게 하네요. 계속 말씀해 주세요.

Nga 당신은 제가 사람들이 '여성스럽다'라고 부르는 것에 전혀 관심이 없다는 걸 아시는 게 좋을 거예요. 단지 '남성스러운 일'들을 좋아하고, 이번이 부모님이 내가 사귀길 원하는 남자를 만나러 나온 다섯 번째예요. 이전 네 명의 사람들은 저는 한 번만 만났어요.

Lực 그렇다면, 당신은 어떤 '남성스러운 일'을 좋아하는지 저에게 알려 주실 수 있나요?

Nga 와, 듣고 싶어 하시는 거예요? 당신도 참 신기하네요. 전 모험을 좋아하고 한가할 때 보통 암벽 등반을 하고 바다에 서핑을 하러 가죠. 때때로 스카이다이빙을 배우러 나짱에 가요.

Lực 오, 정말요? 저도 그러한 운동들에 아주 빠져있지요. 아마도 저와 당신은 같은 취미를 가졌기 때문에 친구가 될 수 있을 거예요. 나한테는 이상적인 여자란 자신이 좋아하는 것들을 대담하게 하는 여자죠.

Nga 엥, 왜 저에게 anh-em 으로 부르기 시작한 거예요?

＊anh-em은 연인 사이에 쓰는 호칭법

---

1 왜 Nga는 자신이 '별난 여자'라고 말했는가?
ⓐ Nga는 '남성적인 일'만 좋아하고 '여성적인 일'을 좋아하지 않아서.
ⓑ Nga는 네 명의 남자와 데이트를 해서.
ⓒ Nga가 Lực에게 먼저 경고를 해서.
ⓓ Nga가 부모님이 자신에게 남자들을 소개해 주는 일을 반대해서.

2 한가할 때 Nga는 주로 무엇을 하지 않는가?
ⓐ 암벽 등반 　　ⓑ 바다에서 서핑
ⓒ 스카이다이빙 　ⓓ 요리와 집 청소

3 Lực에게 이상적인 여성은 어떤 사람인가?
ⓐ 매우 여성스러운 여성
ⓑ 가까워지기 쉬운 여성
ⓒ 자신과 같은 취미를 가진 여성
ⓓ 자신이 좋아하는 것을 하는 대담히 하는 여성

B

track 04-05

Con Ừm..A lô ạ, mẹ đấy à? … con đang ngủ mà. mẹ ơi.

Mẹ Con còn chưa thức dậy à? Bây giờ là mấy giờ rồi mà vẫn còn ngủ! Con dậy đi, con phải ăn sáng chứ!

Con Mẹ ơi… con mệt mà… hơn nữa, mẹ cũng biết con thường không ăn sáng mà. Đừng đánh thức con nữa mẹ ơi.

Mẹ Khi sống chung với mẹ, con luôn ăn sáng mà. Từ khi nào con bắt đầu không ăn sáng vậy? Lúc đó, con luôn thức dậy sớm, rồi đi tắm, giúp mẹ nấu bữa sáng mà sao bây giờ con lại lười thế! Con dậy đi!

Con Mẹ ơi, sáng chủ nhật mà, cho con ngủ nướng. Mỗi sáng chủ nhật, con thường ngủ dậy muộn mà. Đêm qua con về nhà muộn vì đi chơi nơi này nơi khác với mấy người bạn.

Mẹ Trời, dạo này con dám về nhà muộn hả? Sao lại có thói quen xấu như thế? Ôi, khổ thân tôi!!!

딸	어… 여보세요. 엄마예요? 저 자는 중이에요… 엄마…
엄마	너 아직도 안 일어났니? 지금이 몇 신데 여태 자고 있는 거니! 일어나! 아침 먹어야지!
딸	엄마… 저 피곤해요… 게다가 저 아침 자주 안 먹는 거 아시잖아요. 더 이상 깨우지 마세요, 엄마.
엄마	엄마랑 같이 살 때는 항상 아침을 먹었잖니. 언제부터 아침을 안 먹기 시작한 거니? 그때는 항상 일찍 일어나서 씻고 엄마 도와서 아침 식사 준비를 했었잖니. 지금은 왜 이렇게 게으른 거니? 일어나!
딸	엄마, 일요일 아침이잖아요. 저 뒹굴거리게 해 주세요. 일요일 아침마다 저 보통 늦게 일어나잖아요. 어젯밤에 친구들 몇 명이랑 이곳저곳 놀러 가서 늦게 들어왔다고요.
엄마	세상에. 요즘 감히 늦게 들어온다고? 어째서 그런 나쁜 버릇이 든 거니? 어휴, 내 신세야!

1 엄마가 딸에게 전화를 했을 때 딸은 무엇을 하는 중이었나?

ⓐ 아직 자고 있었다.

ⓑ 일어나서 씻으러 갔다.

ⓒ 아침을 먹고 있었다.

ⓓ 친구와 놀러갈 준비를 하고 있었다.

2 엄마와 함께 살때 딸은 어떤 습관이 있었는가?

ⓐ 늦게 일어난다.

ⓑ 아침을 먹지 않는다.

ⓒ 늦게 귀가한다.

ⓓ 엄마를 도와 아침 식사 준비를 한다.

3 지금 엄마의 심정은 어떠한가?

ⓐ 기쁘고 안심스럽다.   ⓑ 걱정스럽다.

ⓒ 급하고 서두른다.   ⓓ 낙담하고 우울하다.

5과

A

track 05-04

NAM	Cô bán cho tôi hai vé đi Nha Trang.
NỮ	Dạ, anh đi ngày nào ạ?
NAM	Tôi đi ngày kia, mồng 6.
NỮ	Anh mua chuyến mấy giờ ạ?
NAM	Buổi sáng có những chuyến nào, cô?
NỮ	Dạ, có 3 chuyến ạ, chuyến 6 giờ, chuyến 9 giờ, chuyến 11 giờ.
NAM	Cho tôi chuyến 9 giờ nhé.
NỮ	Dạ, anh mua vé một chiều hay vé khứ hồi ạ?
NAM	Vé khứ hồi, tôi muốn về ngày 11.
NỮ	Vâng, anh muốn ghế ngồi hay giường nằm?
NAM	À, giường nằm, giá giường mềm và giường cứng thế nào, cô?
NỮ	Dạ, giường mềm điều hoà giá 700.000 đồng còn giường cứng điều hoà là 550.000 đồng một chiều ạ.
NAM	Thế, cho tôi giường mềm. Tất cả bao nhiêu vậy cô?
NỮ	Dạ, của anh tất cả là 2.800.000 đồng ạ.

남자	냐짱 가는 표 두 장 주세요.
여자	네, 어느 날에 가시나요?
남자	저 모레 갈 거예요. 6일이요.
여자	몇 시 차 구입하실 건가요?
남자	아침에 어떤 차편들이 있나요?
여자	네, 3개 차편이 있어요. 6시 차, 9시 차, 11시 차요.
남자	9시 차로 주세요.
여자	네, 편도로 구매하시나요, 아니면 왕복으로 구매하시나요?
남자	왕복 표로요. 11일에 돌아오려고요.
여자	네, 좌석을 원하시나요, 침대를 원하시나요?
남자	아, 침대요, 소프트 베드랑 하드 베드 가격이 어떻게 되는 거죠?
여자	네, 에어컨이 있는 소프트 베드는 70만 동이고 에어컨이 있는 하드 베드는 55만 동, 편도 가격입니다.
남자	그러면 소프트 베드로 주세요. 전부 얼마죠?
여자	네, 모두 280만 동입니다.

1 남자는 몇시 기차표를 사는가?

ⓐ 6시   ⓑ 9시

ⓒ 11시   ⓓ 11시 5분

2 그는 며칠에 냐짱에 가는 표를 사는가?
ⓐ 4일　　　　　　　ⓑ 6일
ⓒ 8일　　　　　　　ⓓ 11일

3 남자는 얼마의 돈을 지불하였는가?
ⓐ 70만 동　　　　　ⓑ 55만 동
ⓒ 140만 동　　　　　ⓓ 280만 동

B

track 05-05

NAM	Xin chào cô, làm ơn cho xem e-ticket và hộ chiếu ạ.
NỮ	Vâng, đây. Anh ơi, cho em hỏi còn chỗ cạnh cửa sổ không ạ?
NAM	Dạ, cả chỗ cạnh cửa sổ lẫn chỗ gần lối đi đều hết rồi ạ. Chỉ còn chỗ ở giữa và chỗ gần cửa thoát hiểm thôi ạ. Nhưng chỗ gần cửa thoát hiểm thì phải trả thêm phí là 20 đô la một chỗ ạ.
NỮ	Thế, anh cho em 2 chỗ gần cửa thoát hiểm nhé.
NAM	Dạ, cô có gửi hành lý không?
NỮ	Em có 2 kiện, em được bao nhiêu cân, anh?
NAM	Mỗi người 15 cân ạ. Xin vui lòng để hành lý lên đây. (lát sau) Trong túi có pin hay máy tính không, cô?
NỮ	Dạ, không có. Chỉ có mấy quyển sách và đồ dùng cá nhân thôi.
NAM	Ghế của cô số 15 A,B ạ. Chúng tôi xin lỗi, chuyến bay cô bị hoãn khoảng 20 phút, nên giờ bay là 1 giờ 45, xin vui lòng đến cửa số 23 lúc 1 giờ 15 ạ.
NỮ	Vâng, em hiểu rồi.

남자	안녕하세요. 전자 항공권과 여권 좀 보여 주세요.
여자	네, 여기요. 저, 여쭤볼 게 있는데 창가석이 남아 있나요?
남자	아뇨, 창가석과 통로석 모두 다 좌석이 없네요. 가운데 좌석이랑 비상구 좌석만 남았어요. 하지만 비상구 좌석은 한 좌석에 20달러를 더 내셔야 해요.
여자	그렇다면 비상구 좌석 2자리로 주세요.
남자	네, 수화물 부치시나요?
여자	수화물 (짐 꾸러미) 2개가 있어요. 저는 몇 kg 실을 수 있죠?
남자	각 사람당 15kg입니다. 여기에 수화물 올려 주세요. (잠시 후) 수화물 안에 배터리나 컴퓨터 있나요?

여자	아뇨, 없어요. 단지 책 몇 권과 개인 물품밖에 없어요.
남자	좌석은 15A, 15B번입니다. 죄송하지만, 비행기편이 약 20분 연착되어서 이륙 시간은 1시 45분입니다. 23번 게이트로 1시 15분에 오세요.
여자	네, 알겠습니다.

1 이 대화는 어디에서 이루어지는가?
ⓐ 비행기 안에서　　　ⓑ 공항 면세점에서
ⓒ 수속 데스크에서　　　ⓓ 국내선 터미널에서

2 여자는 비행기의 어느 좌석에 앉게되길 원하는가?
ⓐ 창가 좌석　　　　　ⓑ 통로 좌석
ⓒ 가운데 좌석　　　　ⓓ 비상구 좌석

3 여자는 비행기에 탑승하기 위해 몇시에 몇 번 게이트로 와야 하는가?
ⓐ 1시 정각에 22번 게이트
ⓑ 1시 15분에 23번 게이트
ⓒ 1시 15분에 22번 게이트
ⓓ 1시 45분에 23번 게이트

6과

A

track 06-04

Linh	Sơn à, hôm nay trông cậu vui thế! Có chuyện gì đấy?
Sơn	À, Linh, nhà tớ có chuyện vui mà, ngày mai chị gái tớ lấy chồng.
Linh	Ừ, tớ biết rồi mà, thế anh Hùng, anh cả cậu về nước rồi chứ? Anh ấy đi du học ở Hàn Quốc mà.
Sơn	Rồi, cả gia đình anh Hùng về hôm kia rồi. Lâu rồi không gặp cháu, cháu lớn nhiều rồi, dễ thương lắm.
Linh	À, mình nhớ không nhầm thì cậu có 2 đứa cháu, phải không?
Sơn	Ừ một cháu trai và một cháu gái. Tụi nó sang Hàn Quốc hồi mới biết nói, nhưng bây giờ chạy chơi được rồi.
Linh	Ừ, lâu rồi nhỉ.. Thế chị gái thứ hai cậu sẽ sống ở nhà bố mẹ chồng à?

Sơn	Chắc vậy, chị nói là 2 năm sau sẽ ra ở riêng.
Linh	Còn cậu, cậu không muốn lấy ai hả?
Sơn	Tớ còn trẻ mà, hay là tớ lấy cậu luôn được không?

Linh	Sơn아, 오늘 너 정말 즐거워 보인다! 무슨 일이니?
Sơn	아, Linh, 우리 집에 즐거운 일이 있지. 내일 우리 누나가 결혼해.
Linh	응, 이미 알고 있어. 그러면 너의 큰형 Hùng 오빠는 귀국했지? 한국으로 유학 가셨잖아.
Sơn	이미 귀국했지. 그저께 Hùng 형 가족들이 다 돌아왔어. 오랫동안 조카를 못 봤는데 많이 컸더라. 너무 귀여워.
Linh	아, 내가 기억하는 게 틀리지 않다면 너는 조카 2명이 있지?
Sơn	응, 남자 조카 하나랑 여자 조카 하나. 걔네는 막 말하기 시작할 때 한국에 갔는데. 하지만 지금은 뛰어다니며 놀 수 있지.
Linh	응, 오래됐네… 그러면 너의 둘째 누나는 시댁에서 사는 거니?
Sơn	아마도 그럴걸. 누나가 말하길 2년 후에 분가할 거래.
Linh	근데 너는, 너는 결혼 안 하고 싶어?
Sơn	난 아직 젊잖아. 아니면 그냥 나랑 결혼하든가 괜찮아?

1 왜 오늘 Sơn은 즐거워 보이는가?
   ⓐ Sơn이 곧 결혼해서.
   ⓑ Sơn의 큰형이 자식을 낳아서.
   ⓒ Sơn의 누나가 곧 결혼해서.
   ⓓ Sơn이 Linh을 좋아해서.

2 아래 어떤 것이 Hùng에 대해 옳지 않은가?
   ⓐ Hùng은 Sơn의 가족에서 장남이다.
   ⓑ 한국에 유학 갔고 그저께 막 돌아왔다.
   ⓒ 아들 하나와 딸 하나가 있다.
   ⓓ 현재 장인어른, 장모님과 함께 살고 있다.

3 결혼 후 Sơn의 누나는 어디에서 살 것인가?
   ⓐ 분가한다.
   ⓑ 시부모님과 함께 산다.
   ⓒ 자신의 부모님과 함께 산다.
   ⓓ 자신의 남동생과 함께 산다.

B

 track 06-05

NAM	Su này, em sang bên đây lâu chưa?
NỮ	Em đến đây được hai tháng rồi.
NAM	Em sống xa gia đình, em có nhớ nhà không?
NỮ	Vâng, em nhớ lắm, nên mỗi tuần em gọi điện cho gia đình 2 đến 3 lần.
NAM	Ở bên Hàn Quốc, gia đình em sống ở đâu?
NỮ	Gia đình em ở một thành phố gần thủ đô Seoul, cách Seoul khoảng 40 km.
NAM	Bố mẹ em còn khoẻ không?
NỮ	Vâng, bố mẹ em vẫn bình thường, bố em là công chức còn mẹ em là nội trợ. Bố mẹ em khoẻ mạnh và hạnh phúc.
NAM	Tốt nhỉ, thế, em có mấy anh chị em?
NỮ	Em chỉ có một em gái thôi. Em ấy chuẩn bị đi du học ở Canada.
NAM	Ôi, thế à! Thế, dịp nào cả gia đình em sum họp cả nhà?
NỮ	Chắc tết sang năm mới gặp nhau được. Cả gia đình em định sang bên đây để thăm em và nhân thể đi du lịch luôn.
NAM	Hay quá!

남자	Su야, 여기 온 지 오래되었니?
여자	저 여기 온 지 두 달 됐어요.
남자	가족이랑 멀리 떨어져 사는데 집이 그립지 않니?
여자	네, 정말 그립죠. 그래서 매주 가족한테 두세 번씩 전화를 해요.
남자	한국에서는 너의 가족들이 어디서 살아?
여자	제 가족은 서울에서 가까운 도시에서 있어요. 서울에서 40km 정도 떨어져 있어요.
남자	너의 부모님은 건강하시니? (잘 지내시니?)
여자	네, 부모님은 여전히 그럭저럭 계세요. 아버지께서는 공무원이시고 어머니께서는 주부세요. 부모님은 건강하고 행복하시죠.
남자	좋네. 그러면 넌 형제자매가 몇 명이야?
여자	전 여동생 한 명만 있어요. 여동생은 캐나다에 유학 갈 준비를 하고 있어요.
남자	와, 그래? 그러면 어떤 기회에 너희 가족이 온 가족이 다 같이 모이는 거야?
여자	아마 내년 tết에나 서로 만날 수 있을 것 같아요. 저의 온 가족은 여기에 저를 보러 오고, 온 김에 아예 여행 가려고요.
남자	너무 좋네!

1 Su는 베트남에 온 지 얼마나 되었는가?
ⓐ 약 3주
ⓑ 한 달이 되지 않음
ⓒ 2달 넘음
ⓓ 딱 2달

2 아래 어떤 것이 수의 부모님에 대해 맞지 않는가?
ⓐ Su의 아버지께서는 은퇴하셨다.
ⓑ Su의 어머니는 가정주부이다.
ⓒ Su의 부모님은 서울에서 가까운 도시에서 산다.
ⓓ Su의 부모님께서는 건강하게 사신다.

3 내년 설날에 Su의 가족은 어떤 계획이 있는가?
ⓐ Su의 여동생을 만나러 캐나다에 간다.
ⓑ 고향에 가서 친척과 친구들을 만난다.
ⓒ Su를 만나고 여행하기 위해 베트남에 온다.
ⓓ 남자에게 한국 친구 한 명을 소개해 준다.

A

 track 07-04

NỮ	Cháu chào chú ạ. Nghe nói chú cho thuê một phòng ở tầng 3 nhà chú, phải không ạ?
NAM	Phải, cháu đã đọc quảng cáo trên báo hay người ta nói với cháu?
NỮ	Dạ, bạn cháu nói cho cháu biết chú ạ. Thế, cháu xem phòng được không ạ?
NAM	Được, cháu lên theo chú nhé. Nhà chú có 4 tầng, tầng 1 có phòng khách, phòng bếp. Mỗi tầng đều có 2 phòng ngủ, ngoại trừ tầng 4, vì ở tầng 4 có một ban công và khu phụ. Mỗi phòng cũng có phòng vệ sinh riêng.
NỮ	Dạ, cho cháu hỏi là ngoài cháu ra còn có người nào thuê nữa không ạ?
NAM	Có, phòng định cho cháu xem là phòng ngoài ở tầng 3, phòng trong thì một sinh viên Đài Loan đã thuê rồi. Tầng 2 thì gia đình chú đang sử dụng. Mời cháu vào, phòng này rộng lắm, đến 32 mét vuông.
NỮ	À, rộng rãi quá, có cửa sổ lớn nên đã ngập tràn ánh sáng lại thoáng mát, mà cũng đầy đủ tiện nghi quá.

NAM	Ừ, phòng này tốt lắm cháu ạ. Trong phòng có máy điều hoà nhiệt độ, một bộ bàn ghế, một cái giường, một cái tủ áo, hơn nữa ở phòng tắm có bồn tắm đấy.
NỮ	Ôi, thế à, tốt quá! Thế giá thuê tháng là bao nhiêu chú ạ?
NAM	Một tháng 7 triệu cháu ạ, rẻ hơn so với những phòng khác trong khu vực này.
NỮ	Dạ, chắc vậy ạ. Thế bao giờ cháu chuyển đến được ạ?
NAM	Nếu cháu làm hợp đồng thì từ thứ hai tuần sau, cháu có thể chuyển được.

여자	안녕하세요, 아저씨. 듣기로는 아저씨 집에 3층에 방을 하나 세 놓으신다고 해서요. 맞나요?
남자	맞아. 너는 신문에서 광고를 읽었니 아니면 사람들이 너에게 말해 주었니?
여자	네, 제 친구가 제가 알도록 말해 주었어요. 그럼 제가 방을 봐도 될까요?
남자	가능하지. 아저씨를 따라 올라오렴. 아저씨 집은 4층이고 1층에는 거실과 부엌이 있어. 각 층에 침실이 2개씩 있어. 4층만 빼고. 왜냐하면 4층에 베란다와 다용도실이 있기 때문이지. 각 방마다 개별 화장실이 다 있고.
여자	네, 질문이 있는데 저 말고도 다른 세입자가 있나요?
남자	응, 너에게 보여 주려고 하는 방은 3층에 바깥쪽 방이야. 안쪽 방은 대만 학생이 이미 빌렸어. 2층은 아저씨 가족이 사용하고 있고. 들어오렴. 이방은 정말 넓단다. 32제곱미터나 돼.
여자	와, 정말 넓네요. 큰 창문이 있어서 채광도 좋고 환기도 잘 되고, 근데 또 풀옵션이네요.
남자	응, 이 방 정말 좋단다. 방에 에어컨이 있고 책걸상, 침대 하나, 옷장 게다가 욕실에는 욕조도 있어.
여자	와, 그래요? 너무 좋네요. 그런데 월세는 얼마인가요?
남자	한 달에 7백만 동이야. 이 지역에 다른 방들에 비해 더 싸지.
여자	네, 그런 거 같아요. 그럼 제가 언제 들어올 수 있나요?
남자	만약 계약하면 다음 주 월요일부터 들어올 수 있단다.

1 여자는 세 놓는 집에 대한 정보를 어떤 방법으로 알았는가?
ⓐ 신문에서 광고를 읽었다.
ⓑ 길에서 광고를 읽었다.
ⓒ 그녀의 친구가 알려주었다.
ⓓ 그녀가 스스로 세 놓는 집을 찾았다.

2 베란다(발코니)는 몇 층에 있는가?
ⓐ 1층
ⓑ 2층
ⓒ 3층
ⓓ 4층

3 아래 보기 중에 어떤 것이 방 안에 없는가?

ⓐ 책걸상   ⓑ 냉장고

ⓒ 옷장   ⓓ 침대

B

 track 07-05

1. Cho thuê nhà giá rẻ, gần trung tâm quận Gò Vấp

Cần cho thuê một ngôi nhà diện tích 90 mét vuông, nhà rộng, thoáng mát, sạch sẽ, gần trung tâm quận Gò Vấp.

Rất tiện cho ai thuê để ở nhiều người.

Liên hệ số điện thoại: 0935 8558 21 (anh Hùng)

(Ghi chú: chủ nhà giữ lại 1 phòng để làm văn phòng công ty)

고법 군 중심에서 가까운 가격이 싼 집 임대

90제곱미터, 넓은 집, 환기 잘 됨, 깨끗함. 고법 중심에 가까운 집 한 채 세 놓음, 다인 거주 목적으로 빌리는 사람에게 편리함.

연락처: 0935 8558 21 미스터 Hùng

(비고: 회사 사무실로 쓰기 위해 집주인이 방 한 칸 사용)

2. Cho thuê cửa hàng

Cho thuê cửa hàng tầng 1 tại số nhà 26, ngõ 35. Thái Thịnh, Đống Đa, Hà Nội. Ngõ rộng, ô tô vào được đến cửa, nối đường Thái Thịnh và Vĩnh Hồ, nằm trong khu vực điện nước, an ninh tốt, thuận tiện đi lại và kinh doanh. Diện tích cửa hàng 43 mét vuông. Liên hệ cô Sương, số điện thoại là 091 393 1467.

가게 임대

하노이 동다 타이 팅 35 골목 26번지 1층 가게 임대. 넓은 골목길, 자동차 문 앞까지 진입 가능, 타이 팅, 빈호 거리와 연결됨, 전기, 용수 공급 잘되고 치안이 좋은 구역에 위치, 교통과 사업이 편리. 가게 면적은 43제곱미터, 미스 Sương에게 연락 전화번호 091 393 1467

1 7인 가족이 집을 빌리고 싶을 때 누구에게 전화하는 것이 좋은가?

→ Anh Hùng.

    미스터 Hùng

2 집 주인은 무엇을 하기 위해 방 한 칸을 사용하는가?

→ Để làm văn phòng công ty.

    회사 사무실로 쓰기 위해서

3 빌려 주는 가게 면적은 얼마인가?

→ 43 mét vuông.

    43제곱미터

4 빌려 주는 가게는 대로에 있는가? 아니면 골목길에 있는가?

→ Trong ngõ hẻm.

    골목길 안에

 8과

A

 track 08-04

NAM	Chào cô, cô cần gì ạ?
NỮ	Anh cho tôi trả phòng, phòng tôi số 708.
NAM	Dạ, cô đã ở 2 đêm 26, 27 tháng 5, phải không ạ? Xin đợi một chút để tôi kiểm tra minibar.
NỮ	Vâng, tôi không dùng gì đâu.
NAM	(Lát sau) Dạ, kiểm tra xong rồi ạ. Của cô tất cả là 4.800.000 đồng ạ.
NỮ	Ủa, tôi đã trả tiền khi đặt phòng rồi mà.
NAM	À... tôi nhầm. Xin lỗi. Cô vui lòng ký tên vào đây ạ. Cô có cần gọi taxi không ạ?
NỮ	Có, nhờ anh gọi taxi Mai Linh giùm tôi. Cám ơn anh.
NAM	Dạ, không có gì ạ. Cám ơn cô đã ở khách sạn chúng tôi ạ.

남자	안녕하세요. 필요하신 거 있으세요? (도와드릴까요?)
여자	저 체크아웃 할게요. 제 방 708호요.
남자	네, 5월 26일, 27일 2박 맞으시죠? 미니 바 사용하셨는지 확인하기 위해 잠시만 기다려 주세요.
여자	네, 저 아무것도 쓰지 않았어요.
남자	(잠시 후) 네, 확인 끝났습니다. 모두 480만 동입니다.
여자	네? 저 예약할 때 이미 지불했는데요.
남자	아… 제가 실수했네요. 죄송합니다. 여기에 사인해 주세요. 택시 호출 필요하신가요?
여자	네, 저를 도와 Mai Linh 택시를 불러 주시길 부탁 드려요. 감사합니다.

남자	천만에요. 저희 호텔에 숙박해 주셔서 감사합니다.

1 여자는 그 호텔에 방을 몇 박 빌렸는가?
ⓐ 1박　　　　　　　ⓑ 2박
ⓒ 3박　　　　　　　ⓓ 4박

2 여자는 언제 호텔비를 계산했는가?
ⓐ 방을 예약할 때　　ⓑ 방을 빌릴 때
ⓒ 체크아웃 할 때　　ⓓ 언급되지 않음

3 여자는 리셉션 직원에게 무엇을 부탁했는가?
ⓐ 짐을 차로 옮기는 것
ⓑ 택시를 부르는 것
ⓒ 미니 바를 체크하는 것
ⓓ 레이트 체크아웃

B

  track 08-05

NỮ	A lô, khách sạn Spring Flower Hà Nội xin nghe.
NAM	Chào cô, tôi muốn đặt phòng, xin cho tôi hỏi là khách sạn cô nằm ở đường nào, quận nào?
NỮ	Dạ, khách sạn chúng tôi ở 45 đường Hàng Bồ, quận Hoàn Kiếm ạ.
NAM	Ở gần khách sạn cô có ngân hàng hoặc quầy đổi tiền không?
NỮ	Dạ, ở gần khách sạn có 2 ngân hàng và 1 quầy đổi tiền ạ. Ngoài ra, anh có thể đổi tiền ở lễ tân của khách sạn ạ. Xin đừng lo ạ.
NAM	Vâng, khách sạn cô có dịch vụ đưa đón tại sân bay không?
NỮ	Dạ, có ạ. Nhưng phát sinh phí dịch vụ là 150.000 đồng một chiều ạ.
NAM	Thế, có những loại phòng nào?
NỮ	Dạ, khách sạn chúng tôi có tất cả 4 loại phòng ạ, phòng cổ điển, phòng Deluxe, phòng Deluxe gia đình, phòng Junior Suite ạ.
NAM	Thế, phòng giá rẻ nhất bao nhiêu một đêm ?
NỮ	Dạ, phòng cổ điển không có cửa sổ một đêm 780.000 đồng ạ.

NAM	Sao đắt quá nhỉ. Thôi, tôi không thuê đâu!
NỮ	Vì khách sạn ở trung tâm thành phố nên giá hơi cao ạ…. A lô…..

여자	여보세요, 하노이 Spring Flower 호텔입니다.
남자	안녕하세요. 객실 예약하고 싶은데 무슨 군 무슨 거리에 호텔이 위치하는지 여쭤 볼게요.
여자	네, 저희 호텔은 호안끼엠 군 Hàng Bồ 거리 45번지에 있습니다.
남자	호텔 주변에 은행이나 환전소가 있나요?
여자	네, 호텔 주변에는 은행 2곳과 환전소 1곳이 있어요. 그 밖에도 호텔 프런트에서 환전 가능합니다. 걱정하지 마세요.
남자	네, 공항 픽업 서비스도 있나요?
여자	네, 있습니다. 다만 편도 15만 동의 서비스 요금이 있습니다.
남자	그렇다면 어떤 객실 종류가 있나요?
여자	네, 저희 호텔에는 4가지 종류의 방이 있습니다. 클래식 룸, 디럭스 룸, 패밀리 디럭스 룸, 주니어 스위트 룸입니다.
남자	그러면 가장 저렴한 방은 1박에 얼마인가요?
여자	네, 창문 없는 클래식 룸이 1박에 78만 동입니다.
남자	왜 그렇게 비싼 거죠? 됐어요. 저 안 빌릴래요!
여자	왜냐하면 저희 호텔이 도시 중심가에 있어서 가격이 좀 높습니다… 여보세요?…

1 스프링 플라워 호텔의 주소는 어디인가?
ⓐ 호안끼엠 군 항 박 거리 35번지
ⓑ 호안끼엠 군 항 마잉 거리 45번지
ⓒ 호안끼엠 군 항 보 거리 45번지
ⓓ 호안끼엠 군 항 가 거리 55번지

2 아래에 어떤 정보가 하노이 스프링 플라워 호텔에 대해 맞지 않은가?
ⓐ 시내 중심가에 있다.
ⓑ 모두 4 종류의 방이 있다.
ⓒ 호텔에서 환전을 할 수 있다.
ⓓ 무료 공항 픽업 차량 서비스가 있다.

3 손님이 하노이 스프링 플라워 호텔에서 방을 빌리지 않은 이유는 무엇인가?
→ Vì giá thuê phòng rất đắt.
　 방 빌리는 가격이 매우 비싸서.

Nghe | 듣기 스크립트와 해석

A

 track 09-04

NỮ	Vào dịp Tết này, cả gia đình mình sẽ đi du lịch đấy!
NAM	Ôi, thích quá, gia đình bạn sẽ đi đâu vậy?
NỮ	Mình vẫn chưa quyết định, bạn có thể giới thiệu cho mình một số nơi được không?
NAM	À, Để mình xem. À nếu gia đình bạn muốn nghỉ mát thì Đà Lạt và Sapa rất tuyệt nhưng vào thời điểm đó, chắc đông người lắm. Gia đình bạn thích gì?
NỮ	Bố mình thì muốn nghỉ ngơi và thư giãn, còn mẹ mình thì thích ăn những món đặc sản, còn mình và em trai mình thì muốn đi tham quan các danh lam thắng cảnh của Việt Nam, đặc biệt là mình quan tâm đến lịch sử Việt Nam.
NAM	Thế thì, bạn nên đi Đà Nẵng và Hội An. Ở Đà Nẵng có nhiều khu nghỉ dưỡng sang trọng đầy đủ các dịch vụ, còn các món đặc sản như mì quảng ở Đà Nẵng, bánh bao, cao lầu ở Hội An thì được du khách nước ngoài nhận xét là ngon và dễ ăn. Hơn nữa Hội An đã từng là một thương cảng quốc tế và các di tích ở đó vẫn được bảo tồn khá tốt nên bạn có thể thấy nhiều điều mới lạ.

여자	이번 설에 우리 가족 모두 여행 가!
남자	와, 엄청 좋겠다! 너희 가족은 어디로 가는데?
여자	나 아직 안 정했는데, 너 나에게 몇몇 장소 추천해 줄 수 있니?
남자	음, 생각해 보자. 아, 너네 가족이 피서를 원한다면 달랏이나 사파가 최고일 거야. 하지만 그 무렵이면 사람이 매우 붐빌 거 같아. 너네 가족은 무엇을 (여행 스타일을) 좋아해?
여자	아버지께서는 휴식과 휴양을 원하시고 어머니께서는 명물 요리들을 드시는 걸 좋아하셔. 나와 내 남동생은 베트남의 명승고적들을 관광하고 싶고. 특히 난 베트남 역사에 관심이 있어.
남자	그렇다면 다낭이랑 호이안에 가 봐. 다낭에는 충분한 서비스를 갖춘 고급 리조트가 많고 그리고, 다낭에 미꽝, 호이안에 바잉바오, 까오러우 같은 명물 요리는 외국 관광객들에게 맛있고 먹기 쉽다는 평가를 받아.

게다가 호이안은 국제 무역항이었고 그곳에 유적지들은 꽤 잘 보존되어 있어서 신기하고 새로운 것들을 많이 보게 될 거야.

1 달랏과 사파는 어떤 타입의 여행객들에게 적합한가?
ⓐ 수도 문화를 알아보기 원하는 여행객
ⓑ 피서하기 원하는 여행객
ⓒ 베트남 역사에 관심이 있는 여행객
ⓓ 자신의 입맛에 맞는 음식들을 찾아온 여행객

2 여자의 가족 중에 누가 맛있는 음식들에 관심이 있는가?
ⓐ 아버지 　　　　ⓑ 어머니
ⓒ 자신 　　　　ⓓ 남동생

3 아래 어떤 보기가 호이안에 대해 맞는 사항인가?
ⓐ 휴식과 휴양을 좋아하는 여행객들에게 이상적인 목적지이다.
ⓑ 맛있고 유명한 미꽝이라는 명물 요리가 있다.
ⓒ 예전에 국제무역 항구였고 많은 역사 유적이 있다.
ⓓ 고급스럽고 필요한 서비스들을 충분히 갖춘 리조트가 많이 있다.

B

 track 09-05

Tràng An là một khu du lịch sinh thái nằm ở tỉnh Ninh Bình, miền Bắc Việt Nam. Tràng An được UNESCO công nhận là di sản văn hoá và thiên nhiên thế giới vào năm 2014. Tràng An được đánh giá là địa danh du lịch tổng hợp văn hoá-thiên nhiên nổi tiếng của Việt Nam. Khác với Buôn Đôn, nơi khách du lịch có thể có trải nghiệm thú vị bằng việc cưỡi voi, khác với chùa Hương nơi khách du lịch phải leo núi qua 120 bậc thang, đến Tràng An, khách du lịch được trải nghiệm một hình thức tham quan mới mẻ, đó là tham quan các hang động bằng du thuyền trên dòng suối hiền hoà. Một số khách du lịch gọi Tràng An là "Vịnh Hạ Long trên lục địa" vì không cần ra biển xa bằng tàu thuỷ mà vẫn có thể ngắm những hang động đẹp kỳ lạ. Vì phong cảnh đẹp và huyền bí nên Tràng An đã được chọn để làm phim trường cho phim 'Kong' và ngày càng nổi tiếng. Hằng ngày, rất nhiều du khách tìm đến Tràng An.

짱안은 베트남 북부 닌빈성에 위치한 생태관광지구입니다. 짱안은 2014년에 세계 자연 문화유산으로 유네스코에 등재되었습니다. 짱안은 베트남의 유명한 문화–자연 복합 관광 명소로 평가받습니다. 관광객들이 코끼리를 타며 재미있는 체험을 할 수 있는 Buôn Đôn과는 달리, 또 관광객들이 120개의 계단을 올라 등산해야 하는 Hương사와는 다르게 짱안에 오면 관광객들은 색다른 관광을 경험하게 됩니다. 그것은 평화롭게 흐르는 강물 위에서 보트를 타고 동굴을 관광하는 것입니다. 일부 관광객들은 짱안을 "육지의 하롱베이"라고 부릅니다. 왜냐하면 배를 타고 먼 바다로 나갈 필요가 없이 기묘하고 아름다운 동굴들을 감상할 수 있기 때문입니다. 아름답고 신비로운 풍경으로 짱안은 영화 'Kong' 촬영지로 선택되었고 날이 갈수록 유명해지고 있습니다. 매일 많은 관광객들이 짱안으로 찾아옵니다.

1 짱안의 동굴들을 어떤 방법으로 관광할 수 있는가?
   ⓐ 먼저 걸어가서 등산을 한다.
   ⓑ 120개 이상의 계단을 오른다.
   ⓒ 배를 탄다.
   ⓓ 말이나 코끼리를 탄다.

2 왜 사람들은 짱안을 '육지의 하롱베이'라고 부르는가?
   ⓐ 짱안이 하롱베이보다 하노이에 가깝기 때문에.
   ⓑ 짱안이 하롱베이처럼 아름다운 자연 경관을 가지고 있어서.
   ⓒ 하롱베이에 와 본 관광객들은 반드시 짱안을 방문하러 와서.
   ⓓ 짱안에 하롱베이와 비슷한 동굴들이 많이 있어서.

10과

A

track 10-04

NAM Chào cô, cô là Minh Hằng, giáo viên dạy tiếng Việt, phải không? Tôi là Lee Ha-jun. Tôi đang tìm một người mà tôi nghe nói là người đó đang học với cô.

NỮ Thế à, anh nói thử xem, người ấy tên là gì?

NAM Xin lỗi, tôi không nhớ tên anh ấy, anh ấy khoảng 25 tuổi, anh ấy cao khoảng 1m70, người hơi béo , nhuộm tóc màu nâu, có khi đeo kính có khi không đeo, mặt to, mũi thấp, miệng rộng.

NỮ Ừm... tóc xoăn và nói giọng miền Nam phải không anh? Nếu đúng thì anh ấy là Jo, là người Mỹ gốc Hàn.

NAM À, chắc là đúng rồi, thế gần đây cô có gặp anh ấy không?

NỮ Có, anh ấy vẫn đi học nhưng từ thứ hai tuần trước tôi không thấy anh ấy đi học, có lẽ anh ấy bị bệnh hay bận gì đó, có chuyện gì không anh?

NAM Anh ấy mượn của tôi 10 triệu đồng, anh ấy hứa là hôm kia sẽ trả nợ cho tôi mà đến hôm nay vẫn không thấy liên lạc gì. Vì thế tôi đến đây mong tìm được anh ấy.

NỮ Trời, chắc là anh ấy bị bệnh hay bận thôi. Nếu tôi gặp anh ấy thì tôi sẽ nói với anh ấy là có anh tìm. Xin lỗi anh tên gì?

NAM Tôi tên là Kim, Cám ơn cô.

남자 안녕하세요, 선생님이 베트남어 가르치시는 Minh Hằng 선생님 맞으신가요? 저는 이하준이라고 합니다. 저는 한 사람을 찾고 있는데 제가 듣자 하니 그 사람이 선생님과 공부하고 있다고 하던데요.

여자 그래요? 말해 보세요, 그 사람 이름이 뭔가요?

남자 죄송해요. 그 사람 이름이 기억나지 않아요. 그는 약 25세이고 그는 키가 1m 70 정도 되고 약간 뚱뚱하고 갈색으로 염색했고요, 안경을 낄 때도 있고 안 낄 때도 있고 눈은 크고 코는 낮고 입은 커요.

여자 음… 곱슬머리에 남부 발음으로 말하는 거 맞아요? 만약에 맞다면 그는 조예요, 미국 교포죠.

남자 아, 아마 맞을 거예요. 그런데 최근에 선생님은 그를 만나나요?

여자	네, 그는 여전히 공부하러 오는데 지난주 월요일부터 그가 공부하러 오는 걸 못 봤네요. 아마 아프거나 뭐가 바쁘거나 한 거 같은데 무슨 일이에요?
남자	그는 저에게 천만 동을 빌려갔는데 약속하기로는 그저께 저에게 빚을 갚는다더니 오늘까지 어떤 연락도 없어요. 그래서 제가 여기 와서 그를 찾기를 바라고 있어요.
여자	세상에, 아마 아프거나 바쁜 것뿐일 거예요. 만약 내가 그를 만나면 그에게 당신이 찾는다고 말해 줄게요. 죄송하지만 이름이 무엇이죠?
남자	제 이름은 김이에요. 감사합니다. 선생님.

1 남자는 무엇을 하기 위해 Minh Hằng 선생님을 찾는가?

ⓐ 선생님과 베트남어를 공부하기 위해서

ⓑ 선생님과 공부하는 한 사람에 대해 선생님께 물어보기 위해서

ⓒ 자기 친구의 안부를 묻기 위해서

ⓓ 선생님의 이름을 알기 위해서

2 아래 어떤 보기가 남자가 현재 찾는 사람의 외모 특징이 아닌가?

ⓐ 체형이 약간 뚱뚱하다.

ⓑ 빨간색으로 염색했다.

ⓒ 곱슬머리다.

ⓓ 입이 크다.

3 남자가 그 사람을 찾는 이유는 무엇인가?

ⓐ 빚을 갚기 위해서

ⓑ 빚을 갚으라고 요구하기 위해서

ⓒ 미국에 관련된 정보를 물어보기 위해서

ⓓ 그 사람이 수업에 안 나오는 이유를 물어보기 위해서

B

track 10-05

NỮ	Hôm nay chúng tôi xin được phỏng vấn diễn viên Bình An đóng vai Lực trong phim được trình chiếu gần đây nhất "Ngược chiều nước mắt". Bình An sinh năm 1993, sở hữu chiều cao nổi trội 1m 85, ngoại hình điển trai, lông mày rậm, mắt hai mí, mũi cao, da trắng, thân hình cao to, cơ bụng sáu múi nên làm tất cả các cô gái trẻ xao xuyến. Xin chào Bình An, chào mừng anh đã đến với chương trình "Tìm một người lý tưởng của tôi". Bình An có thể giới thiệu một chút về mình với các khán giả được không?
NAM	Xin chào các bạn khán giả của chương trình "Tìm một người lý tưởng của tôi"của kênh VTV3. Mình là Bình An, chiều cao của mình cô dẫn chương trình đã giới thiệu cho các bạn rồi, nhưng có một chút nhầm lẫn là mình đã cao 1m86 rồi. (Mỉm cười).
NỮ	Ồ, Bình An vẫn đang cao à, chắc Bình An uống sữa nhiều, phải không? Thế Bình An có thể nói cho các khán giả chương trình "Tìm một người lý tưởng của tôi" biết là người lý tưởng của Bình An phải là người như thế nào không?
NAM	Dạ, Bình An có khá nhiều tiêu chuẩn về người lý tưởng của mình, thứ nhất Bình An thích con gái thông minh và cầu tiến trong sự nghiệp của mình, thứ hai là cô ấy phải biết nấu ăn ngon và luôn ủng hộ người đàn ông của mình làm cho người đàn ông của mình luôn tự tin..
NỮ	Cám ơn Bình An, bây giờ xin Bình An nói về tiêu chuẩn ngoại hình của người lý tưởng được không?
NAM	Nói về bề ngoài à? Đối với Bình An, ngoại hình không quan trọng đâu, nhưng Bình An mong rằng người con gái đó có thân hình thon thả, cao trên 1m60, mắt to, mũi cao, da trắng, môi đỏ tự nhiên, tóc dài óng mượt.
NỮ	Ôi, thế thì nếu cho Bình An chọn một trong hai giữa "đẹp" và "thông minh" thì Bình An sẽ chọn gì?
NAM	À Bình An sẽ chọn thông minh ngay vì "Cái nết đánh chết cái đẹp" mà.
여자	오늘 우리는 가장 최근에 방영된 드라마 "거꾸로 흐르는 눈물"에서 Lực 역할을 맡은 Bình An을 인터뷰하도록 하겠습니다. Bình An은 1993년 생이고 1m 85의 우월한 신장을 가지고 있고 전형적인 미남에 눈썹은 짙고, 쌍꺼풀에 높은 코, 하얀 피부, 건장한 체격, 식스팩을 가지고 있어서 모든 젊은 아가씨들을 가슴 떨리게 만들죠. 안녕하세요. Bình An 씨, "나의 이상형 찾기" 프로그램에 오신 것을 환영합니다. 시청자 분들에게 자기소개를 조금 해 주실 수 있나요?

남자 안녕하세요, VTV3 채널의 "나의 이상형 찾기" 프로그램 시청자 여러분. 저는 Bình An입니다. MC께서 저의 키를 이미 소개해 주셨는데요 조금 혼동이 있었던 게 저는 1m 86입니다. (미소를 짓는다)

여자 오, Bình An은 여전히 키가 자라고 있나요? 아마 우유를 많이 마셔서 그런 거 같은데 맞나요? 그러면 "나의 이상형 찾기" 프로그램 시청자 여러분들께 Bình An의 이상형은 어떤 사람이어야 하는지 알려 주실 수 있나요?

남자 네, 저는 저의 이상형에 대한 꽤 많은 기준들을 가지고 있어요. 첫 번째로는 똑똑하고 자기 일에 늘 성공하려고 노력하며 두 번째로는 요리를 맛있게 할 줄 알아야 하고 항상 자신의 남자를 지지해 주어서 자신의 남자가 항상 자신감 있게 해 주고…

여자 감사합니다. Bình An 씨. 지금은 이상형의 외모 기준에 대해 말해 주실 수 있나요?

남자 외모에 대해서요? 저에게는 외모가 하나도 중요하지 않습니다. 하지만 저는 그 사람이 날씬한 몸매에 키는 1m 60 이상에 눈은 크고, 코는 높고, 피부는 하얗고 자연스럽게 붉은 입술에 매끄럽게 빛나는 긴 머리였으면 좋겠어요.

여자 와, 그렇다면 만약 "미모"와 "똑똑함" 둘 중에서 고르게 한다면 Bình An은 무엇을 택할 건가요?

남자 아, 저는 "성품이 미모를 이긴다"이기 때문에 바로 똑똑함을 고를 거예요.

---

1 아래에 Bình An의 외모에 대해 묘사한 것 중에서 틀린 것은?

ⓐ 185의 키

ⓑ 짙은 눈썹

ⓒ 쌍커풀의 눈

ⓓ 건강한 체격

2 Bình An은 어떤 외모를 가진 여자를 좋아하는가?

→ Bình An thích con gái có thân hình thon thả, cao trên 1m60, mặt to, mũi cao, da trắng, , môi đỏ tự nhiên, tóc dài óng mượt.

Bình An은 날씬한 몸매에 키는 1m 60 이상에 눈은 크고, 코는 높고, 피부는 하얗고 자연스럽게 붉은 입술에 매끄럽게 빛나는 긴 머리를 가진 여성을 좋아한다.

3 Bình An은 '똑똑함'과 '미모' 사이에 무엇을 선택했는가? 왜 그러한가?

→ Bình An chọn "thông minh" vì theo anh ấy tính tình quan trọng hơn bên ngoài.

Bình An에게는 외모보다 성격이 더 중요하기 때문에 "똑똑함"을 고른다.

A

track 11-04

NỮ Ủa, anh nghe một tin giật gần chưa?

NAM Tin gì? Em nói gì anh không hiểu.

NỮ Tin là có một học sinh lớp 12 mắc bệnh trầm cảm do nghiện Facebook. Em ấy phải nhập viện vì có những biểu hiện bất thường. Em ấy vốn có tính hướng nội, khép kín với bạn bè, thậm chí với cả gia đình. Gần đây, em ấy cứ trốn học và chỉ chơi điện thoại ở nhà. Khi bố mẹ cắt mạng internet, em ấy bị kích động mạnh, đập phá đồ đạc trong nhà, la lối lớn tiếng với cha mẹ.

NAM Ôi, thật không? Chỉ sử dụng mạng xã hội mà khiến sức khoẻ có vấn đề à?

NỮ Vâng, em cũng ngạc nhiên lắm. Theo các bác sĩ, rất nhiều bệnh nhân trẻ được gia đình đưa đến điều trị bệnh trầm cảm, tâm thần phân liệt liên quan đến việc dùng mạng xã hội ở bệnh viện tâm thần.

NAM Anh cứ tưởng là mạng xã hội không gây vấn đề gì chứ, hoá ra là vậy. Thế thì không cho bé Thu nhà mình dành quá nhiều thời gian lướt facebook nữa.

NỮ Đúng rồi anh, thế khi anh nói chuyện với nó anh đừng la nó, được không? Dạo này nó nhạy cảm lắm mà.

NAM Thế thì em nói nhẹ nhàng để cho nó hiểu trước nhé. Con nhà mình ngoan chắc sẽ nghe lời thôi.

여자 여보, 소름 돋는 뉴스 들었어요?

남자 무슨 뉴스? 무슨 말하는지 이해가 안 되네요.

여자 12학년 학생이 페이스북 중독으로 우울증에 걸린 뉴스요. 그 학생은 비정상적인 행동들 때문에 병원에 입원해야만 했어요. 원래 내성적이고 친구들 심지어 온 가족에게도 폐쇄적이었대요. 최근에 계속 학교를 빠지고 집에서 핸드폰 가지고 놀기만 했나 봐요. 부모가 인터넷을 끊어버리자 그 애는 몹시 흥분해서 집안에 가구를 때려 부수고 부모에게 소리를 질렀나 봐요.

남자 하, 진짜로? 소셜 네트워크만 사용한 건데 건강에 문제가 생기게 된 거예요?

여자	저도 놀랐지 뭐예요. 의사 선생님들에 따르면 정신병원에 우울증과 정신분열증으로 가족에게 이끌려 치료받으러 오는 많은 젊은 환자들이 소셜 네트워크 사용과 관련이 있대요.
남자	나는 소셜 네트워크가 아무 문제도 일으키지 않는다고 생각했는데 알고 보니 이러네. 그러면 우리 집 두 녀석에게도 페이스북(검색) 하는 데 시간을 많이 쓰지 못하게 해야겠어요.
여자	맞아요, 여보. 그런데 여보가 그 애에게 이야기 할때 큰 소리치지 말아요, 될까요? 요즘에 그애는 매우 예민해요.
남자	그러면 여보가 먼저 그 애가 이해하도록 살살 말하세요. 우리 집 딸은 착해서 아마 말 들을 거예요.

1 남자와 여자는 무엇에 대해 이야기 하고 있는가?

ⓐ 페이스북 중독으로 인한 우울증

ⓑ 정신질환들

ⓒ 소셜 네트워크(SNS)들

ⓓ 청소년들의 취미

2 페이스북때문에 우울증에 걸린 학생은 어떤 증상들이 있는가?

→ Không đi học, chỉ chơi điện thoại. Khi bị cắt mạng internet, em ấy bị kích động mạnh, đập phá đồ đạc, la lối lớn tiếng với cha mẹ.

학교를 빠지고 핸드폰 가지고 놀기만 한다. 인터넷을 끊어버리자 그 학생은 몹시 흥분해서 가구를 때려 부수고 부모에게 큰 소리를 지른다.

3 의사들에 따르면 우울증과 정신분열증에 걸린 많은 환자들은 어떤 것과 관련이 있는가?

→ Dùng mạng xã hội.

소셜네트워크 사용

B

track 11-05

Vitamin A là một chất cần thiết cho mắt, đồng thời có tác dụng cải thiện làn da. Muốn có bộ xương và răng chắc khỏe, bạn cần bổ sung vitamin A trong chế độ ăn hằng ngày. Vitamin A được sử dụng để điều trị bệnh về da như mụn trứng cá, các tổn thương về da v.v..Vitamin A có tác dụng chống bệnh ung thư vì có thể ngăn chặn được việc sản sinh các tế bào ung thư. Ngoài việc ngăn ngừa và điều trị ung thư ra, bảo vệ tim

mạch, làm chậm quá trình lão hóa và tăng cường hệ miễn dịch cũng là những công dụng hữu hiệu khác của vitamin A. Thiếu hụt vitamin A còn có thể dẫn đến nguy cơ bệnh tiêu chảy ở trẻ nhỏ và phụ nữ mang thai...Những thực phẩm giàu vitamin A là gan, khoai lang, sữa, các chế phẩm từ sữa, rau xanh rậm lá, bí đỏ, mơ khô, cà chua, trứng, xoài, cà rốt…

비타민 A는 눈에 필요한 영양소임과 동시에 피부를 개선하는 데에도 작용을 한다. 튼튼하고 건강한 뼈와 치아를 가지고 싶다면 당신은 매일의 식사 습관에 비타민 A를 보충할 필요가 있다. 비타민 A는 좁쌀여드름, 피부 손상 등 피부 관련 질환을 치료하기 위해 사용된다. 비타민 A는 암세포의 발생을 막을 수 있기 때문에 항암작용을 한다. 암을 치료하고 막는 것 이외에도 심혈관을 보호하며 노화 과정을 늦추고 면역체계를 강화하는 것 역시 비타민 A의 다른 효과적인 효능들이다. 비타민 A가 부족하면 어린 아이와 임산부에게 설사병의 위험을 야기할 수 있다. 비타민 A가 풍부한 음식은 간, 고구마, 우유, 각 유제품, 잎이 무성한 채소, 붉은 호박, 말린 자두, 토마토, 계란, 망고, 당근 등이다.

1 이 글은 무엇에 대해 말하고 있는가?

ⓐ 각종 비타민 소개

ⓑ 비타민 A의 효능들

ⓒ 비타민 B가 풍부한 각종 식품

ⓓ 사람들이 비타민을 먹는 이유

2 비타민 A가 부족한 경우 어린이와 임산부는 어떤 병에 걸릴 위험이 있는가?

ⓐ 암   ⓑ 피부 관련 질환

ⓒ 설사병   ⓓ 심혈관 질환

3 아래의 어떤 종류의 식품이 비타민 A가 풍부하지 않은가?

ⓐ 간   ⓑ 각 유제품

ⓒ 잎이 무성한 채소   ⓓ 감자

12과

A

 track 12-04

Sara Ủa, hôm nay là ngày gì mà trên đường đông người quá, người ta lại mặc toàn màu đỏ, cầm quốc kỳ Việt Nam nữa, có chuyện gì vậy, Cường?

Cường Chẳng lẽ bạn không biết à? Hôm nay có trận chung kết giữa đội tuyển Việt Nam và đội tuyển Thái Lan giải bóng đá Đông Nam Á đấy.

Sara À, ra vậy. Ở nước bạn, người ta thích cổ vũ bóng đá trên đường à?

Cường Ừ, người ta rất thích kéo nhau đi cổ vũ vì có thể hát hò, la lớn thoải mái được mà. Ước gì đội tuyển Việt Nam vô địch. Thế, bạn có dám cược với mình không?

Sara Cá cược à? Nhưng mình cũng cổ vũ cho đội tuyển Việt Nam mà.

Cường Thế thì chúng mình cược tỷ số nhé. Mình đoán đội Việt Nam thắng 3-0.

Sara Theo mình thì 2-0 nhé. Thế chúng mình cược gì?

Cường Chúng mình cược… một bữa ăn nhé. Nếu bạn thắng, mình sẽ mời bạn đi ăn một chỗ rất ngon.

Sara Đồng ý, thế nếu mình thua thì mình sẽ mời bạn đi ăn ở nhà hàng gà rán nhé. Ở nước mình, người ta thích vừa ăn gà rán vừa xem bóng đá.

Cường Ý kiến hay đấy. Ồ, sắp bắt đầu rồi…

Sara 와, 오늘이 무슨 날인데 길에 사람이 너무 많아. 사람들은 또 완전히 빨간색 옷을 입고 베트남 국기도 들고 있네. 무슨 일이야 Cường아?

Cường 설마 너 모르는 거야? 오늘 동남아시아컵 베트남과 태국의 결승전 경기가 있잖아.

Sara 아, 그랬구나. 너희 나라에서 사람들은 길에서 축구 응원하는 것을 좋아해?

Cường 응, 사람들은 다 같이 응원하러 가는 것을 매우 좋아하는데 편안하게 노래 부르고 함성지를 수 있잖아. 베트남 팀이 우승했으면 좋겠다. 그러면 너 혹시 나랑 내기할래?

Sara 내기하자고? 근데 나도 베트남 팀을 응원하는데.

Cường 그러면 우리 점수 내기하자. 나는 베트남 팀이 3-0으로 이길 것 같아.

Sara 나는 2-0. 그러면 우리 뭘 걸지?

Cường 우리는… 한 끼 식사를 걸자! 만약에 네가 이기면 나는 매우 맛있는 곳에서 식사 대접을 할게.

Sara 오케이, 그럼 만약 내가 지면 나는 치킨집에서 너를 대접할게. 우리나라에서는 사람들이 치킨 먹으면서 축구를 보는 것을 좋아해.

Cường 좋은 의견이야. 오, 곧 시작한다…

1 왜 오늘 길에 사람들이 붐비는가?

ⓐ 스포츠의 날을 기념하기 위해서.

ⓑ 오늘 축구경기가 있어 사람들은 함께 응원하러 가고 싶어한다.

ⓒ 오늘 음악 프로그램이 하나 있다.

ⓓ 사람들이 빨간색 옷과 베트남 국기를 사기 위해서 거리로 나왔기 때문이다.

2 두 사람은 경기 결과에 무엇을 걸었는가?

ⓐ 공 하나   ⓑ 커피 한 잔

ⓒ 치킨 1인분   ⓓ 한 끼 식사

3 왜 사람들은 길에서 응원하는 것을 좋아하는가?

ⓐ 많은 사람과 내기 하는 것을 좋아해서

ⓑ 치킨을 먹으면서 축구를 볼 수 있기 때문에

ⓒ 함께 편안하게 노래하고 함성지르는 것을 좋아하기 때문에

ⓓ 맥주 마실 곳을 쉽게 찾을 수 있어서

B

track 12-05

Hoàng Ủa? Sao bạn xanh xao và mắt đỏ thế kia. Có chuyện gì vậy?

Linh À đêm qua mình khóc nhiều lắm. Vì trong trận đấu hôm qua, đội tuyển Việt Nam thua mà. Tiếc ơi là tiếc! Thiếu chút nữa là tuyển Việt Nam vô địch rồi.

Hoàng Bạn cũng mê bóng đá quá nhỉ. Ai cũng cảm thấy tiếc. Nhưng các cầu thủ đã cố gắng hết sức rồi. Thôi, đừng buồn nữa.

Linh Trận đấu hôm qua thật là căng thẳng. Hết hiệp 1 đến hiệp 2, hai đội hoà nhau. Hai đội phải đá thêm hai hiệp phụ nữa. Nhưng khi sắp hết hiệp phụ thứ hai, cầu thủ Việt Nam phạm sai lầm nên bị thẻ đỏ.

Đối thủ được hưởng phạt đền và ghi bàn, thủ môn không cản phá được. Nếu đội Việt Nam trụ được 2 phút nữa là có thể giải quyết thắng bại bằng đá luân lưu rồi. Ôi, tiếc quá!

Hoàng   Ôi, bạn biết rõ quá. Mình tưởng bạn không quan tâm chút nào về bóng đá, thế mà bạn thông thạo thật!

Linh   Mình bắt đầu thích bóng đá từ khi đội U23 Việt Nam đoạt á quân giải châu Á mà. Ước gì đội tuyển bóng đá Việt Nam được tham dự World cup 2022 nhỉ.

Hoàng   Ừ, bóng đá Việt Nam đang phát triển rất nhanh mà. Thế, khi đó chúng mình cùng nhau đi cổ vũ nhé!

Hoàng   어? 너 왜 그렇게 (얼굴은) 새파랗고 눈은 충혈되어 있어? 무슨 일이야?

Linh   아 어젯밤에 나는 너무 많이 울었거든. 어제 경기에서 베트남 팀이 졌잖아. 아쉽기도 너무 아쉬워. 조금만 더 했으면 베트남 팀이 우승이었는데.

Hoàng   너도 축구에 정말 빠져있네. 누구나 다 아쉽게 느끼지. 근데 선수들이 최선을 다했잖아. 됐어, 그만 슬퍼해.

Linh   어제 경기는 정말 긴장됐어. 전반전 끝나고 후반전에서도 두 팀이 비겼지. 두 팀은 또 연장전 전, 후반을 해야 했고. 근데 연장 후반전이 곧 끝나려고 할 때 베트남 선수가 실책하여 레드카드 경고를 받았지. 상대팀이 페널티킥을 얻었는데 골키퍼가 막지 못했어. 만약 베트남이 2분만 버텼으면 승부차기로 승패가 결정될 수 있었는데. 아, 너무 아쉬워.

Hoàng   와, 너는 정말 분명히 알고 있구나. 나는 네가 축구에는 조금도 관심이 없는 줄 알았는데 정말 통달할 줄이야.

Linh   나는 베트남 U23 팀이 아시아 대회에서 준우승을 했을 때부터 축구를 좋아하기 시작했거든. 2022년 월드컵에 베트남 축구 대표팀이 진출했으면 좋겠다.

Hoàng   응. 베트남 축구는 매우 빠르게 발전하고 있잖아. 그러면 그때 우리 같이 응원하러 가자!

1   왜 여자는 (얼굴이)새파랗고 눈은 충혈 되었는가?
   ⓐ 축구를 보느라고 늦게까지 안 자고 깨어있어서.
   ⓑ 어제 축구 경기가 상당히 긴장되어서.
   ⓒ 베트남 대표팀이 2022년 월드컵에 진출하지 못해서.
   ⓓ 어제 축구 경기에서 베트남 대표팀이 져서 많이 울었기 때문에

2   아래 어떤 것이 어제 경기와 다른가?
   ⓐ 전, 후반전 후에 연장전을 치렀다.
   ⓑ 연장 후반전이 곧 끝나갈 때 상대팀 선수가 실책을 범했다.
   ⓒ 베트남 대표팀이 0-1로 패했다.
   ⓓ 어제 경기가 결승전이었다.

3   여자는 무엇을 바라는가?
   ⓐ 베트남 대표팀이 절대로 지지 않기를.
   ⓑ 선수들이 이기기 위해 노력하여 연습하기를.
   ⓒ 베트남 대표팀이 2022년 월드컵에 진술하게 되기를.
   ⓓ 남자와 함께 응원하러 가기를

 13과

A

 track 13-04

NỮ   Ôi, mình nghĩ mãi mà không hiểu nổi chuyện gì xảy ra.

NAM   Hả, có chuyện gì vậy, Lan?

NỮ   Bạn đã nghe chuyện về Xuân và Linh chưa?

NAM   Ờ? Chuyện gì? Mình không biết gì cả.

NỮ   Mọi người vẫn thấy hai người đó ghét nhau như chó với mèo, đúng không?

NAM   Ừ, sao?

NỮ   Thật là bất ngờ hôm qua trên Facebook hai người công khai là đang hẹn hò.

NAM   Ủa? Thế hả? Bạn đang nói gì? Mình nghe có nhầm không?

NỮ   Tin này không chỉ làm cho bạn ngỡ ngàng mà còn làm cả lớp bị sốc đấy. Vì thế trong lớp mình, ai cũng bàn tán về Linh.

NAM   Trời, thật không tưởng tượng nổi. Linh mới đây còn hẹn hò với Thành và họ mới chia tay chưa được một tháng, mà sao…

NỮ   Khó hiểu nhỉ. Nhưng dù sao cũng mong rằng tình yêu giữa hai người bền chặt.

NAM   Ừ. Mình nghĩ xen vào chuyện tình cảm của người khác là việc đáng chê trách. Nhưng mình hơi thất vọng.

NỮ	Thất vọng về cái gì? Chẳng lẽ bạn thích Linh hay sao?
여자	에휴, 나는 계속 생각을 해도 뭔 일이 일어난 건지 도무지 이해가 안 돼.
남자	에? 무슨 일인데 그래, Lan?
여자	너 Xuân이랑 Linh 이야기 들었어?
남자	엥? 무슨 일이야? 나는 아무것도 몰라.
여자	모두가 보기에 그 두 사람 개랑 고양이처럼 서로 싫어했잖아. 맞지?
남자	응. 근데 왜?
여자	진짜 갑작스럽게 어제 페이스북에 두 사람이 현재 데이트하고 있다고 공개했어.
남자	엉? 그래? 너 지금 뭐라는 거야? 내가 잘못 들었나?
여자	이 소식은 너만 어안이 벙벙하게 할 뿐만 아니라 반 전체를 쇼크 받게 만들었어. 그래서 우리 반에서 누구나 다 Linh에 대해서 수군거려.
남자	세상에. 진짜 상상도 못 하겠다. Linh 최근에 Thành이랑 사귀고 걔네들 헤어진 지 막 한 달도 안 되었잖아. 근데 어떻게…
여자	이해하기 힘들어. 근데 어쨌든 간 둘의 사랑이 튼튼하고 견고하길 바라.
남자	응. 내 생각에는 다른 사람의 사랑에 끼어드는 건 비난할 만한 일이지. 근데 나 좀 실망스러워.
여자	뭐에 대해서 실망해? 너 설마 Linh 좋아한 거야?

1 왜 남자는 어안이 벙벙하게 느끼는가?
ⓐ Xuân과 Linh이 개와 고양이처럼 서로 싫어해서.
ⓑ Xuân과 Linh이 커플이 되어서.
ⓒ Linh이 Thành과 데이트를 해서.
ⓓ Linh과 Thành이 헤어져서.

2 "Ghét nhau như chó với mèo"는 무슨 뜻인가?
→ Người ta rất ghét nhau.
　사람들이 매우 서로 싫어한다.

3 왜 반 전체가 Linh에 대해 수군거리는가?
→ Vì cả lớp bị sốc về chuyện Xuân và Linh.
　반 전체가 Xuân과 Linh의 일에 대해 쇼크를 받아서

B

Tôi là Nghĩa. Tôi 27 tuổi, có việc làm ổn định, tính tình thẳng thắn, hòa nhã với mọi người. Tôi quen một cô gái ít hơn một tuổi, nói chuyện khá thoải mái, chia sẻ mọi chuyện buồn vui. Tôi cảm thấy hai đứa có thể tiến thêm trong chuyện tình cảm nên đã quyết định tỏ tình, có điều cô ấy đã từ chối và nói rõ chỉ muốn chúng tôi ở mức bạn bè thôi. Cô ấy đã trả lời rõ ràng như thế và tôi chấp nhận điều đó, nhưng hiện giờ tôi mất phương hướng trong chuyện tình cảm. Rất mong nhận được lời khuyên từ các bạn. Xin cảm ơn.

저는 Nghĩa라고 합니다 27살이고요. 안정적인 일자리를 가지고 있고 성격을 솔직하고 모든 사람들과 잘 어울립니다. 제가 한 살 어린 여자와 친해졌는데 이야기도 꽤 잘 통하고 모든 슬픈 일 기쁜 일을 다 나누었죠. 제가 느끼기에 둘이 연애로 더 발전할 수 있을 거 같아 고백하기로 결정했는데 다만 한 가지 그녀가 거절하고 확실하게 말하길 우리가 그냥 친구 사이 정도였으면 한대요. 그녀가 그렇게 명확하게 대답했고 저도 그걸 받아들였는데 지금 저는 연애에서 방향을 잃은 거 같습니다. 여러분의 충고를 받기를 매우 기다립니다. 감사해요.

1 이 글의 주제는 무엇인가?
ⓐ 가족　　　　ⓑ 학업
ⓒ 사랑　　　　ⓓ 친구

2 Nghĩa는 무슨 문제를 만났는가?
ⓐ 그는 실연당했다.
ⓑ 자신과 맞는 사람을 찾기가 힘들다.
ⓒ 누구를 만날 여건이 되지 않는다.
ⓓ 배신당했다.

3 Nghĩa는 무엇을 원하는가?
ⓐ 새로운 관계를 시작하는 것.
ⓑ 자신이 사랑했던 사람을 잊는 것.
ⓒ 자신을 변화시키는 것.
ⓓ 모두로부터 충고의 말을 얻는 것.

14과

A

 track 14-04

NAM	Ôi, trông bạn có vẻ mệt quá! Đang họp mà ngáp hoài vậy.
NỮ	Ừ, thật ra mình rất là mệt vì thiếu ngủ. Sau khi vào công ty này, hầu như ngày nào mình cũng chỉ ngủ được 5 tiếng thôi. Mệt quá.
NAM	Trong một xã hội công nghiệp như xã hội mà chúng ta đang sống, đối với con người hiện đại, ngủ đủ là một điều xa xỉ. Suốt ngày ai cũng loay hoay với công việc, phải xoay xở mọi cách để kiếm tiền lo cho gia đình, lo cho mình…
NỮ	Mình thấy điều này rất là nghịch lý, công nghiệp hoá giúp con người có cuộc sống tốt hơn và tiện lợi hơn nhưng con người lại trở thành "nô lệ" của chính lối sống công nghiệp. Đôi khi mình rất căng thẳng, thậm chí có khi chán nản vì điều đó.
NAM	Ừ, có lẽ là như vậy.

남자	너 정말 피곤해 보인다. 회의하고 있는데 계속 하품하네.
여자	응. 사실 나 정말 피곤해 왜냐하면 잠이 부족하거든. 이 회사에 입사하고 나서 거의 날마다 나는 딱 5시간 밖에 못 자는 거 같아. 너무 피곤해.
남자	지금 우리가 살아가는 사회와 같은 산업화된 사회에서는 현대인에게 충분한 잠은 사치지. 하루 종일 누구나 다 열심히 일에 매진하고 자신과 가족을 돌보기 위한 돈을 벌기 위해 모든 방법을 찾아야만 하지.
여자	내가 보기에 이거 정말 아이러니야. 산업화가 인간이 더 좋고 편리한 삶을 가질 수 있게 도와주는데 인간은 또 바로 그 산업화 시대의 삶의 노예가 되었으니 말이야. 때때로 그 때문에 나는 매우 스트레스받고, 심지어는 좌절할 때가 있어.
남자	응, 아마 그럴 수 있겠다.

1 왜 여자는 회의 중인데 여러 번 하품할 정도까지 피곤한가?
ⓐ 잠이 부족하기 때문에.
ⓑ 회의 할 때 지루하기 때문에.
ⓒ 어제 늦게까지 안 자고 깨어 있었기 때문에.
ⓓ 그녀가 막 회사에 입사하여 매우 긴장되기 때문에.

2 이 글에 따르면 현대인의 삶은 어떠한가?
ⓐ 꽤 여유롭고 많은 여가시간이 있다.
ⓑ 일하고 생계를 꾸려가는데 집중해야 해서 항상 시간이 부족하다.
ⓒ 항상 스트레스 받고 절망스럽다.
ⓓ 탈출구가 없기 때문에 사람들을 지치게 한다.

3 여자는 산업화시대의 삶에 대해 어떻게 생각하는가?
ⓐ 아주 당연하고 좋은 것
ⓑ 현대인에게 사치스러운 것
ⓒ 양면성이 있기 때문에 매우 아이러니한 것
ⓓ 삶에서 반드시 극복해야 하는 것

B

 track 14-05

Hiện nay, thức ăn nhanh ngày càng được nhiều thực khách lựa chọn vì thức ăn nhanh không mất nhiều thời gian chế biến, tiện lợi, hương vị khá ngon, giá cả hợp lý. Đặc biệt đối với giới trẻ, ăn thức ăn nhanh đang là một xu hướng mới tại các thành phố lớn, đặc biệt ở các nước đang phát triển. Nhiều bạn trẻ cho rằng đây là phong cách sống sành điệu, biểu hiện của lối sống hiện đại.

Thế nhưng đồ ăn nhanh không chỉ gây mất cân bằng về dinh dưỡng mà còn chứa một số chất độc hại sinh ra trong quá trình chế biến ảnh hưởng tới sức khỏe con người. Thức ăn nhanh chứa nhiều calori, muối, dầu và cholesterol nên khả năng gây béo phì rất cao. Không chỉ cung cấp nhiều chất béo và cholesterol, nhiều loại thức ăn nhanh còn có thành phần làm tăng chỉ số đường huyết.

Thực ra các loại thức ăn nhanh rất phù hợp với cuộc sống khẩn trương. Nhưng mục đích của chúng ta là ăn ngon và lành. Chúng ta phải ăn các món ăn tốt cho sức khoẻ và phòng tránh được bệnh tật. Do vậy chỉ nên ăn thức ăn nhanh khi thực sự bận rộn, thiếu thời gian, không nên ăn thường xuyên.

오늘날 패스트푸드는 많은 식객들에게 점점 더 선택을 받는데 그것은 패스트푸드가 조리 시간이 많이 들지 않고, 편리하고 맛과 향이 꽤 좋고, 가격이 합리적이기 때문이다. 특히 개발 도상국들에서 대도시에서 패스트푸드를 먹는 것은 새로운 추세이다.

특히 젊은이들에게. 많은 젊은 친구들은 이것이 멋진 삶의 스타일이고 현대적인 삶을 표현한다고 생각한다. 하지만 패스트푸드는 영양 균형을 잃게 할 뿐만 아니라 사람의 건강에 영향을 주는, 조리 과정 중에 발생하는 독성 물질들이 들어있을 수 있다. 패스트푸드는 많은 칼로리, 염분, 기름, 콜레스테롤을 함유하고 있어 비만을 일으킬 가능성이 매우 높다. 많은 지방과 콜레스테롤을 제공할 뿐만 아니라 많은 종류의 패스트푸드는 혈당지수를 증가시키는 성분도 가지고 있다. 실제로 각 패스트푸드는 "빠르고 급한" 삶에 매우 적합하지만 우리의 목적은 맛있게 몸에 좋게 먹는 것이다. 우리는 반드시 건강에 좋고 질병을 예방하는 음식을 먹어야 한다. 그래서 정말 바쁘고 시간이 부족할 때만 패스트푸드를 먹어야지 자주 먹으면 안 된다.

1 왜 많은 식객들은 패스트푸드를 선호하는가?
→ Thức ăn nhanh không mất nhiều thời gian chế biến, tiện lợi, hương vị khá ngon, giá cả hợp lý.
패스트푸드가 조리 시간이 많이 들지 않고, 편리하고 맛과 향이 꽤 좋고, 가격이 합리적이기 때문이다.

2 패스트푸드의 단점은 무엇인가?
→ Gây mất cân bằng về dinh dưỡng và chứa một số chất độc hại sinh ra trong quá trình chế biến ảnh hưởng tới sức khỏe con người, khả năng gây béo phì rất cao, cung cấp nhiều chất béo và cholesterol, có thành phần làm tăng chỉ số đường huyết.
영양에 균형을 잃게 하고 사람의 건강에 영향을 주는, 조리 과정 중에 발생하는 독성 물질들이 들어있다. 비만을 일으킬 가능성이 매우 높다. 많은 지방과 콜레스테롤을 제공하고 혈당지수를 증가시키는 성분도 가지고 있다.

3 이 과에 따르면 우리는 언제 패스트푸드를 먹어야 하는가?
→ Khi thực sự bận rộn, thiếu thời gian.
정말 바쁘고 시간이 부족할때

A

track 15-04

Mỗi ngày lại có thêm nhiều người thiệt mạng và bị thương do tai nạn giao thông, tại nhiều đô thị lớn thường xuyên xảy ra tình trạng ùn tắc giao thông. Đó là những gì mà các phương tiện truyền thông thường xuyên nhắc đến trong suốt những năm qua. Trong khi chính phủ quá quan tâm đến mảng an toàn giao thông thì vấn đề ô nhiễm môi trường lại bị bỏ qua. Ô nhiễm môi trường ở đây là ô nhiễm tiếng ồn, ô nhiễm không khí do khói bụi, chất thải nhiên liệu xăng dầu vào không khí của các phương tiện tham gia giao thông như xe gắn máy, ô tô cá nhân gây ra. Dân số Việt Nam đến năm 2017 vào khoảng 86 triệu người với số lượng phương tiện giao thông cơ giới trên 1 triệu xe ô tô và trên 26 triệu xe gắn máy, lượng xe gắn máy chiếm 1/4 dân số.

매일 교통사고로 인한 사상자가 많이 증가하며 많은 대도시에서는 교통체증 사태가 자주 발생한다. 그것은 지난 몇 년 동안 내내 많은 대중매체들이 자주 상기시킨 것들이다. 정부가 교통안전 부분에 너무 관심을 기울인 반면 환경오염 문제는 간과되었다. 여기서 환경오염이라는 것은 소음공해와, 오토바이와 개인 자가용과 같은 교통수단이 야기하는 공기로 배출되는 석유 연료 배기물질, 매연으로 인한 공기오염이다. 2017년 베트남 인구는 8600만에 진입했는데 기계 교통 수단의 수량은 자동차 100만 대 이상, 오토바이는 2600만 대 이상이며 오토바이의 숫자는 인구의 1/4을 차지한다.

1 이 신문기사는 무엇에 대해 말하는가?
→ Ô nhiễm môi trường do giao thông
교통으로 인한 환경오염

2 교통 환경오염은 어떤 오염인가?
→ Là ô nhiễm tiếng ồn, ô nhiễm không khí do khói bụi, chất thải nhiên liệu xăng dầu vào không khí của các phương tiện tham gia giao thông như xe gắn máy, ô tô cá nhân gây ra.
오토바이와 개인 자가용과 같은 소음공해와 교통수단이 야기하는 공기로 배출되는 석유 연료 배기물질, 매연으로 인한 공기오염이다.

3 총 인구에 비해 오토바이의 숫자는 몇 퍼센트를 차지하는가?
→ Khoảng 25%
약 25%

 track 15-05

Hệ thống cơ sở hạ tầng giao thông ở Hàn Quốc được đánh giá là hiện đại và thông minh nhất trên thế giới.

Ở Hàn Quốc tất cả các thông tin về phương tiện giao thông đều được số hoá và được quản lý bởi mạng lưới giao thông quốc gia thông minh ITS. Bằng cách truy cập website của ITS, người ta có thể kiểm tra tình hình giao thông hiện tại, vị trí các điểm tắc đường, vị trí các bãi đỗ xe gần nhất, các tình huống khẩn cấp trên đường như: công trường đang thi công, tai nạn giao thông…

Bên cạnh đó, chính quyền Seoul cũng cung cấp nhiều dịch vụ đa dạng khác cho người tham gia giao thông công cộng, chẳng hạn như ứng dụng "Subway Navigation" và "Seoul Bus" qua điện thoại di động cho phép người dùng ước tính thời gian tàu xe đến, thời gian di chuyển dự kiến, vị trí các ga tàu điện ngầm hoặc trạm xe buýt gần nhất. Các ga tàu điện ngầm và trạm xe buýt chính ở Seoul đều được trang bị màn hình LED hiển thị thời gian đến dự kiến của chuyến tàu điện ngầm và xe buýt.

한국의 교통 인프라 시스템은 세계적으로 가장 현대적이고 스마트하다고 평가된다. 한국에서는 교통수단에 대한 모든 정보가 수치화되어 ITS 스마트 국가 교통 네트워크로 관리된다. ITS의 웹사이트에 접속하는 방법으로 사람들은 현재 교통 상태. 막히는 지점의 위치, 가장 가까운 주차장 위치, 도로 위의 긴급 상황 예를 들면 현재 공사하는 현장, 교통사고 등을 체크할 수 있다. 그 이외에도 서울시는 대중교통을 이용하는 사람들을 위한 다른 다양한 서비스를 많이 제공하는데 예를 들면 Subway Navigation 과 Seoul Bus 같은 스마트폰 어플로 사용자에게 전철과 버스가 오는 예상 시간 계산, 예상 이동 시간, 가장 가까운 지하철 역 혹은 버스정류장의 위치 등을 허락한다 (알려준다). 서울의 주요 지하철 역과 버스정류장에는 LED 화면이 설치되어 있어 지하철과 버스의 예상 도착 시간을 표시한다.

1 이 글은 어떤 것에 대해 언급하고 있는가?
→ Hệ thống cơ sở hạ tầng giao thông ở Hàn Quốc.
한국의 교통 (인프라) 시스템

2 한국의 교통시스템은 어떻게 평가받고 있는가?
→ Hiện đại và thông minh nhất trên thế giới.
세계적으로 제일 현대적이고 스마트하다고

3 ITS 홈페이지에 접속할 때 사람들은 어떤 것들을 체크할 수 있는가?
→ Tình hình giao thông hiện tại, vị trí các điểm tắc đường, vị trí các bãi đỗ xe gần nhất, các tình huống khẩn cấp trên đường.
현재 교통 상태, 막히는 지점의 위치, 가장 가까운 주차장 위치, 도로 위의 긴급 상황

4 Subway Navigation 과 Seoul Bus 어플을 통해서 사용자는 어떤 것들을 알 수 있는가?
→ Ước tính thời gian tàu xe đến, thời gian di chuyển dự kiến, vị trí các ga tàu điện ngầm hoặc trạm xe buýt gần nhất.
전철과 버스가 오는 예상 시간 계산, 예상 이동 시간, 가장 가까운 지하철 역 혹은 버스정류장의 위치

 16과

track 16-04

Xin kính chào quý vị và các bạn. Ngày đầu tiên của kỳ nghỉ tết âm lịch nắng đẹp trải đều khắp từ khu vực Bắc trở vào Nam làm không khí sắm sửa đón tết cũng càng thêm rộn ràng, phấn khởi hơn. Sang ngày mai, ngày 30 tết thì thời tiết cả nước vẫn rất thuận hoà, quí vị có thể yên tâm hoàn thành các công việc để đón xuân về. Ở miền Bắc thì dự báo toàn miền sẽ đều là trạng thái tạnh ráo và có nắng về trưa và chiều. Nhiệt độ cao nhất tại thủ đô Hà Nội và các thành phố như Ninh Bình, Hải Phòng, Lạng Sơn, Hà Giang, Lào Cai sẽ trong khoảng là từ 19 cho tới 23 độ. Riêng thành phố Sơn La và Điện Biên Phủ thì nhiệt độ nhỉnh hơn trong khoảng từ 23 đến 27 độ.

Lui xuống khu vực miền Trung, các thành phố Thanh Hoá, Vinh, Đồng Hới và Huế cũng sẽ đều có nắng ấm áp vào ngày mai, nhiệt độ cao nhất là từ 23 đến 26 độ. Thành phố Đà Nẵng, Quy Nhơn, Nha Trang và Phan Thiết nắng vừa phải, không khí thoáng đãng với gió biển thổi đều, nhiệt độ trong khoảng từ 26 cho tới 30 độ. Khu vực Tây Nguyên và Nam bộ ngày cuối cùng của năm Đinh Dậu thời tiết cũng hoàn toàn là nắng ráo.Ở Khu vực Tây Nguyên với lợi thế địa hình cao tiết trời luôn mát mẻ, nhiệt độ cao nhất tại các thành phố Kon-tum, Buôn Ma Thuột hay là Pleiku cũng chỉ trong khoảng từ 28 cho đến 29 độ. Còn với khu vực Nam bộ thì cảm giác cũng không hề thấy nóng, nhiệt độ tại TP.HCM và các thành phố như Cần Thơ, Cà Mau, Vĩnh Long và Biên Hoà sẽ trong khoảng 30 đến 33 độ.

(Theo bản tin dự báo thời tiết của VTV1 ngày 14 tháng 2 năm 2018)

시청자 여러분 안녕하십니까? 음력설 연휴 첫날 북부 지역에서 남부 지역까지 곳곳이 아름다운 햇살이 내리쬐어 설맞이 쇼핑을 하는 분위기도 더 시끌벅적, 신납니다. 내일 아침 음력 30일 설은 전국의 날씨가 계속 온화하겠고 시청자 여러분들은 봄맞이를 위한 일들을 안심하고 완성하실 수 있겠습니다. 북부 지역에서는 전역이 점심과 오후가 되면 맑게 개이고 햇살이 비추는 상태로 예상됩니다. 수도 하노이와 닝빙, 하이퐁, 랑썬, 하장, 라오 까이 등 도시들의 최고 기온은 약 19~23도로 예상됩니다. 썬라와 디엔비엔푸 시만 온도가 더 높아 온도가 23~27로 머물 것입니다. 중부 지역으로 내려와서 타잉 호아, 빙, 동 허이, 후에는 내일 다 따뜻한 햇살이 예보되며 최고 기온은 23~26도입니다. 다낭, 꾸이 년, 냐짱, 판티엣 시는 적당한 햇살과 바다에서 불어오는 바람과 함께 공기는 시원하겠으며 최고 기온은 약 26~30이 되겠습니다. 정유년 마지막 날 서부 고원 지역과 남부 지역은 날씨가 완전히 개겠습니다. 서부 고원 지역은 높은 지형의 이점으로 날씨가 항상 서늘하겠고 콘똠, 부온마투엇, 플레이꾸 지역은 최고 기온이 단지 28~29도로 예상됩니다. 그리고 남부 지역은 덥다는 느낌이 전혀 들지 않겠습니다. 호치민과 껀터, 까마우, 빙롱, 비엔호아의 최고 기온은 30~33도가 되겠습니다.

(2018년 2월 14일 VTV1 일기예보)

1 이 일기예보는 어느 날짜를 예보하고 있나요?
ⓐ 음력설 29일   ⓑ 음력설 30일
ⓒ 음력설 1일   ⓓ 음력설 2일

2 이 뉴스에 따르면 수도 하노이와 북부 지역에 다른 도시들의 최고 기온은 몇 도 인가요?
ⓐ 19~23°C   ⓑ 23~27°C
ⓒ 30~33°C   ⓓ 언급되지 않음

3 예보에 따르면 냐짱의 날씨는 어떠한가요?
ⓐ 적당히 햇살과 시원한 공기가 있다.
ⓑ 절대로 더위를 느끼지 않는다.
ⓒ 완전히 개인다.
ⓓ 맑게 개인 상태이다.

B

track 16-05

Chuyển sang tin bão Sanba thì dự báo khoảng tối nay bão sẽ đi vào vùng biển đông nam biển Đông theo hướng tây với cường độ mạnh cấp 8 giật cấp 11, sau đó trong khoảng 48-72 giờ tiếp theo bão sẽ suy yếu dần thành áp thấp nhiệt đới .Và đến 1 giờ ngày 17 tháng 2, tâm áp thấp nhiệt đới cách bờ biển Khánh Hoà đến Bình Thuận khoảng 200 km về phía đông. Cảnh báo vùng nguy hiểm trong 24 giờ tới sẽ là từ vĩ tuyến 8 đến 12 độ bắc phía đông kinh tuyến 115 độ đông. Trong đó có phía đông của huyện đảo Trường Sa cảnh báo chiều tối và đêm nay có mưa bão, gió mạnh dần lên cấp 6-7, vùng gần tâm bão cấp 8, giật cấp 11, biển động mạnh. Còn ở huyện đảo Hoàng Sa gió giảm xuống cấp 4, cấp 5, mưa vài nơi. Vùng biển các huyện đảo Phú Quốc, Thổ Chu cũng ít mưa, gió cấp 4 và tầm nhìn xa trên 10 km.

(Theo bản tin dự báo thời tiết của VTV1 ngày 14 tháng 2 năm 2018)

태풍 산바에 대한 소식으로 넘어가서 태풍은 대략 오늘 밤 서쪽 방향을 따라 동해의 동남해 지역으로 들어올 것으로 예상되며 강도는 8~11도입니다. 그 후에 약 48~72시간 후에 태풍은 점점 열대성 저기압으로 약해지겠습니다. 2월 17일 1시가 되면 열대성 저기압의 중심부가 카잉호아~빈투언 해변과 동쪽으로 약 200km에 위치하게 됩니다. 앞으로 24시간 동안 위험경보지역은 위도 동북쪽 8~12도, 경도 동쪽 115도입니다. 그중에 쯔엉싸 현도의 동쪽에는 오후 저녁에 경보가 내리고 오늘 저녁에 폭풍우와 바람이 강해서 6~7급이 될 것이고 태풍 중심 근처 지역은 8~11급으로 바다에 강하게 요동치겠습니다. 그리고 황싸 현도에서는 바람이 4,5급으로 약화되고 몇몇 곳에 비가 내리겠습니다. 푸꾸옥, 토쭈 현도의 해안 지역도 약간의 비가 내리며 바람은 4급이고 가시거리는 10km가 되겠습니다.

(2018년 2월 14일 VTV1일기예보)

1 날씨예보에 따르면 태풍 산바는 오늘 저녁에 어느 지역에 들어 오는가?

ⓐ 동해 동북부 해안 지역

ⓑ 동해 동남부 해안 지역

ⓒ 쯔엉싸 군도 해안 지역

ⓓ 푸꾸옥 군도 해안 지역

2 언제 태풍 산바가 점차 약해져 열대성 저기압이 되는가?

ⓐ 약 24시간 후 　　　ⓑ 약 36시간 후

ⓒ 약 48-72시간 후 　　ⓓ 약 96시간 후

3 이 일기예보에 따르면 푸꾸옥, 토쭈 군도해안 지역의 날씨는 어떠한가?

ⓐ 맑게 개이고, 비가 다 그친다.

ⓑ 비가 조금 내리고 4급의 바람과 가시거리는 10km이상이다.

ⓒ 11급의 강한 바람과 바다가 강하게 요동친다.

ⓓ 폭풍우가 6-7급으로 점차 강화된다.

A

🅒 track 17-04

Talchum là một loại hình nghệ thuật dân gian của Hàn Quốc, tức là múa mặt nạ Hàn Quốc truyền thống. Diễn viên mang mặt nạ, nói và hát. Talchum ban đầu được biểu diễn ngay trên sàn nhà với khán giả ngồi xung quanh. Việc lược bỏ đi sân khấu có nghĩa là xoá bỏ ranh giới giữa diễn viên và khán giả. Các diễn viên đôi khi nói chuyện với khán giả và khuyến khích họ tham gia vào chương trình.

Dưới triều đại Joseon, múa mặt nạ mang tính trào phúng, hài hước để châm biếm về sự phi lý của xã hội, phản ánh những suy nghĩ và cảm xúc của người dân. Múa mặt nạ thường mang chủ đề phê phán tầng lớp quý tộc cầm quyền.

Cheoyongmu là loại hình múa mặt nạ truyền thống của cung đình được biểu diễn trong các buổi lễ quốc gia. Năm 2009, nó được UNESCO công nhận là di sản văn hoá phi vật thể thế giới.

탈춤은 한국 민간 예술의 한 장르로 즉 전통 한국 가면극이다. 배우는 탈을 쓰고 말하고 노래한다. 초기의 탈춤은 주변에 둘러앉은 관객들과 함께 마당에서 바로 공연되었다. 무대를 제거한 것은 관객과 배우 간의 경계를 없애 버린다는 의미이다. 배우들은 때때로 관객들과 대화하며 프로그램에 그들의 참여를 격려한다. 조선시대에서 탈춤은 사회의 모순을 풍자하고 사람들의 생각과 느낌을 반영하기 위해 해학적이고 풍자화한 성격을 띤다. 탈춤은 주로 기득권 귀족층을 비판하는 주제를 담고 있다. 처용무는 국가 행사에서 공연된 궁정 전통 가면극 장르로 2009년 유네스코에 세계 무형문화유산으로 등재되었다.

1 탈춤 가면극에서 무대를 제거한 것은 어떤 의미인가?

ⓐ 배우와 관객 간의 거리가 더 멀어졌다.

ⓑ 배우와 관객간의 경계를 없앤다.

ⓒ 귀족과 보통 백정간의 신분을 구별한다.

ⓓ 더 많은 관객을 유치한다.

2 조선시대에 가면극은 어떤 점을 풍자하는가?

ⓐ 사랑 　　　　　　　ⓑ 충성심과 전우애

ⓒ 사회의 모순 　　　　ⓓ 물질을 추구하는 사상

3 다음 어떤 것이 "처용무"에 대해 옳지 않은가?

ⓐ 2009년 유네스코에 세계문화 유산으로 인정되었다.

ⓑ 궁에서 공연되었다.

ⓒ 국가 행사에서 공연되었다.

ⓓ 무대에서 공연되었다.

B

🅒 track 17-05

Hội Lim là một lễ hội lớn của tỉnh Bắc Ninh được tổ chức từ ngày 12 đến 14 tháng Giêng hàng năm. Chính hội được tổ chức vào ngày 13 tháng giêng hàng năm, trên địa bàn huyện Tiên Du tỉnh Bắc Ninh. Hội Lim được coi là nét kết tinh độc đáo của vùng văn hoá Kinh Bắc. Hội Lim là một sinh hoạt văn hoá - nghệ thuật đặc sắc của nền văn hoá truyền thống lâu đời ở xứ Bắc và dân ca Quan họ trở thành tài sản văn hoá chung của dân tộc Việt, tiêu biểu cho loại hình dân ca trữ tình Bắc Bộ.

Hội Lim chính là hội chùa của làng Lim và đôi bờ sông Tiêu Tương. Hội Lim trở thành hội vùng vào thế kỷ 18.

Có nhiều trò chơi dân gian như đấu vật, đấu cờ, đu tiên, nấu cơm. Đặc sắc hơn cả là phần hát hội, là phần căn bản và đặc trưng nhất của hội Lim. Hội thi hát diễn ra vào khoảng gần trưa, được tổ chức theo hình thức du thuyền hát quan họ.

림 축제는 매년 정월 12일에서 14일까지 열리는 박닝 성의 큰 축제이다. 축제의 본 행사는 박닝 성 띠엔 주 현 지역에서 매년 정월 13일에 열린다. 림 축제는 낑박 문화 지역의 독창적인 결정체라고 여겨진다. 림 축제는 북부 지역 땅의 오랜 전통문화의 특색을 띤 문화생활-예술이며 핫 꾸안 호는 베트남 민족의 공동 문화유산이 되었고 북부의 서정적 대중가요 장르를 대표한다.
림 축제는 바로 림 마을과 띠에우 뜨엉 강의 양쪽 지역의 사원 축제였고 18세기의 지역 축제가 되었다. (림 축제에는) 많은 민간 놀이가 있는데 씨름, 장기, 그네타기, 밥 짓기 등이다. 제일 특색 있는 것은 노래 부르기 대회인데 림 축제의 가장 특색 있고 근본적인 부분이다. 노래 부르기 대회는 정오 즈음에 진행되고 꾸안 호 노래의 배 타기 형식으로 열린다.

1 축제의 본 행사는 어느 날 열리는가?
ⓐ 매년 정월 12일
ⓑ 매년 정월 13일
ⓒ 매년 12월 14일
ⓓ 매년 12월 15일

2 림 축제날에 사람들은 어떤 놀이를 하는가?
→ Nhiều trò chơi dân gian như đấu vật, đấu cờ, đu tiên, thi dệt cửi, nấu cơm.
많은 민간 놀이가 있는데 씨름, 장기, 그네타기, 밥 짓기 등이다.

3 림 축제는 어디에서 열리는가?
→ ở làng Lim và đôi bờ sông Tiêu Tương.
림 마을과 띠에우 뜨엉 강의 양쪽 지역

A

track 18-04

Việt Nam giàu tài nguyên thiên nhiên và có nguồn nhân lực dồi dào, nên có nhiều tiềm năng phát triển. Song đất nước Việt Nam thiếu cơ sở hạ tầng và nguồn nhân lực có kỹ năng và tay nghề cao. Vì thế, tôi nghĩ là Việt Nam cần phải cải thiện cơ sở hạ tầng và đào tạo nguồn nhân lực có trình độ cao một cách hiệu quả. Hơn nữa, điểm quan trọng đối với Việt Nam là phải mở rộng thị trường và thay đổi chính sách đầu tư nước ngoài. Chính phủ Việt Nam phải đầu tư vào các ngành công nghệ cao, ngân hàng, tài chính, dịch vụ, cơ sở hạ tầng như xây dựng cảng biển, hệ thống đường giao thông v.v.... Hiện nay nhiều công ty nước ngoài đang gia tăng đầu tư vào Việt Nam. Theo tôi, Việt Nam nên học hỏi kinh nghiệm và kỹ thuật tiên tiến từ các chuyên gia của các công ty đó. Nếu làm như vậy, tôi tin là kinh tế Việt Nam sẽ ngày một phát triển ổn định.

베트남은 천연자원이 풍부하며 풍부한 인력 자원을 가지고 있어 발전 잠재력이 많다. 하지만 베트남은 인프라와 기능을 갖추고 기술력이 높은 인력 자원이 부족하다. 그래서 나는 베트남이 인프라를 개선하고 효과적으로 수준 높은 인력 자원을 양성해야 할 필요가 있다고 생각한다. 게다가 베트남에게 중요한 점은 시장을 확장하고 외국투자 정책을 바꾸는 것이다. 베트남 정부는 첨단기술 산업과 은행, 금융, 서비스, 바다 항구, 도로 교통 시스템 등의 인프라에 투자해야 한다. 오늘날 많은 외국 기업이 베트남에 더 많이 투자하고 있다. 나는 베트남이 그 회사들의 전문가들로부터 경험과 선진 기술을 배워야 한다고 생각한다. 만약에 그렇게 하면 나는 베트남의 경제가 나날이 안정적으로 발전할 것이라고 믿는다.

1 이 글에 따르면 베트남은 어떤 장점들을 가지고 있는가?
→ Giàu tài nguyên thiên nhiên, nguồn nhân lực dồi dào.
천연자원이 풍부하고 인력 자원이 풍부하다.

2 베트남의 한계점은 무엇들인가?
→ Thiếu cơ sở hạ tầng và nguồn nhân lực có kỹ năng và tay nghề cao.
인프라와 기능을 갖추고 기술력이 높은 인력 자원이 부족하다.

18과

3 안정적인 발전을 보장하기 위해서 베트남 정부는 무엇을 해야 하는가?

→ Đầu tư vào công nghệ cao, ngân hàng, tài chính, dịch vụ, cơ sở hạ tầng như xây dựng cảng biển, hệ thống đường giao thông v.v…

첨단기술 산업과 은행, 금융, 서비스, 바다 항구, 도로 교통 시스템 등의 인프라에 투자해야 한다.

B

 track 18-05

Đối với nền kinh tế Hàn Quốc, năm 2017 có thể được mô tả như một năm "ngọt ngào sau cay đắng". Hàn Quốc đã đạt được tỷ lệ tăng trưởng kinh tế là 3%, mức tăng trưởng cao nhất trong ba năm qua nhờ việc xuất khẩu đã tăng trưởng mạnh mẽ. Trong khoảng từ tháng 1 đến tháng 9 năm 2017, kim ngạch xuất khẩu của Hàn Quốc đã tăng trưởng gấp đôi so với cùng kỳ năm ngoái, đạt mức tăng 18,5%, đứng đầu về tốc độ tăng trưởng xuất khẩu trong 10 quốc gia hàng đầu thế giới, giúp Hàn Quốc đứng thứ sáu trên thế giới về xuất khẩu. Đặc biệt, xuất khẩu chíp bán dẫn đã tăng 56% so với cùng kỳ năm ngoái, đạt quy mô lên tới 88,3 tỷ USD trong giai đoạn từ tháng 1 đến tháng 11. Thành quả này có được là nhờ sự phục hồi của nền kinh tế toàn cầu, sự tăng trưởng cân bằng ở nhiều khu vực trên thế giới cùng những nỗ lực của Hàn Quốc nhằm đa dạng hóa các mặt hàng xuất khẩu. Với những chỉ số xuất khẩu hết sức tích cực từ các doanh nghiệp, thị trường chứng khoán Hàn Quốc đã tạo nên cột mốc lịch sử trong năm nay.

*Nguồn: KBS Radio

한국 경제에게 2017년은 "쓰고 매운맛(고통) 뒤에 달콤함"의 한 해로 묘사될 수 있다. 한국은 경제성장률 3%를 달성하는데 이는 수출의 강한 성장 덕분에 지난 3년 만에 가장 높은 성장률이다. 2017년 1월~9월 기간 동안 한국의 수출액은 작년 같은 기간에 비해 2배가 증가하였고 증가율 18.5%를 달성하여 세계 상위 10개 국가 중에서 수출 성장 속도 1위를 차지하게 했고 한국을 수출 분야에서 세계 6위에 랭크시켰다. 특히 반도체 수출은 작년 같은 기간 대비 56% 증가하여 1월~11월 기간에 883억 달러를 돌파하였다. 이 성과는 세계 경제의 회복과 전 세계 많은 지역에서의 균형 잡힌 성장 및 수출 품목을 다양화하기 위한 한국의 노력 덕분에 얻어졌다. 각 기업들의 매우 긍정적인 수출 지표들과 함께 한국 증권시장은 올해 역사적인 이정표를 만들어냈다.

*출처: KBS Radio

1 2017년에 한국은 얼마의 경제 성장률을 달성했는가?

→ 3%

2 어떤 수출 품목이 작년 같은 기간에 비해 56%가 증가했는가?

→ Chíp bán dẫn

반도체

3 한국 경제를 발전하게 한 요인들은 무엇인가?

→ Sự phục hồi của nền kinh tế toàn cầu, sự tăng trưởng cân bằng ở nhiều vùng trên thế giới cùng những nỗ lực của Hàn Quốc nhằm đa dạng hóa các mặt hàng xuất khẩu.

세계 경제의 회복과 전 세계 많은 지역에서의 균형 잡힌 성장 및 수출 품목을 다양화하기 위한 한국의 노력

 19과

A

 track 19-04

Hải Phòng là thành phố cảng, là trung tâm công nghiệp, có cảng biển lớn nhất ở phía Bắc Việt Nam. Đây là thành phố lớn thứ 3 Việt Nam và là thành phố lớn thứ 2 ở miền Bắc sau Hà Nội và nó cũng là một trong 5 thành phố trực thuộc trung ương. Hải Phòng còn được gọi là Đất Cảng, hay Thành phố Cảng. Việc hoa phượng đỏ được trồng khắp các con đường của thành phố này, và sắc đỏ đặc trưng của hoa phượng vào mùa hè trên các con phố, đã khiến Hải Phòng được biết đến với mỹ danh "Thành phố Hoa Phượng Đỏ". Không chỉ là một thành phố cảng công nghiệp, Hải Phòng còn là một trong những nơi có tiềm năng du lịch rất lớn. Hải Phòng hiện lưu giữ nhiều nét hấp dẫn về kiến trúc, bao gồm kiến trúc truyền thống với các ngôi chùa cổ và kiến trúc tân cổ điển Pháp tọa lạc trên các khu phố cổ.

하이퐁은 항구 도시로 공업의 중심지이며 베트남 북부에 가장 큰 바다 항구를 가지고 있다. 이곳은 베트남에서 3번째로 큰 도시이고 하노이의 뒤를 이어 북쪽에서 두 번째로 큰 도시이며 5개의 중앙직할시 중에 하나이기도 하다.

하이퐁은 덧 깡 혹은 깜(항구) 도시라고 불리기도 한다. 이 도시에 거리 곳곳에 봉황목이 심긴 것과 여름에 각 거리에 (보이는) 봉황목의 특징인 빨간색은 하이퐁은 '봉황목의 도시'라는 미명으로 알려지게 했다. 공업 항구도시일 뿐만 아니라 하이퐁은 매우 큰 관광 잠재력을 지닌 곳들 중 하나이다. 하이퐁은 현재 옛 거리에 위치한 프랑스 신고전주의 건축물들과 옛 절들의 전통 건축물을 포함하여 건축에 관해 매력적인 특징을 가지고 있다.

1 하이퐁은 베트남에서 몇 번째로 큰 도시인가?
ⓐ 첫 번째
ⓑ 두 번째
ⓒ 세 번째
ⓓ 다섯 번째

2 왜 하이퐁은 "봉황목의 도시"라는 이름으로 알려졌는가?
ⓐ 봉황목의 원산지가 바로 하이퐁이기 때문에.
ⓑ 하이퐁에서 봉황목의 가격이 제일 낮기 때문에.
ⓒ 봉황목이 하이퐁의 곳곳에 심겨서.
ⓓ 봉황목은 오직 하이퐁에만 있기 때문에.

3 이 글과 맞지 않는 것은 몇 번인가?
ⓐ 하이퐁은 덧 깡이라고도 불린다.
ⓑ 하이퐁은 북쪽의 공업중심지이다.
ⓒ 하이퐁은 현재 전통과 신식 건축에 관한 많은 매력적인 특징을 보유하고 있다.
ⓓ 하이퐁은 여행 잠재력이 없다.

지류 중 하나인 허우 강의 오른편에 위치한다. 껀터는 인근 지역의 각 성들 간의 중요한 교통 요충지이며 그 이외에도 "강의 도시"로 알려져 있다. 이 도시는 빽빽한 하천시스템, 셀 수 없는 과수원, 끝없이 펼쳐진 평야를 가지고 있고 남부 문화의 특별한 생활양식인 닝 끼에우 선착장과 까이 랑 수상시장으로 유명하다.

1 껀터는 어느 지역에 속했는가?
ⓐ 북부 지역
ⓑ 북중부 지역
ⓒ 남부 지역
ⓓ 메콩강 평야 지역

2 다음 중 껀터의 특징이 아닌 것은?
ⓐ 계단식 논
ⓑ 셀 수 없는 과수원
ⓒ 중요한 교통의 요충지
ⓓ 빽빽한 하천 시스템

3 어떤 특징이 "남부 문화의 특별한 생활양식"인가?
ⓐ 현대적이다
ⓑ 교통의 요충지
ⓒ 대도시
ⓓ 수상시장

20과

B

track 19-05

Cần Thơ là một thành phố lớn, hiện đại và phát triển nhất ở khu vực đồng bằng sông Cửu Long, đồng thời nó cũng là thành phố trực thuộc trung ương, nằm bên bờ phải của sông Hậu, một nhánh của sông Mekong chảy trên đất Việt Nam. Cần Thơ là đầu mối giao thông quan trọng giữa các tỉnh trong khu vực, ngoài ra, thành phố Cần Thơ còn được biết đến như một "đô thị miền sông nước". Thành phố có hệ thống sông ngòi chẳng chịt, vườn cây ăn trái bạt ngàn, đồng ruộng mênh mông, nổi tiếng với Bến Ninh Kiều, Chợ nổi Cái Răng, một nét sinh hoạt đặc thù của văn hóa Nam Bộ.

껀터는 메콩강 평야 지역에 위치한 가장 발전하고 현대적이며 큰 도시로 동시에 중앙직할시이다. 베트남 땅을 흐르는 메콩강의

A

track 20-04

Truyền thuyết về Đàn Quân, thuỷ tổ của người Hàn Quốc, bắt đầu với câu chuyện về hổ và gấu. Hai con vật này cầu nguyện để được trở thành người. Khi Hoàn Hùng, cha của Đàn Quân nghe được lời cầu nguyện của chúng, ông đã quyết định ban cho chúng một cơ hội. Ông cho mỗi con vật một bó ngải cứu và 20 tép tỏi. chỉ ở trong hang và ăn những thức ăn đó trong vòng 100 ngày thì có thể trở thành con người. Con hổ ít lâu sau đó đã bỏ cuộc và rời khỏi hang vì đói. Con gấu, trái lại, đã làm theo yêu cầu của Hoàn Hùng, và sau 100 ngày, biến thành một người phụ nữ tên là Hùng Nữ. Hoàn Hùng đã tự mình biến thành một người đàn ông và kết duyên cùng Hùng Nữ. Chín tháng sau, người phụ nữ sinh một cậu con trai, và đặt tên là Đàn Quân. Đàn Quân sáng lập ra một nước tên là Cổ Triều Tiên. Nhà nước đầu tiên trong lịch sử Hàn Quốc ra đời như vậy.

한국인의 시조 단군에 대한 전설은 호랑이와 곰의 이야기로 시작한다. 이 두 동물은 사람이 되도록 빌었는데 단군의 아버지인 환웅이 그들의 기도를 듣고 그들에게 기회를 주기로 했다. 그는 각 동물당 쑥 한 다발과 20개의 마늘을 주었다. 만 100일 동안 단지 동굴 안에만 있고 그 음식들만 먹으면 사람이 될 수 있었다. 오래지 않아 호랑이는 포기하고 동굴을 떠났는데 배가 고팠기 때문이었다. 반대로 곰은 환웅의 요구대로 하였고 100일 후에 웅녀라는 이름을 가진 여자가 되었다. 환웅은 스스로 인간 남자로 변신하여 웅녀와 연을 맺었다. 9달 후에 아들을 낳았는데 이름을 단군이라고 지었다. 단군은 고조선이라는 이름을 가진 나라를 세웠다. 한국 역사상 첫 국가가 그렇게 탄생하였다.

1 단군전설은 어떤 동물과 관련 있는가?
ⓐ 호랑이와 원숭이　　　ⓑ 말과 곰
ⓒ 거북이와 용　　　ⓓ 호랑이와 곰

2 환웅은 각 동물에게 무엇들을 주었는가?
ⓐ 쑥 한 다발과 마늘 20개
ⓑ 꽃 한 다발과 사과 20개
ⓒ 모닝글로리 한 접시와 망고 2개
ⓓ 향채 한 접시와 계란 24개

3 한국 역사의 최초 국가는 무엇인가?
ⓐ 조선　　　　　ⓑ 고조선
ⓒ 고려　　　　　ⓓ 신라

B

  track 20-05

NAM Bạn có biết Phù Đổng Thiên Vương là ai không?

NỮ Ủa, tên của một vị vua trong lịch sử Việt Nam à? Mình không rõ lắm.

NAM Không, không phải là một vị vua mà là tên của một vị thánh vĩ đại trong truyền thuyết. Chuyện kể rằng, vào đời vua Hùng thứ sáu, nước Tàu ở phía bắc muốn sang chiếm Việt Nam. Vua Hùng sai người đi khắp nơi tìm người tài giỏi để đánh giặc. Ở một làng kia, có một cậu bé tên là Gióng. Gióng đã ba tuổi mà không biết nói biết cười. Nhưng khi các sứ giả đến làng Phù Đổng thì Gióng lại nói được và nhờ mẹ mời các sứ giả vào. Gióng bảo họ về nói vua đúc cho Gióng một con ngựa sắt và một thanh gươm sắt,

Gióng sẽ giúp vua đánh đuổi giặc. Khi các sứ giả đưa ngựa sắt và gươm sắt đến thì bỗng nhiên Gióng vươn vai thành người lớn, xông ra trận. Đi đến đâu Gióng cũng chém giặc như chém cỏ rác. Đánh tan giặc, Gióng bay thẳng lên trời. Người dân lập miếu thờ Gióng và gọi là Thánh Gióng.

NỮ Ôi, truyền thuyết mà hay quá vậy.

남자 너는 Phù Đổng Thiên Vương이 누군지 아니?

여자 엉? 베트남 역사 중의 한 왕의 이름이야? 나 확실히는 모르겠어.

남자 아니, 한 왕이 아니라 전설 속 위대한 성인의 이름이야. 이야기는 이래. 6대 홍왕 시대에 북쪽에 중국이 베트남을 점령하려고 쳐들어왔어. 홍왕은 사람을 보내 전국에서 적을 물리치기 위해 재능이 뛰어난 사람을 찾았어. 어떤 마을에 Gióng이라는 이름을 가진 아기가 있었어. Gióng은 3살이 되었는데도 웃고 말을 할 줄 몰랐어. 하지만 사자들이 푸동 마을에 왔을 때 Gióng은 말을 할 수 있었고 어머니에게 사자들을 모셔오라고 부탁했어. Gióng은 그들에게 자신에게 철로 된 말과 철로 된 검을 만들어 달라고 왕에게 돌아가 전하라고 했어. Gióng이 왕을 도와 적을 물리칠 것이라고 말이지. 사자들이 철로 된 말과 검을 가져고 왔을 때 갑자기 Gióng은 어깨를 펴더니 어른이 되었고 적진을 향해 돌진했지. 어디를 가든 Gióng은 적들을 잡초를 베듯이 베어 버렸어. 적을 완전히 물리친 후 Gióng은 하늘로 올라갔지 사람들은 Gióng을 모시는 사당을 세우고 Thánh Gióng이라고 불렀어.

여자 오, 전설이 매우 재미있네.

1 이 글은 어떤 인물에 대해 말하는가?
ⓐ 홍 왕　　　　　ⓑ 왕의 사자들
ⓒ 전설 속 성인　　　ⓓ 중국에서 쳐들어온 적

2 사자들이 왔을 때 Gióng은 그들에게 무엇을 해 달라고 요구했는가?
ⓐ 잡초를 베라고.
ⓑ 돈을 달라고.
ⓒ 적을 물리쳐 달라고.
ⓓ 철로 만들어진 말과 검을 만들어 달라고.

3 적을 완전히 물리친 후에 Gióng은 어디로 갔는가?
ⓐ 푸 동 마을로 돌아왔다.
ⓑ 왕을 만나러 갔다.
ⓒ 하늘로 올라갔다.
ⓓ 사당을 세웠다.

01 ⓐ anh thử ăn xem.

ⓑ chị thử mặc xem.

ⓒ bạn thử nghe xem.

ⓓ em thử dùng xem.

02 ⓐ ăn bắp rang bơ.

ⓑ hiền.

ⓒ tốt bụng.

ⓓ hiếu khách.

01 ⓐ Rồi, tôi đã tự gọi món bằng tiếng Việt nhiều lần rồi.

Chưa, tôi chưa tự gọi món bằng tiếng Việt lần nào cả/hết.

ⓑ Rồi, tôi đã ăn nem rán ở Hà Nội 2 lần rồi.

Chưa, tôi chưa ăn nem rán ở Hà Nội bao giờ.

ⓒ Rồi, tôi đã ăn bánh bột lọc Huế 1 lần rồi.

Chưa, tôi chưa bao giờ ăn bánh bột lọc Huế.

ⓓ Rồi, tôi đã ăn ở quán cơm bình dân 4 lần rồi.

Chưa, tôi chưa ăn ở quán cơm bình dân lần nào cả.

02 ⓐ ăn nhiều mà không béo.

ⓑ sáng nào mình cũng ăn phở.

ⓒ tôi đã gọi chả giò và cơm sườn.

ⓓ tôi thường ăn hải sản.

01 ⓐ Trong các thanh điệu tiếng Việt, không dấu nào khó phát âm bằng dấu hỏi.

ⓑ Trong các bộ phim mà tôi đã xem, không phim nào hay bằng bộ phim này.

ⓒ Trong số máy ảnh mà tôi có, không máy ảnh nào tốt bằng cái máy ảnh này.

ⓓ Trong lớp tôi, không sinh viên nào nói tiếng Việt giỏi bằng em Jin.

02 ⓐ (Các chị ấy) chỉ họp có 15 phút.

ⓑ (Tôi) chỉ gặp cô Lan có 2 lần.

ⓒ (Anh An) chỉ xa nhà có 3 tháng.

ⓓ (Phòng em Xuân) chỉ rộng có 10 mét vuông.

4과

01 ⓐ Tuần nào anh Thiên cũng đi bơi ở một hồ bơi gần nhà.

ⓑ Tháng nào chị Liên cũng đi công tác ở Cần Thơ.

ⓒ Năm nào anh Trọng cũng đổi điện thoại di động mới.

ⓓ Ngày nào chị Hiền cũng càu nhàu chồng vì thói xấu của chồng.

02 ⓐ để

ⓑ cho

ⓒ để

ⓓ để

ⓔ cho

03 ⓐ Công ty mới trả lương cao hơn so với công ty cũ.

ⓑ Tủ lạnh cũ tốn điện hơn so với tủ lạnh mới.

ⓒ Bún bò Huế ngon hơn so với mì quảng.

ⓓ Thi cuối kỳ khó hơn so với thi giữa kỳ.

04 ⓐ suy nghĩ tích cực.

ⓑ hút thuốc và uống rượu.

ⓒ về nhà trước 11 giờ đêm.

ⓓ mặc váy và trang điểm.

ⓔ phê bình nhân viên.

 5과

01 ⓐ đặt xe Grab được.

ⓑ tôi có bạn Việt Nam đi chợ cùng.

ⓒ em cho anh biết, không thì anh đã bị công an phạt.

ⓓ bạn Thu cho mình thuốc

02 ⓐ đã chia tay thì phải.

ⓑ không ưa tôi thì phải.

ⓒ khá nặng nhọc thì phải.

ⓓ có chuyện vui thì phải.

ⓔ thi trượt thì phải.

03 ⓐ Cả đội tuyển Hàn Quốc lẫn đội tuyển Việt Nam đều vào vòng bán kết U23 châu Á.

ⓑ Đối với tôi, cả gia đình và tiền bạc đều quan trọng.

ⓒ Cô ta hẹn hò với cả anh Sơn lẫn anh Thành.

ⓓ Cả Hàn Quốc và Việt Nam đều là quê hương tôi.

 6과

01 ⓐ Bạn là người Hàn Quốc, bạn thích kimchi chứ?

ⓑ Ngày mai là chủ nhật, anh sẽ ở nhà chứ?

ⓒ Rạp đó đang chiếu phim mới. Mình đi xem chứ?

ⓓ Anh mới lĩnh lương, tối nay mình đi nhà hàng chứ?

02 ⓐ Mùa nào quả ấy.

ⓑ Mẹ nào con nấy.

ⓒ Mùa nào thức nấy.

03 ⓐ Vợ nấu gì, chồng ăn nấy.

ⓑ Mẹ nói gì, con nghe nấy.

ⓒ Phụ nữ thích mỹ phẩm gì, công ty sản xuất nấy.

ⓓ Khách hàng cần gì, khách sạn phục vụ nấy.

 7과

01 ⓐ Mỗi buổi tối anh Minh đều đi nhậu, nên vợ anh giận anh ấy.

ⓑ Mỗi tuần chị Linh đều báo cáo trước ông giám đốc.

ⓒ Mỗi buổi trưa ông Tư đều ăn cơm ở quán bún bò Huế.

ⓓ Mỗi năm gia đình Xuân đều đi du lịch ở châu Âu.

02 ⓐ Tuy tiếng Việt rất khó học nhưng anh Jun vẫn cố gắng học.

ⓑ Mặc dù phòng này rộng nhưng tôi không thích phòng này vì có mùi hôi và không có cửa sổ.

ⓒ Mặc dù không có thời gian nhưng tôi vẫn cố gắng dành thời gian cho gia đình.

ⓓ Tuy biệt thự này rất cao cấp nhưng không ai mua vì khu vực này không đảm bảo an ninh.

03 ⓐ Em vẫn đến trường kịp giờ học tuy trời mưa rất to.

ⓑ Nó được điểm cao nhất trong lớp mặc dù rất lười học.

ⓒ Dũng làm hết bài tập mặc dù bài tập rất khó và dài.

ⓓ Cô Châu vẫn đi làm muộn tuy phóng xe rất nhanh.

04　ⓐ Ông ấy yêu vợ lắm vì cô ấy đã xinh đẹp lại
đáng yêu.

　　ⓑ Mỗi ngày anh ấy đều tập thể dục nên anh
ấy đã khoẻ lại trông rất trẻ.

　　ⓒ Duy đã uống bia lại uống rượu soju nên
Duy say bí tỉ.

　　ⓓ Tôi đã ăn cơm lại ăn phở nên tôi rất no.

8과

01　ⓐ công ty du lịch giùm tôi vé máy bay đi Hà
Nội ngày mai là bao nhiêu.

　　ⓑ nhân viên dọn phòng mang khăn tắm đến
hộ tôi nhé.

　　ⓒ mở cửa giùm tôi, tôi đã để quên chìa khoá
trong phòng rồi.

　　ⓓ đặt bàn ở nhà hàng khách sạn vào tối nay
giúp tôi.

02　ⓐ Để cháu xách cho ạ.

　　ⓑ Để mình dịch giúp cho.

　　ⓒ Để con đi chợ mua thức ăn cho ạ.

　　ⓓ Để em cho chị mượn máy tính của em nhé.

9과

01　ⓐ Ngoài chôm chôm ra, em cũng thích xoài,
sầu riêng, vải.

　　ⓑ Ngoài Nha Trang, anh còn đi du lịch ở Vũng
Tàu, Huế.

　　ⓒ Ngoài bóng bàn, tôi cũng thích chơi bóng
rổ, bóng đá nữa.

　　ⓓ Ngoài phim Mỹ, dạo này tôi còn mê phim
truyền hình Việt Nam.

02　ⓐ trông

　　ⓑ thấy

　　ⓒ xem

　　ⓓ ngắm

ⓔ nhìn

10과

01　ⓐ nhận ra

　　ⓑ nhìn thấy

　　ⓒ nhận thấy

　　ⓓ mua được

　　ⓔ đọc được

　　ⓕ nhìn ra

　　ⓖ tìm thấy

　　ⓗ tìm ra

　　ⓘ nhận được

02　ⓐ hiểu ra

　　ⓑ trông thấy

　　ⓒ nghĩ ra

　　ⓓ nghe ra

　　ⓔ phát hiện ra

　　ⓕ nghe thấy

03　ⓐ Chẳng lẽ anh Quý không mời chị à?

　　ⓑ Chẳng lẽ con vẫn phải đi làm vào dịp tết
hay sao?

　　ⓒ Chẳng lẽ em ấy bỏ học à?

　　ⓓ Chẳng lẽ mình làm sai hay sao?

04　ⓐ Tôi làm sao mà thích nghi được.

　　ⓑ Con làm sao mà làm hết được.

　　ⓒ Em làm sao mà học thuộc trong 30 phút
được.

　　ⓓ Tôi làm sao mà tin nó được.

05　ⓐ Suýt nữa tôi quên điện thoại di động ở
nhà.

　　ⓑ Tôi suýt bị xe đâm.

　　ⓒ Suýt nữa anh Minh bị cánh cây rơi vào đầu.

　　ⓓ Hà Suýt bị ướt hết cả người.

06
  ⓐ trở thành
  ⓑ trở nên
  ⓒ trở thành
  ⓓ trở thành
  ⓔ trở nên
  ⓕ trở nên
  ⓖ trở thành

 11과

01
  ⓐ họ đã đến nhà anh Huy để đòi nợ.
  ⓑ mới sinh con.
  ⓒ mà hoa anh đào đã nở khắp thành phố này.
  ⓓ mà mùa mưa đã bắt đầu rồi.
  ⓔ mới có phim "Ghét thì yêu".

02
  ⓐ bổ sung thêm những kiến thức lịch sử Việt Nam.
  ⓑ ở khu vực này ách tắc.
  ⓒ mất tự tin.
  ⓓ rung động.
  ⓔ người già dễ bị bệnh.

03
  ⓐ tháng sau anh ấy mới về.
  ⓑ nhà hàng Ngon mở cửa suốt tết.
  ⓒ anh Hiệp yêu người khác.
  ⓓ vẫn còn mấy ngày nữa.
  ⓔ bạn thi đỗ.

04
  ⓐ anh ấy đã nghỉ việc từ hôm qua.
  ⓑ chỗ đó là ghế ưu tiên cho phụ nữ mang thai.
  ⓒ mang nhầm chìa khoá khác.
  ⓓ cả nhà anh ấy theo đạo Hồi.
  ⓔ chị chỉ sắp mua thôi.

12과

01
  ⓐ bị vấp ngã.
  ⓑ làm bài tập.
  ⓒ bị thầy giáo phê bình.
  ⓓ đâm phải một bà già.
  ⓔ con khóc mà không nghe thấy.

02
  ⓐ đến muộn
  ⓑ no
  ⓒ say
  ⓓ quát tháo
  ⓔ chào hỏi

03
  ⓐ vui tính, chăm chỉ, tốt bụng.
  ⓑ cá, tôm, mực chẳng hạn.
  ⓒ hươu cao cổ, đà điểu, thiên nga chẳng hạn.
  ⓓ chôm chôm, xoài, măng cụt, sầu riêng.
  ⓔ Vịnh Hạ Long, Ngũ Hành Sơn, Động Phong Nha, Sơn Đoòng chẳng hạn.

04
  ⓐ nổi
  ⓑ xuể
  ⓒ xuể
  ⓓ nổi
  ⓔ nổi

05
  ⓐ tôi cũng nói giỏi như cô ấy.
  ⓑ tôi cũng cao đến 1m 8 như anh ấy.
  ⓒ mình được đi nghe anh ấy hát 1 lần.
  ⓓ em đã không lỡ lời, ước gì ta đừng có giận hờn
  ⓔ mọi việc sẽ đâu vào đấy.

01
  ⓐ Cấm vào

  ⓑ Cấm sử dụng điện thoại

  ⓒ Cấm rẽ phải / cấm rẽ trái

  ⓓ Cấm đi ngược chiều

  ⓔ Cấm xe máy

  ⓕ Cấm xả rác

  ⓖ Cấm chụp hình/ảnh

  ⓗ Cấm hút thuốc

02
  ⓐ bạn đưa tài liệu này cho anh ấy giúp mình nhé.

  ⓑ hôm nay, con sẽ ngủ ở bên đó luôn, mẹ ạ.

  ⓒ cháu hỏi xem vào dịp tết họ có nghỉ không giúp chú nhé.

  ⓓ em tìm xem ở đó có gian hàng "Godiva" hay không nhá.

  ⓔ em mua giúp chị một tấm bản đồ Việt Nam nhé.

03
  ⓐ 밍 오빠가 배가 아파서 잠시 화장실에 간다고 말했는데 그다음에 돌아오는 것을 못 봤어요. 아마도 아예 사무실로 돌아갔나 봐요.

  ⓑ 그랩을 타고 갈 때 만약 그 기사님이 친절하고 예의 바르면 주로 거스름돈 안 받고 아예 남은 돈을 드려요.

  ⓒ 란은 펄 밀크티를 마시고 싶어 하고, 끄엉이는 치킨을 먹고 싶어 하고 나는 또 쇼핑하고 싶고. 마침내 우리는 아예 백화점으로 가는 것으로 결정했다.

01
  ⓐ xấu.

  ⓑ giá rét.

  ⓒ thích xem phim kinh dị và phim hành động.

  ⓓ ít nói, hướng nội.

  ⓔ đông xe lắm.

02
  ⓐ Anh ấy có vẻ lo lắng lắm.

  ⓑ Chị trông có vẻ rất mệt mỏi.

  ⓒ Em Cúc ngồi xuống thì bị ngã.

  ⓓ Anh ấy đi xem nhà ở chỗ khác.

  ⓔ Cô ấy xin nghỉ việc.

03
  ⓐ 그는 사고를 일으킨 사람이다.

  ⓑ 복통을 야기하는 원인이 몇 가지 있다.

  ⓒ 홍수와 가뭄은 이 지역 주민들에게 큰 손해를 입혔다.

  ⓓ 기름기가 많은 음식은 설사를 일으킬 수 있다.

  ⓔ 지진은 쓰나미를 일으킬 수 있다.

04
  ⓐ ồn ào

  ⓑ đẹp

  ⓒ khó

  ⓓ tối dạ

  ⓔ cao

  ⓕ nắng

05
  ⓐ có thể đi dã ngoại

  ⓑ có bị lạc đường

  ⓒ có thắng đội Brazil được

  ⓓ có dịch xong trước tối nay

  ⓔ có bơi qua sông này được

06
  ⓐ tôi tìm đến nơi được.

  ⓑ tôi không để quên điện thoại ở nhà.

  ⓒ tôi dịch xong bài này.

  ⓓ em mua được máy tính Apple.

  ⓔ tôi được trúng tuyển.

07
  ⓐ 너 때문에 내가 넘어졌잖아.

  ⓑ 몹쓸 자식 때문에 부모가 고생한다.

  ⓒ 오빠 때문에 내가 많이 울었어.

  ⓓ 쑤언 녀석 때문에 어제 축구 경기에서 우리 학교팀이 졌어.

  ⓔ 이 고양이 때문에 잠에서 깼다.

01
ⓐ đi với anh ta.
ⓑ lấy cô ấy.
ⓒ làm mà bỏ dở.
ⓓ chép bài của bạn.
ⓔ đưa hối lộ cho cảnh sát.

02
ⓐ hay
ⓑ khó
ⓒ lạnh/rét
ⓓ tức
ⓔ đẹp

03
ⓐ tôi đã thi đỗ.
ⓑ tôi đã không bị mẹ mắng.
ⓒ tôi đã còn tiền mua quyển sách này.
ⓓ em không bao giờ nói như vậy.
ⓔ anh đã hiểu được tấm lòng của em.
ⓕ tôi sẽ cấm sở hữu và sử dụng súng ở Mỹ.

04
ⓐ Khi
ⓑ sau khi
ⓒ trước khi
ⓓ khi
ⓔ trong khi

01
ⓐ mới tung ra thị trường 1 tiếng mà đã cháy hàng.
ⓑ mới đi bộ 3 phút mà cả người đầm đìa mồ hôi.
ⓒ cả ngày chỉ nằm trên giường chơi điện thoại, ăn uống cũng ở trên giường.
ⓓ ngay cả bố tôi cũng xem 3 lần.
ⓔ không còn chỗ để ngồi.
ⓕ ai cũng nhận ra em ấy.
ⓖ tôi lười nói chuyện, lười ăn, lười yêu, lười thở.

02
ⓐ nhiều.
ⓑ khó.
ⓒ kém.
ⓓ nhiều.
ⓔ ít đi.
ⓕ thăng tiến.
ⓖ nhạt đi

03
ⓐ S, nghèo đi, giàu lên
ⓑ Đ
ⓒ Đ
ⓓ S, sáng lên
ⓔ Đ
ⓕ S, trắng lên
ⓖ Đ

04
ⓐ lạnh
ⓑ đau
ⓒ lạnh
ⓓ chán
ⓔ nóng
ⓕ mệt
ⓖ nóng

05
ⓐ về nhà say khướt.
ⓑ nói nhiều.
ⓒ khóc.
ⓓ đều biết
ⓔ chơi game suốt ngày.
ⓕ bị tiêu chảy.
ⓖ bị dị ứng phấn hoa.

01
ⓐ xuân qua mất.
ⓑ không kịp.
ⓒ bị phạt.
ⓓ bị mẹ mắng.
ⓔ lâu khỏi.
ⓕ mắc mưa.

02 ⓐ Đáng lẽ tôi không nên lười học, trốn học.
    ⓑ Tôi lẽ ra ngỏ lời yêu Ngọc Ánh ngay khi gặp cô ấy.
    ⓒ Đáng ra tôi phải đổi tiền vào ngày 12.
    ⓓ Đáng lẽ ra mình phải làm lành với Lan.

03 ⓐ phải làm thay cho sếp nên không đi được.
    ⓑ có vấn đề về chất lượng nên hoãn lịch giao.
    ⓒ nhà tôi có chuyện nên cuộc họp hoãn đến sáng mai.
    ⓓ em quên mất, em xin lỗi chị ạ.
    ⓔ tốn 50 triệu để mua xe mới.

04 ⓐ hơi nóng tính.
    ⓑ giá thuê cao.
    ⓒ công việc căng thẳng.
    ⓓ hơi thô.
    ⓔ hơi kiêu căng.

05 ⓐ nhắc
    ⓑ nài nỉ
    ⓒ dặn
    ⓓ giục
    ⓔ nhắn

06 ⓐ trợ lý trưởng phòng.
    ⓑ đi du học ở Đức.
    ⓒ uống trà xanh.
    ⓓ sinh nhật của mẹ.
    ⓔ trên các cuốn cẩm nang du lịch Việt Nam giới thiệu nhiều về chèo.
    ⓕ anh ấy được kế thừa nhiều kinh nghiệm của cha mình.
    ⓖ mục đích và quan điểm sống của em không phù hợp với hướng phát triển của công ty.
    ⓗ con người Việt Nam tử tế và thân thiện.

01 ⓐ nào, chẳng
    ⓑ nào, chẳng
    ⓒ ai, chẳng
    ⓓ cô giáo, thích.
    ⓔ bệnh nhân, yêu quí.

02 ⓐ những trận lụt nghiêm trọng.
    ⓑ thiệt hại khổng lồ cho công ty.
    ⓒ thành công.
    ⓓ sự huỷ hoại môi trường trong khu vực đó.
    ⓔ tắc nghẽn giao thông trên địa bàn này.

03 ⓐ cả
    ⓑ Tất cả
    ⓒ toàn thể
    ⓓ Toàn bộ, Tất cả
    ⓔ cả
    ⓕ tất cả

04 ⓐ Trải qua
    ⓑ trôi qua
    ⓒ trải qua
    ⓓ vượt qua
    ⓔ vượt qua

01 ⓐ Công ty Hoa Mai được thành lập cách đây 20 năm.
    ⓑ Tôi rời quê vào Thành phố Hồ Chí Minh cách đây 5 năm.
    ⓒ Cách đây mấy tháng, chị tôi đã mở một cửa hàng quần áo nhỏ ở trung tâm thành phố.
    ⓓ Tôi dọn nhà đến đây cách đây vài tuần.

02 ⓐ em gái chị ta cũng ghét chị ta.

ⓑ một hòn đảo đẹp, anh ấy cũng mua được.

ⓒ sếp tôi cũng đến công ty muộn.

ⓓ anh ấy nghiện ma tuý.

ⓔ mình đói vàng cả mắt.

03 ⓐ Dù anh ấy rất thành công nhưng anh ấy vẫn bất hạnh.

ⓑ Dù cho ngày mai trời mưa nhưng chương trình vẫn được thực hiện theo kế hoạch.

ⓒ Anh ấy dù nghèo nhưng không đánh mất niềm hy vọng.

ⓓ Dù bị thất bại nhiều lần nhưng tôi vẫn cố gắng để thành công.

04 ⓐ Phải chi tôi có thể gặp lại cô ấy.

ⓑ Phải chi hôm nay là thứ bảy.

ⓒ Phải chi tôi là con trai.

ⓓ Phải chi hôm qua đi ngủ sớm hơn một chút thì hôm nay đã không bị muộn.

ⓔ Phải chi lúc đó tôi nghe lời mẹ.

05 ⓐ rất tức giận vì chị gái tôi đã nói dối nhiều lần.

ⓑ chưa bao giờ uống.

ⓒ đóng cửa vào dịp Tết.

ⓓ quay lưng lại với em ấy.

ⓔ mình cũng không có thời gian.

06 ⓐ hoàn thành việc đó đến sáng mai.

ⓑ đến dự.

ⓒ giữ bí mật.

ⓓ đi ăn thử ạ.

20과

01 ⓐ ra vẻ

ⓑ tỏ vẻ, tỏ ra, ra vẻ

ⓒ có vẻ

ⓓ ra vẻ

ⓔ có vẻ

ⓕ tỏ ra, tỏ vẻ

ⓖ ra vẻ

02 ⓐ nỡ

ⓑ trót, lỡ

ⓒ trót, lỡ

ⓓ thản nhiên

ⓔ trót, lỡ

ⓕ nỡ

03 ⓐ mất

ⓑ liền

ⓒ mất

ⓓ mất

ⓔ liền

04 ⓐ đến

ⓑ nấu phở được.

ⓒ vào được.

ⓓ yên tâm.

ⓔ hạnh phúc.

05 ⓐ 그는 여러 번 거짓말을 했어. 어찌 됐든 나는 나는 그를 안 믿어.

ⓑ 어쨌든 나무에는 꽃이 필 거고 해는 뜰 거야.

ⓒ 어쨌든 다른 사람에게 소리 지르면 안 돼.

ⓓ 어쨌든 모든 일은 다 지나갔잖아.

ⓔ 어찌 됐든 그도 자기 잘못을 인정하잖아.

Memo

첫걸음 끝내고 보는

베트남어 중고급의 모든것